എം ടി
അക്ഷരശില്പി

m t aksharasilpi

•

dr k s ravikumar

•

first edition
february 2017

•

second edition
december 2018

•

typesetting & published
chintha publishers, thiruvananthapuram

•

•

cover
vinod

•

വിതരണം

ദേശാഭിമാനി ബുക്ക് ഹൗസ്

H O തിരുവനന്തപുരം-695 035
Ph: 0471-2303026, 6063020
www.chinthapublishers.com
chinthapublishers@gmail.com

ബ്രാഞ്ചുകൾ

ഹെഡ്ഡാഫീസ് ബ്രാഞ്ച് കുന്നുകുഴി • സ്റ്റാച്യു തിരുവനന്തപുരം • കെ എസ് ആർ ടി സി ബസ് സ്റ്റേഷൻ ആലപ്പുഴ • കെ എസ് ആർ ടി സി ബസ് സ്റ്റേഷൻ എറണാകുളം • മച്ചിങ്ങൽ ലെയ്ൻ തൃശൂർ • ഐ ജി റോഡ് കോഴിക്കോട് • മാവൂർ റോഡ് കോഴിക്കോട് • എൻ ജി ഒ യൂണിയൻ ബിൽഡിങ് കണ്ണൂർ • സെൻട്രൽ ബസ് ടെർമിനൽ കോംപ്ലക്സ് താവക്കര കണ്ണൂർ

CR - 1950 / 4814
ISBN - 978-93-86364-57-9

എം ടി
അക്ഷരശില്പി

ഡോ. കെ എസ് രവികുമാർ

ചിന്ത പബ്ലിഷേഴ്സ്
തിരുവനന്തപുരം-695 035
വില : ₹ 130

ഡോ. കെ എസ് രവികുമാർ

1957 നവംബർ 30 ന് പന്തളത്തിനടുത്ത് പനങ്ങാട്ട് ജനിച്ചു. മലയാളസാഹിത്യത്തിൽ പി എച്ച് ഡി ബിരുദം. ചെറുകഥ-വാക്കും വഴിയും, കഥയും ഭാവുകത്വപരിണാമവും, ആഖ്യാനത്തിന്റെ അടരുകൾ, കഥയുടെ കഥ, ആധുനികതയുടെ അപാവരണങ്ങൾ, കഥയുടെ വാർഷികവലയങ്ങൾ (സാഹിത്യനിരൂപണം), 100 വർഷം 100 കഥ (ആമുഖപഠനം), ജാതക കഥകൾ, ഹിതോപദേശ കഥകൾ (പുനരാഖ്യാനം) എന്നിവയാണ് കൃതികൾ. കടമ്മനിട്ടക്കവിത, ബഷീറിന്റെ നൂറ്റാണ്ട്, കെ സരസ്വതിയമ്മയുടെ സമ്പൂർണ്ണകൃതികൾ, നവോത്ഥാനകഥകൾ, ആദ്യകാലകഥകൾ എന്നിവ എഡിറ്റുചെയ്തു. കേന്ദ്രസാഹിത്യ അക്കാദമിയുടെ ജനറൽ കൗൺസിലിലും മലയാളം ഉപദേശകസമിതിയിലും അംഗമായിരുന്നു. സാഹിത്യനിരൂപണത്തിനുള്ള കേരളസാഹിത്യ അക്കാദമി അവാർഡ്, അബുദാബി ശക്തി തായാട്ട് അവാർഡ്, ഡോ. സി പി മേനോൻ സ്മാരക പുരസ്കാരം, ടി എം ചുമ്മാർ സ്മാരക സുവർണ്ണ കൈരളി പുരസ്കാരം, ഫാദർ ഏബ്രഹം വടക്കേൽ അവാർഡ് എന്നിവ ലഭിച്ചിട്ടുണ്ട്. 2010 മുതൽ കാലടി ശ്രീശങ്കരാചാര്യ സംസ്കൃത സർവ്വകലാശാലയിൽ മലയാളവിഭാഗം പ്രൊഫസറും വകുപ്പുമേധാവിയുമായി പ്രവർത്തിക്കുന്നു.

ഭാര്യ : ഗീത ആർ പുതുശ്ശേരി
മക്കൾ : അഭിജിത്ത്, അരവിന്ദ്
വിലാസം : ഗീത്
എഫ്-5, ഇലങ്കം ഗാർഡൻസ്,
വെള്ളയമ്പലം,
തിരുവനന്തപുരം - 10.

ഉള്ളടക്കം

പ്രസാധകക്കുറിപ്പ്

മലയാള സാഹിത്യത്തിൽ എം ടി എന്ന ദ്വയാക്ഷരിക്ക് ആമുഖം ആവശ്യമില്ല. നിശ്ശബ്ദതയെ അനുവാചക ഹൃദയങ്ങളിൽ വൻ മുഴക്കങ്ങളാക്കാൻ പ്രാപ്തമായ കഥകളാണ് എം ടിയുടേത്. മലയാളികൾ ഇത്രയേറെ നെഞ്ചേറ്റിയ മറ്റൊരു എഴുത്തുകാരനില്ല. അമ്പതുകൾ മുതൽ ഇന്നോളവും വന്നുപോയ തലമുറകൾക്കെല്ലാം പ്രിയപ്പെട്ടവനായി എം ടി നിലനില്ക്കുന്നു. എഴുത്ത് എന്ന അക്ഷരവിദ്യയെ കഠിനതപം പോലെയാവണം എം ടി കാണുന്നത്. അത്ര സൂക്ഷ്മതയോടെയെ അദ്ദേഹം എഴുതൂ. സ്വന്തം അനുഭവത്തിന്റെ ഉപ്പു പുരളാത്ത കഥകൾ എം ടി എഴുതിയിട്ടില്ല. ഇത്രയേറെ വായിക്കപ്പെട്ട ഈ കഥാകാരനെ ഇനിയും നമ്മൾ പഠിക്കേണ്ടിയിരിക്കുന്നു. ഇതുവരെയുള്ള പഠനങ്ങൾ മതിയാവില്ല ആ കഥാപ്രപഞ്ചത്തിന്റെ സൂക്ഷ്മതകൾ തേടുവാൻ. എം ടിയുടെ കഥാപ്രപഞ്ചത്തിലൂടെയുള്ള സൂക്ഷ്മ സഞ്ചാരമാണ് ഡോ. കെ എസ് രവികുമാറിന്റെ ഈ കൃതി.

ചിന്ത പബ്ലിഷേഴ്സ്

ആമുഖം

ഇരുപതാം നൂറ്റാണ്ടിന്റെ രണ്ടാം പകുതിയുടെ തുടക്കം മുതൽ മലയാളസാഹിത്യത്തിൽ സജീവമായി പ്രവർത്തിച്ചുകൊണ്ടിരിക്കുന്ന എഴുത്തുകാരനാണ് എം ടി വാസുദേവൻനായർ. കഴിഞ്ഞ ആറുപതിറ്റാണ്ടിലേറെയായി ചെറുകഥയും നോവലുമടങ്ങുന്ന കഥാസാഹിത്യരംഗത്ത് ഏറ്റവും മുൻപന്തിയിലാണ് അദ്ദേഹത്തിന്റെ സ്ഥാനം. കാലം കഴിയുന്തോറും കൂടുതൽ മികവും കൂടുതൽ പ്രസക്തിയുമാർജ്ജിച്ച രചനകളാണ് അദ്ദേഹത്തിൽനിന്നു ലഭിച്ചത്.

എം ടി സൃഷ്ടിച്ച കഥാലോകം മലയാളത്തിലെ വായനക്കാർ ഹൃദയംകൊണ്ട് ഏറ്റെടുത്തു. കൗമാരാരംഭത്തിൽ വായനയിലേക്കു കടക്കുന്ന തുടക്കക്കാർ മുതൽ ജീവിതസായാഹ്നത്തിലെത്തിയവർ വരെ എം ടിയുടെ ചെറുകഥകളും നോവലുകളും മാത്രമല്ല ഇതര രചനകളും ആവേശത്തോടുകൂടി വായിച്ചുകൊണ്ടിരിക്കുന്നു. അദ്ദേഹം സൃഷ്ടിച്ച കഥാലോകം, അതു വായിച്ച ഓരോ മലയാളിയും മനസ്സുകൊണ്ട് അനുഭവിച്ച സമാന്തരജീവിതമായി മാറി.

സാഹിത്യരചനയിൽ സജീവമായി പ്രവർത്തിച്ചുതുടങ്ങിയിട്ട് ഏഴുപതിറ്റാണ്ടോളമായിട്ടും എം ടി വാസുദേവൻനായരുടെ ഓരോ വാക്കിലും ഇന്നും യൗവനം തുടിക്കുന്നുണ്ട്. അതാണ് ഏറ്റവും പുതിയ തലുമറയുടെപോലും പ്രിയപ്പെട്ട എഴുത്തുകാരനായി അദ്ദേഹത്തെ നിലനിർത്തുന്നത്.

രണ്ട്

ബഹുമുഖവും സമൃദ്ധവുമാണ് എം ടി വാസുദേവൻനായരുടെ രചനാജീവിതം. ചെറുകഥ, നോവൽ, തിരക്കഥ, നാടകം, ഉപന്യാസം, പഠനം,

യാത്രാവിവരണം, ഓർമ്മക്കുറിപ്പ് എന്നിങ്ങനെ വ്യത്യസ്ത ജനുസ്സുകളിലുൾപ്പെടുന്നവയാണ് അദ്ദേഹത്തിന്റെ സാഹിത്യ സംഭാവനകൾ. പത്രാധിപർ, ചലച്ചിത്രസംവിധായകൻ എന്നീ നിലകളിലും അദ്ദേഹത്തിന്റെ പ്രവർത്തനം ചരിത്രത്തിൽ ഇടം പിടിച്ചു. പ്രതിഭാപ്രവർത്തനത്തിന്റെ ബഹുമുഖദീപ്തികൊണ്ട്, തന്റെ കാലത്തിന്റെ സാംസ്കാരിക രംഗത്തെ അദ്ദേഹം പ്രകാശഭരിതമാക്കി.

നന്നേ ചെറുപ്പത്തിൽത്തന്നെ വായനയുടെയും എഴുത്തിന്റെയും ലോകത്തേക്ക് കടന്നുവന്നയാളാണ് എം ടി വാസുദേവൻനായർ. പില്ക്കാലത്ത് ആ ജീവിതം എഴുത്തിനും വായനയ്ക്കും വേണ്ടിയുള്ള ഒരു സമ്പൂർണ്ണ സമർപ്പണം തന്നെയായി. 1954 ൽ മാതൃഭൂമി ആഴ്ചപ്പതിപ്പ് നടത്തിയ ലോകചെറുകഥാമത്സരത്തിൽ സമ്മാനാർഹനായതോടെ എം ടി വാസുദേവൻനായർ എന്ന ഇരുപത്തിയൊന്നുകാരൻ 'ഇതാ മികച്ച ഒരു ചെറുകഥാകൃത്ത്' എന്ന നിലയിൽ മലയാളത്തിലെ വായനാസമൂഹത്തിന്റെ പൊതുശ്രദ്ധയിലേക്ക് വന്നു.

സാഹിത്യമൂല്യവും വായനക്കാരുടെ പ്രീതിയും പലപ്പോഴും ഒരുമിച്ചുപോകാറില്ല. ഇക്കാര്യത്തിൽ വേറിട്ട ഒരനുഭവമാണ് എം ടിയുടെ കൃതികൾ നല്കുന്നത്. അവയോരോന്നും പ്രസിദ്ധീകൃതമായ കാലം മുതൽ കൂടുതൽ കൂടുതൽ വായനക്കാരെ നേടിക്കൊണ്ടിരിക്കുന്നു. പ്രസിദ്ധീകരിച്ച് അറുപതുകൊല്ലമാകാറാകുന്ന *നാലുകെട്ടും* മുപ്പതുകൊല്ലം കഴിഞ്ഞ *രണ്ടാമൂഴവും* ഇപ്പോഴും ഏറ്റവും കൂടുതൽ വില്പനയുള്ള മലയാളപുസ്തകങ്ങളുടെ പട്ടികയിൽ മുൻപിലുണ്ട്. കാലം കഴിയുംതോറും വർദ്ധിച്ചു വരുന്ന വായനാസമൂഹം എം ടിക്ക് ലഭിച്ച ഏതു പുരസ്കാരത്തെക്കാളും മൂല്യവത്തായ അക്ഷരാദരമാണ്.

മുറപ്പെണ്ണ് എന്ന ചലച്ചിത്രത്തിന് തിരക്കഥയെഴുതിക്കൊണ്ട് 1960 കളുടെ മദ്ധ്യത്തോടെ എം ടി വാസുദേവൻനായർ ചലച്ചിത്രരംഗത്തേക്ക് പ്രവേശിച്ചു. ക്രമേണ മലയാളത്തിലെ ഏറ്റവും മികച്ച തിരക്കഥാകൃത്ത് എന്ന നിലയിലേക്ക് അദ്ദേഹം ഉയർന്നു. എം ടിയുടെ തിരക്കഥകൾ പുസ്തകരൂപത്തിൽ പുറത്തുവന്നപ്പോൾ വ്യാപകമായി സ്വീകരിക്കപ്പെട്ടു. അതോടെയാണ് ചലച്ചിത്രത്തിന്റെ ബ്ലൂപ്രിന്റ് ആയി കരുതപ്പെടുന്ന തിരക്കഥ പ്രസിദ്ധീകരണാർഹമായ ഒരു സാഹിത്യവിഭാഗം കൂടിയാകാം എന്ന സ്ഥിതി മലയാളത്തിൽ ഉണ്ടായത്. അവ നല്കുന്ന ദൃശ്യപ്രതീതിക്കപ്പുറം സാഹിതീയമായ ഒരു തലംകൂടി ശ്രദ്ധാപൂർവ്വം രചിച്ച 'ആ കാണാവുന്ന സാഹിത്യ'ത്തിനുണ്ട്. അവയോരോന്നും ഓരോ ഭദ്രശില്പങ്ങളാണ്. സ്വന്തം കഥകളെ ആധാരമാക്കിയും അല്ലാതെയും അറുപതോളം ചലച്ചിത്രങ്ങൾക്ക് അദ്ദേഹം തിരക്കഥയെഴുതിയിട്ടുണ്ട്.

ചലച്ചിത്രസംവിധായകൻ എന്ന നിലയിലും അദ്ദേഹം വ്യക്തിമുദ്ര പതിപ്പിച്ചു. 1973 ൽ ഇന്ത്യൻ പ്രസിഡന്റിന്റെ സ്വർണ്ണമെഡൽ (സുവർണ്ണ കമലം) നേടിയ *നിർമ്മാല്യം* ആണ് അതിൽ ഏറ്റവും ശ്രദ്ധേയം. അദ്ദേഹത്തിന്റെ 'പള്ളിവാളും കാൽച്ചിലമ്പും' എന്ന ചെറുകഥയായിരുന്നു,

ആ ചലച്ചിത്രത്തിന് ആധാരം. സമൂഹത്തിൽ നിലനിന്നിരുന്ന ജീർണ്ണമായ വിശ്വാസാചാരങ്ങളെയും അതിന്റെ സംരക്ഷണ വലയത്തിനുള്ളിൽ പ്രവർത്തിച്ചിരുന്ന ഉച്ചനീചത്വങ്ങളെയും സ്ഥാപിത താല്പര്യങ്ങളെയും സാമൂഹിക വൈരുദ്ധ്യങ്ങളെയും ആ ചലച്ചിത്രം പ്രകോപനപരമായി അവതരിപ്പിച്ചു.

മൂന്ന്

മലയാള ചെറുകഥാസാഹിത്യത്തിൽ മനുഷ്യന്റെ ഹൃദയാനുഭവത്തിന്റെ ആഖ്യാനം നിർവ്വഹിച്ച കഥാകാരന്മാരിൽ പ്രമുഖനാണ് എം ടി വാസുദേവൻനായർ. സ്വാതന്ത്ര്യാനന്തരഘട്ടത്തിന്റെ വൈയക്തികവും സാമൂഹികവുമായ സൂക്ഷ്മാനുഭവങ്ങളെ യാഥാർത്ഥ്യപ്രതീതിയും ജീവചൈതന്യവുമുള്ള കഥാപാത്രങ്ങളിലൂടെയും കാവ്യാത്മകവും ഭാവഭദ്രവുമായ ആഖ്യാനത്തിലൂടെയും മൂർത്തീകരിച്ചു, അദ്ദേഹം. മരുമക്കത്തായ തറവാടുകളിലെ തകർന്നുതുടങ്ങിയ ഫ്യൂഡൽ ജീവിതക്രമത്തിന്റെ ജീർണ്ണതയിൽനിന്ന് വ്യക്തികേന്ദ്രിതമായ ജീവിതരീതിയിലേക്കുള്ള പരിവർത്തനഘട്ടത്തിന്റെ സന്ദിഗ്ദ്ധതകളിൽനിന്നാണ് അദ്ദേഹത്തിന്റെ പല കഥാപാത്രങ്ങളും കഥകളിലെ ജീവിതസന്ധികളും രൂപംകൊണ്ടത്. ആ അവസ്ഥ കേരളത്തിലെ ഗ്രാമീണപശ്ചാത്തലത്തിൽ നിന്നുള്ള അഭ്യസ്തവിദ്യരായ യുവാക്കളിൽ സൃഷ്ടിച്ച സാമൂഹികവും ആർത്ഥികവും വൈകാരികവുമായ സംഘർഷങ്ങളെയും പ്രതീക്ഷാഭംഗങ്ങളെയും അവതരിപ്പിക്കാനും ചില കഥകളിൽ എം ടി ശ്രമിച്ചു.

കുറെയൊക്കെ അരാജകപ്രവണരെങ്കിലും വ്യവസ്ഥയോട് കലഹിക്കുന്ന സ്വഭാവമുള്ള ചില കഥാപാത്രങ്ങളിലൂടെ പാരമ്പര്യത്തിന്റെ ജീർണ്ണതകളെ നിരാകരിച്ചപ്പോഴും സമാന്തരമായി സ്വന്തം വേരുകളെ തിരിച്ചറിയാനും കാലത്തിന്റെ സംഘർഷങ്ങളെ ഉൾക്കൊണ്ടുകൊണ്ട് അതിനെ തന്റെ രചനകളുടെ ഊർജ്ജസ്രോതസ്സാക്കി മാറ്റാനും എം ടിക്ക് കഴിഞ്ഞു. അതിനുപാകത്തിൽ വള്ളുവനാടൻ ഗ്രാമീണജീവിതത്തിന്റെ പരിമിതവൃത്തങ്ങളിൽനിന്നുകൊണ്ട് പ്രാദേശികാനുഭവത്തിന്റെ ആഴങ്ങളും സൂക്ഷ്മതകളും അദ്ദേഹം ഒപ്പിയെടുത്തു. ദേശ്യഭാഷാസവിശേഷതകളുള്ള സംഭാഷണങ്ങളും ഗ്രാമീണമായ ജീവിതാന്തരീക്ഷത്തെ അനുഭവപ്പെടുത്തുന്ന വിവരണകലയെയും അതിനുപയുക്തമാക്കി. ഇത്തരം ഘടകങ്ങളെ സൂക്ഷ്മതലത്തിൽ സമന്വയിപ്പിക്കുന്ന ഇന്ദ്രിയസംവേദനക്ഷമമായ ആഖ്യാനം ആ രചനകൾ വായിക്കുന്നവർക്ക് സ്വാനുഭവപ്രതീതി നല്കി.

അതേസമയം സ്വാതന്ത്ര്യാനന്തര ഇന്ത്യയിലെ സാമൂഹികയാഥാർത്ഥ്യത്തിന്റെ ഭിന്നമുഖങ്ങൾ അദ്ദേഹം പില്ക്കാലത്തെഴുതിയ വ്യത്യസ്തമായ ജീവിതാന്തരീക്ഷങ്ങളെ ആധാരമാക്കിയുള്ള ചെറുകഥകളിൽ കാണാം. നഗരവൽകൃതമായ മദ്ധ്യവർത്തിജീവിതത്തിന്റെ സംഘർഷങ്ങൾ, സമ്പന്നജീവിതത്തിൽ സംഭവിച്ച നൈതികാപചയം, സ്ത്രീജീവി

തത്തിന് കാലാന്തരത്തിൽ വന്ന മാറ്റം, ഗ്രാമജീവത്തിലേക്ക് സംക്രമിച്ച നാഗരികതയുടെ ചലനാത്മകത - ഇതൊക്കെ എം ടിയുടെ പല ചെറു കഥകളിലും പില്ക്കാലത്ത് പ്രമേയമായി. വ്യത്യസ്തമായ ലോകങ്ങളി ലേക്ക് ഇടയ്ക്കൊക്കെ ഇറങ്ങിച്ചെന്നാലും വീണ്ടും തന്റെ പ്രിയപ്പെട്ട ഗ്രാമ സംസ്കൃതിയിലേക്കു മടങ്ങിവരുന്നവയാണ് എം ടിയുടെ ചെറുകഥക ളിൽ ഏറെയും. 'കുട്ട്യേടത്തി', 'ഇരുട്ടിന്റെ ആത്മാവ്', 'ഓപ്പോൾ', 'കർക്കി ടകം', 'പള്ളിവാളും കാൽച്ചിലമ്പും' തുടങ്ങിയ ആദ്യകാല രചനകളിൽ മാത്രമല്ല, ശിലാലിഖിതം, കാഴ്ച തുടങ്ങിയ പില്ക്കാല കഥകളിലും ഈ സ്ഥലരാശിയും പ്രാദേശികാന്തരീക്ഷവും സജീവമാണ്. അമേരിക്കൻ ജീവിതപശ്ചാത്തലത്തിൽ രചിച്ച ഷെർലക്കിൽ പോലും വള്ളുവനാടൻ ജീവിതം അപരാംശമായി കടന്നുവരുന്നുണ്ട്.

നാല്

നാലുകെട്ട് 1958 ൽ പുറത്തുവന്നതോടെ എം ടി വാസുദേവൻനാ യർ മലയാളനോവൽ സാഹിത്യരംഗത്തെ എണ്ണപ്പെട്ട എഴുത്തുകാരിലൊ രാളായി മാറി. അതിവേഗം പ്രാചരമാർജ്ജിച്ച ആ നോവൽ കൂടി പുറത്തു വന്നപ്പോൾ തകർന്നുകൊണ്ടിരിക്കുന്ന നാലുകെട്ടുകളുടെയും അതിന്റെ ഉള്ളിലെ തളം കെട്ടിയ ജീവിതങ്ങളുടെയും കഥാകാരൻ എന്ന മുദ്ര എം ടിയിൽ പതിഞ്ഞു. സ്വാതന്ത്ര്യലബ്ധിയുടെ തൊട്ടുമുൻപും പിൻപുമുള്ള ദശകങ്ങളിൽ നവോത്ഥാന ചിന്തകളും പുരോഗമനവീക്ഷണവും മാന വികതാബോധവും സജീവമായിരുന്ന കേരളത്തിന്റെ ആശയാന്തരീക്ഷ ത്തിൽ എഴുതപ്പെട്ട ആ നോവൽ മുന്നോട്ടുവച്ചത് തകരുന്ന ജീർണ്ണിച്ച നാലുകെട്ടുകളുടെ സ്ഥാനത്ത് കാറ്റും വെളിച്ചവും കടക്കുന്ന പുതിയ വീട് എന്ന സങ്കല്പനമായിരുന്നു. പാരമ്പര്യത്തിന്റെ ജഡഭാരത്തെ ഭേദിച്ച് സ്വന്തം നിലയിൽ വളരുകയും വലുതാവുകയും ചെയ്യുന്ന ആധുനിക കാലത്തിന്റെ വ്യക്തിബോധത്തെയും ആ നോവൽ ആവിഷ്കരിച്ചു. *വളരും, വളർന്ന് വലിയവനാകും* എന്ന നോവലിലെ ആരംഭവാക്യം നവോ ത്ഥാനകാലമനുഷ്യന്റെ ആത്മവിശ്വാസത്തിന്റെ വാക്കുകളാണ്.

പിന്നാലെ വന്ന *അസുരവിത്ത്* എന്ന നോവൽ എം ടിയുടെ സാമൂ ഹികദർശനത്തിന്റെ മറ്റൊരു മാനം വെളിപ്പെടുത്തി. നോവൽ എന്ന സാഹി ത്യരൂപത്തിന്റെ വ്യാപ്തിയും ആഴവും സാക്ഷാത്ക്കരിച്ച എം ടിയുടെ ആദ്യ നോവലാണത്. ഫ്യൂഡൽ ജീവിതത്തകർച്ചയുടെ തളംകെട്ട ലിൽനിന്ന് രക്ഷപ്പെടാൻ കഴിയാതെ പോയ ഗോവിന്ദൻകുട്ടി, അപ്പോ ഴേക്കും കേരളത്തിന്റെ സാമൂഹികാന്തരീക്ഷത്തിൽ ഉരുണ്ടുകൂടിത്തുട ങ്ങിയിരുന്ന മതപരമായ വിഭാഗീയതയുടെ ഇരയായിത്തീരുന്നതിന്റെ കഥ യാണത്. മനുഷ്യൻ അല്ല, സ്ഥാപിത താല്പര്യങ്ങളാണ് സ്ഥാപനവത്ക രിക്കപ്പെട്ട മതങ്ങളുടെ പരിഗണനാവിഷയം എന്ന സത്യത്തിന് എം ടി സ്വന്തം കാലത്തിന്റെ ഗ്രാമീണസാഹചര്യത്തെ മുൻനിറുത്തി ആഖ്യാന

രൂപം നല്കുകയായിരുന്നു, *അസുരവിത്തിൽ*. ഒരു സമൂഹം മുഴുവൻ മരണത്തിനുമുമ്പിൽ നിസ്സഹായരായി നോക്കിനിന്നപ്പോൾ ഹിന്ദുവും മുസ്ലീമുമല്ല മനുഷ്യനാണ് താനെന്ന് തന്റെ പ്രവൃത്തികളിലൂടെ ഗോവിന്ദൻകുട്ടി വെളിപ്പെടുത്തി. അവിടെ എം ടിയുടെ സാമൂഹ്യദർശനം മൂർത്തമാകുന്നു. മറ്റൊരു തലത്തിൽ കേരളത്തിന്റെ കാർഷികസംസ്കാരത്തെ സൂക്ഷ്മമായി ആവിഷ്കരിക്കുന്ന നോവൽ എന്ന പ്രാധാന്യവും *അസുരവിത്തി*നുണ്ട്. ഈ തലം ഫലവത്തായി വേറെ അധികം മലയാളകൃതികളിൽ അവതരിപ്പിക്കപ്പെട്ടിട്ടില്ല.

നോവൽ എന്നതിനെക്കാൾ നോവലെറ്റിന്റെ സാങ്കേതികസ്വഭാവം പ്രകടിപ്പിക്കുന്ന ഏകാഗ്രതയും സാന്ദ്രതയുമുള്ള രചനയാണ് *മഞ്ഞ്*. ഹിമാലയസാനുവിലെ നൈനിത്താളിന്റെ മഞ്ഞുവീണ പശ്ചാത്തലത്തിൽ കാത്തിരിപ്പ് എന്ന ഭാവത്തിന്റെ വ്യത്യസ്ത മുഖങ്ങളിലൂടെ മനുഷ്യാവസ്ഥയുടെ സൂക്ഷ്മതലങ്ങൾ അനാവരണം ചെയ്യുന്ന രചനയാണത്. പ്രച്ഛന്നമായ അസ്വാതന്ത്ര്യത്തിൽപ്പെട്ട് തളംകെട്ടുന്ന ഇന്ത്യൻ സ്ത്രീജീവിതത്തിന്റെ മുഖം കൂടി നൈനിത്തളിന്റെ നിശ്ചലപശ്ചാത്തലത്തിൽ ഹതാശയായി കാത്തിരിക്കുന്ന വിമലയിൽ ദർശിക്കാം. ആഖ്യാനത്തിലെ കാവ്യാത്മകതയും ഭാവപൂർത്തിയും ഒന്നുചേർന്ന് അനുപമമായിത്തീരുന്ന ആ നോവൽ, ജീവിതംതന്നെ എന്തിനോവേണ്ടിയുള്ള കാത്തിരിപ്പാണ് എന്ന ദർശനത്തിന്റെ പ്രതീകാത്മകാവിഷ്കാരം കൂടിയാകുന്നു. അതാവട്ടെ ആധുനികതാവാദസാഹിത്യത്തിന്റെ ആദ്യഘട്ടത്തിലെ ഭാവുകത്വത്തോട് ചില അംശങ്ങളിൽ അടുത്തുനില്ക്കുന്നു.

സ്വാതന്ത്ര്യാനന്തരമുണ്ടായ രാഷ്ട്രീയവും നൈതികവുമായ അപചയത്തിന്റെ കാലത്ത് അഭ്യസ്തവിദ്യരായ ഇന്ത്യൻയുവത്വം നേരിട്ട പ്രതീക്ഷാഭംഗത്തിന്റെയും, ആത്മീയ പ്രതിസന്ധിയുടെയും ജീവിതവിജയത്തെക്കുറിച്ചുള്ള സങ്കല്പങ്ങൾ ധാർമ്മികതയെ നിരാകരിക്കുന്നതിന്റെയും ചിത്രങ്ങൾ അവതരിപ്പിക്കുന്നതാണ് 1960 കളുടെ അന്ത്യത്തിൽ പുറത്തുവന്ന *കാലം* എന്ന നോവൽ. 'നമ്മുടെ കാലഘട്ടത്തിൽ' എന്ന് എഴുത്തുകാരൻ പേരിടാൻ ആലോചിച്ച ഈ കൃതി ആ കാലത്തിന്റെ ആന്തരസംഘർഷങ്ങളെ വ്യക്തിനിഷ്ഠമായി അവതരിപ്പിക്കുന്നു. പുതിയ കാലം പുതിയ മൂല്യങ്ങൾ - എന്നൊരു കാഴ്ചപ്പാടിലേക്ക് സമൂഹം മാറുന്നതിന്റെ സംഘർഷങ്ങൾ ആ നോവലിൽ അടിയാധാരമായി വർത്തിക്കുന്നു. അവിടെ മൂല്യനിരാസംതന്നെ മൂല്യമായി മാറുന്നു.

എം ടിയുടെ പുറത്തുവന്ന നോവലുകളിൽ ഏറ്റവും ഒടുവിലത്തേതായ *വാരാണസി*യിൽ ആകട്ടെ, ആനന്ദവനവും മഹാശ്മശാനവും ആയ കാശിയെ കേന്ദ്രമാക്കി ജീവിതവും മരണവും തമ്മിലുള്ള നിത്യസംഘർഷം, അല്ലെങ്കിൽ നിത്യസൗഹൃദത്തെയാണ് കേന്ദ്രപ്രമേയമാക്കുന്നത്. സ്ത്രീപുരുഷബന്ധങ്ങളിലെ അശാന്തമായ രതിയും നിസ്സംഗമായ വിരതിയും ഇവിടെയുണ്ട്. ജീവിതത്തിന്റെ ഓളപ്പാത്തികളിൽ ഒഴുകിപ്പോയ ഒരു മനുഷ്യന്റെ അവ്യവസ്ഥിത ജീവിതത്തിന്റെ ഓർമ്മക്കുറുപ്പുകളാണത്.

അത്തരമൊരു വ്യക്തി ജീവിതത്തിന്റെ അന്ത്യഘട്ടത്തിലെത്തുമ്പോൾ, മിക്കപ്പോഴും നിരർത്ഥകമായി അനുഭവപ്പെടുന്ന ബന്ധങ്ങളെയും ബന്ധ വിച്ഛിത്തികളെയും കൂടി ആവിഷ്കരിക്കുകയാണ്, ഈ നോവൽ.

ഇതിൽനിന്നെല്ലാം വ്യത്യസ്തമായ ഒരു വരിഷ്ഠശില്പമാണ് *രണ്ടാമൂഴം*. *മഹാഭാരത*ത്തിലെ ഭീമനെ മുഖ്യകഥാപാത്രമാക്കി ജീവിതത്തിന്റെ ആത്യന്തികമായ നൈഷ്ഫല്യത്തെയും ബന്ധങ്ങളുടെ നിരർത്ഥകത യെയും അവതരിപ്പിക്കുന്ന ആ നോവൽ, ഇതിഹാസത്തിലെ കഥാപാ ത്രകല്പനയ്ക്ക് പുതിയ മാനങ്ങളും വ്യാഖ്യാനവും നല്കുന്നു. മഹാഭാ രതാന്തരീക്ഷത്തിന്റെ സൂക്ഷ്മവും വ്യക്തവുമായ പുനഃസൃഷ്ടിയിലും മൂർത്തവും വിശ്വസനീയവുമായ കഥാപാത്രകല്പനയിലും മുന്നിട്ടുനി ല്ക്കുന്ന കൃതിയാണിത്. *മഹാഭാരത*ത്തിന് കീഴാളപരിപ്രേക്ഷ്യത്തിലുള്ള ഒരു പുനഃസൃഷ്ടിയും *രണ്ടാമൂഴ*ത്തിൽ കണ്ടെത്താം. അത് കാട് എന്ന ഇടത്തെയും പ്രകൃതിയോടിണങ്ങിയ ജീവിതത്തെയും പച്ചമനുഷ്യന്റെ വികാരങ്ങളെയും പല സന്ദർഭങ്ങളിലും ഉയർത്തിക്കാട്ടുന്നു. എം ടി വാസു ദേവൻനായർ എന്ന എഴുത്തുകാരന്റെ മനുഷ്യാനുഭവബോധത്തിന്റെയും സൂക്ഷ്മനിരീക്ഷണത്തിന്റെയും ആഖ്യാനസിദ്ധിയുടെയും മികവുകൾ നന്നായി പ്രകടമാകുന്ന ഘടനാഭദ്രമായ കൃതിയാണിത്.

അഞ്ച്

ചെറുകഥകളും നോവലുകളും എഴുതുകമാത്രമല്ല, അവയെക്കുറിച്ച് വിശകലനാത്മകമായി പഠിക്കുകയും സർഗ്ഗാത്മകസ്പർശത്തോടെ ആ വിശകലനഫലങ്ങൾ അവതരിപ്പിക്കുകയും ചെയ്ത പഠിതാവുകൂടിയാണ് എം ടി വാസുദേവൻനായർ. *കാഥികന്റെ പണിപ്പുര, കാഥികന്റെ കല* തുടങ്ങിയ ഗ്രന്ഥങ്ങൾ ചെറുകഥയെ സാമാന്യേന 'ഏകാകിയുടെ ശബ്ദം' എന്ന നിലയിൽ നിരീക്ഷിക്കുന്നവയാണ്. ലോകസാഹിത്യ ത്തിലെ ചില ഉന്നത ശീർഷരായ കഥാകാരന്മാരുടെയും മലയാളത്തിലെ മുൻതലമുറയിൽപ്പെട്ട ചില ശ്രേഷ്ഠകഥാകൃത്തുകളുടെയും രചനാലോ കങ്ങളിലേക്കുള്ള ഒറ്റയടിപ്പാതകളും അവയിലുണ്ട്. ഇരുപതാം നൂറ്റാ ണ്ടിന്റെ മദ്ധ്യദശകങ്ങളിൽ ലോകമെങ്ങുമുള്ള മികച്ച വായനക്കാരെ ആഴ ത്തിൽ സ്വാധീനിച്ച അമേരിക്കൻ കഥാകാരൻ ഏണസ്റ്റ് ഹെമിങ്‌വേയുടെ ജീവിതവും കൃതികളും പരിചയപ്പെടുത്തുന്ന എം ടിയുടെ ലഘുപഠന മാണ് *ഹെമിങ്‌വേ - ഒരു മുഖവുര*. ഇത്തരം അന്വേഷണങ്ങളിലും പഠ നങ്ങളിലുമെല്ലാം സർഗ്ഗാത്മകമായ സമീപനം എം ടി പുലർത്തുന്നു. ഒരർത്ഥത്തിൽ ഈ അന്വേഷണങ്ങളിലെല്ലാം തന്റെ തന്നെ രചനാസ ത്തയുടെ ചില അമൂർത്തതലങ്ങളെ വ്യക്തമാക്കാനാണ് എം ടി ശ്രമിച്ചിട്ടു ള്ളതെന്നാണ് എനിക്ക് തോന്നുന്നത്.

സർഗ്ഗാത്മക രചയിതാവിന്റെ കാഴ്ചപ്പാടിൽ നിന്നുകൊണ്ടാണെ ങ്കിലും കഥാസാഹിത്യത്തിന്റെ സൗന്ദര്യശാസ്ത്രത്തെക്കുറിച്ച് ഏറെ ചിന്തിക്കുകയും എഴുതുകയും ചെയ്തിട്ടുള്ള എഴുത്തുകാരനാണ് എം

ടി വാസുദേവൻനായർ. ആ നിലയിൽ അദ്ദേഹം നടത്തിയിട്ടുള്ള രചനകളും പ്രഭാഷണങ്ങളും മലയാളത്തിലെ സാഹിത്യകലാസംബന്ധിയായ പഠനാത്മകനിബന്ധങ്ങളുടെ കൂട്ടത്തിൽ സവിശേഷ വ്യക്തിത്വത്തോടെ വേർതിരിഞ്ഞുനില്ക്കുന്നു. അതുവഴി തന്റെ രചനകളുടെ സൗന്ദര്യശാസ്ത്രത്തെക്കുറിച്ചുകൂടി അദ്ദേഹം സ്വപ്രതീതികൾ അവതരിപ്പിക്കുന്നതായി കാണാം. അവ തന്റെ സാഹിത്യപാരമ്പര്യത്തിന്റെ ഭാഗമായ പ്രമുഖ എഴുത്തുകാരെക്കുറിച്ചുള്ള ആദരാർഹമായ വിലയിരുത്തലുകൾ കൂടിയായിത്തീരുന്നു.

ഉപന്യാസങ്ങളും യാത്രക്കുറിപ്പുകളും മറ്റുമായി വിപുലമായ ഒരു വിഭാഗം രചനകൾ എം ടി വാസുദേവൻനായർ നടത്തിയിട്ടുണ്ട്. സാമൂഹികവും സാംസ്കാരികവും സാഹിതീയവുമായ നിരവധി പ്രശ്നങ്ങളെ തന്റെ തനിമയുള്ള കാഴ്ചപ്പാടിൽ അവതരിപ്പിച്ച് ഉള്ളിൽ തട്ടുംവിധം അദ്ദേഹം എഴുതി. ഭാഷയുടെ തലത്തിൽ എം ടി വാസുദേവൻനായരുടെ ഉപന്യാസങ്ങൾ മലയാളത്തിലെ ഗദ്യകലയ്ക്ക് പ്രസാദരുചി നല്കി.

എം ടി വാസുദേവൻനായരുടെ ഉപന്യാസങ്ങളിൽ സാമൂഹിക-സാംസ്കാരിക ജീവിതവുമായി ബന്ധപ്പെട്ട നിരവധി വിഷയങ്ങൾ കടന്നുവരുന്നുണ്ട്. എങ്കിലും അവയിൽ ഏറെ ശക്തം പാരിസ്ഥിതിക പ്രശ്നങ്ങൾ എടുത്തുകാട്ടുന്ന ലേഖനങ്ങളാണ്. കുടിവെള്ളത്തെക്കുറിച്ചും, നാടിന് നഷ്ടമാകുന്ന പച്ചപ്പുകളെക്കുറിച്ചുമുള്ള ഉത്കണ്ഠകൾ ആ ഉപന്യാസങ്ങളിൽ പലതിലും തെളിഞ്ഞുകാണാം. വരളുന്ന പുഴയെക്കുറിച്ചു മാത്രമല്ല, മാരകമായ കീടനാശിനി പ്രയോഗം കൊണ്ട് വിഷഭൂമിയാകുന്ന നമ്മുടെ മണ്ണിനെക്കുറിച്ചും പ്രകൃതിയെക്കുറിച്ചും അദ്ദേഹം എഴുതുന്നു. തന്റെ ജീവിതത്തിന്റെതന്നെ ഭാഗമായ ഭാരതപ്പുഴയ്ക്ക് സംഭവിച്ചുകൊണ്ടിരിക്കുന്ന വിപര്യയത്തെക്കുറിച്ച് എം ടി വീണ്ടും വീണ്ടും എഴുതിയിട്ടുണ്ട്.

എം ടി വാസുദേവൻ നായർ ഒരു ആക്ടിവിസ്റ്റല്ല. എന്നാൽ നമ്മുടെ ജീവിതത്തെ ബാധിക്കുന്ന സാമൂഹികവും പാരിസ്ഥിതികവും നൈതികവുമായ പ്രശ്നങ്ങളെക്കുറിച്ച് തികഞ്ഞ ജാഗ്രതയോടെ അദ്ദേഹം പ്രതികരണങ്ങൾ രേഖപ്പെടുത്തി. അവ ഏത് ആക്ടിവിസ്റ്റിന്റെ പ്രവർത്തനങ്ങളെക്കാളും സമൂഹ മനസ്സിൽ ചലനങ്ങൾ ഉളവാക്കുന്നു. എൻഡോസൾഫാൻ ഇരകൾക്കു വേണ്ടിയും അവകാശപ്പെട്ട ഭൂമിയിൽനിന്ന് അന്യരാക്കപ്പെട്ട ആദിവാസികൾക്കുവേണ്ടിയും അദ്ദേഹം ശക്തമായ നിലപാടെടുത്തു. ഏറ്റവുമൊടുവിൽ, കറൻസി നിരോധനത്താൽ വലഞ്ഞുപോയ ഇന്ത്യയിലെ സാധാരണ മനുഷ്യരുടെ ദുരിതങ്ങളെക്കുറിച്ചും സ്വന്തം അനുഭവത്തിന്റെ അടിസ്ഥാനത്തിൽ അദ്ദേഹം ഉത്കണ്ഠ രേഖപ്പെടുത്തി. ഇത്തരം വിഷയങ്ങളിൽ എം ടി അഭിപ്രായം പറയുമ്പോൾ, അത് വ്യാപകമായി ശ്രദ്ധിക്കപ്പെടുന്നു; ചർച്ചചെയ്യപ്പെടുന്നു. അത് സംഭവിക്കുന്നത് കേരളത്തിന്റെ സമൂഹമനസ്സിൽ ഈ എഴുത്തുകാരൻ നേടിയിട്ടുള്ള ഉന്നതമായ സ്ഥാനം കൊണ്ടാണ്. എം ടിയുടെ ലേഖനങ്ങൾ മിക്കതും വസ്തു

തകളും വിശകലനങ്ങളും നിരീക്ഷണങ്ങളും കൊണ്ട് ആശയസമ്പന്നവും ആധികാരികവുമായിരിക്കെത്തന്നെ എഴുത്തിലെ ഹൃദയസ്പർശിത്വം കൊണ്ട് കൂടുതൽ ശ്രദ്ധേയവും ആയിത്തീരുന്നു. അതുകൊണ്ടുതന്നെ അവ വിപുലമായി സ്വീകരിക്കപ്പെടുന്നു.

ആറ്

വ്യവസ്ഥാപിത രീതിയിലുള്ള യാത്രാവിവരണങ്ങളല്ല എം ടി വാസുദേവൻനായരുടെ യാത്രാക്കുറിപ്പുകൾ . അങ്ങനെയൊന്ന് അദ്ദേഹത്തിന്റെ സങ്കല്പത്തിലില്ല. ഒരു സർഗ്ഗാത്മകസാഹിത്യകാരൻ എന്ന നിലയിൽ താൻ കാണുന്ന ഇടങ്ങളിലെ മനുഷ്യജീവിതത്തിലാണ് അദ്ദേഹത്തിന്റെ കണ്ണ്. ആദ്യത്തെ യാത്രാക്കുറിപ്പുകളുടെ സമാഹാരമായ *മനുഷ്യർ നിഴലുകൾ* എന്ന പുസ്തകത്തിന്റെ ശീർഷകം തന്നെ അത് സൂചിപ്പിക്കുന്നു. 1962 ൽ ലോകയുവജനസംഘടനയുടെ അതിഥിയായി ചില യൂറോപ്യൻ രാജ്യങ്ങൾ സന്ദർശിച്ചതിന്റെ പ്രതികരണങ്ങളാണ് ആ പുസ്തകത്തിലുള്ളത്. ചലച്ചിത്രകാരൻ രാമുകാര്യാട്ടും രാഷ്ട്രീയപ്രവർത്തകനായിരുന്ന പി കെ വാസുദേവൻനായരുമൊക്കെ ആ സംഘത്തിലുണ്ടായിരുന്നു.

എഴുപതുകളുടെ തുടക്കത്തിൽ അമേരിക്കയിൽ രണ്ടുമാസം ചെലവഴിച്ചപ്പോഴുണ്ടായ അനുഭവങ്ങളെ ആധാരമാക്കിയെഴുതിയതാണ് *ആൾക്കൂട്ടത്തിൽ തനിയെ*. യാത്രാനുഭവക്കുറിപ്പുകളാണെങ്കിലും ആ ശീർഷകത്തിൽത്തന്നെ എം ടിയുടെ എഴുത്തുരീതിയുടെയും വ്യക്തിത്വസവിശേഷതയുടെയും മുദ്രയുണ്ട്. അമേരിക്കൻ ജീവിതത്തിന്റെ അക്കാലത്തെ പല ചലനങ്ങളെയും അദ്ദേഹം ശ്രദ്ധാപൂർവ്വം നിരീക്ഷിക്കുന്നുണ്ട്. അമേരിക്കയിലെ ക്ഷോഭിക്കുന്ന യുവത്വം ഹിപ്പിപ്രസ്ഥാനത്തിലേക്ക് പോയതിന്റെയും മറ്റും ചിതറിയ ചിത്രങ്ങൾ അതിൽ കാണാം. *വൻകടലിലെ തുഴവള്ളക്കാർ* എന്ന കൃതി ഇന്ത്യൻ എഴുത്തുകാരുടെ സംഘത്തിലെ അംഗമായി ചൈന സന്ദർശിച്ചതിന്റെ ഓർമ്മക്കുറിപ്പുകളാണ്. ആ നാടിന്റെ പുറത്തധികം അറിയാത്ത സാംസ്കാരികസവിശേഷതകളെയും അവിടത്തെ മനുഷ്യജീവിതത്തിന്റെ പലതരം സ്വഭാവങ്ങളെയും നിരീക്ഷണങ്ങളിലൂടെയും ലഘുചിത്രങ്ങളിലൂടെയും കേറിയിടുന്നു.

ഈ രചനകളിലെല്ലാം താൻ കാണുന്ന പുതിയ പ്രദേശത്തിന്റെ സവിശേഷതകളിൽ അദ്ദേഹത്തിന്റെ ശ്രദ്ധ ഏറ്റവും കൂടുതൽ പതിയുന്നത് അവിടത്തെ മനുഷ്യരിൽ ആണ്; അവിടത്തെ ജീവിതചലനങ്ങളുടെ തനിമയിൽ ആണ്. ആ നിരീക്ഷണങ്ങളിൽ ഒരു സർഗ്ഗാത്മക രചയിതാവിന്റെ പ്രതികരണങ്ങൾ അടങ്ങിയിട്ടുണ്ട്. സർവ്വോപരി ആഖ്യാനത്തിൽ കാണുന്ന എം ടിയുടെ സവിശേഷരീതി അവയെ വായനക്കാർക്ക് പ്രിയങ്കരമാക്കുകയും ചെയ്യുന്നു.

താൻ നാടകകൃത്താണെന്ന് എം ടി അഭിമാനിക്കുന്നില്ല. പക്ഷേ സുഹൃദ്സമ്മർദ്ദത്തെത്തുടർന്ന് എഴുതേണ്ടി വന്ന *ഗോപുരനടയിൽ* ശ്രദ്ധേയമായ നാടകകൃതിയായി അംഗീകാരം നേടി. അധികാര വ്യവ

ഹാരത്തെക്കുറിച്ചും സമൂഹത്തിലെ പലതരം സ്ഥാപിത താല്പര്യങ്ങൾക്കിരയാകുന്ന പ്രാന്തീകൃതരെക്കുറിച്ചുമുള്ള നിലപാടുകൾ ഏതാണ്ടൊരു എക്സ്പ്രഷണിസ്റ്റ് നാടകത്തിന്റെ നിയന്ത്രിതഘടനയിൽ ഈ കൃതിയിൽ കാണാനാകും.

ഏഴ്

നവഭാവുകത്വം പ്രകടിപ്പിച്ച രചനകളിലൂടെ നടത്തിയ സർഗ്ഗാത്മക പ്രവർത്തനം പോലെ വിലപ്പെട്ടതാണ് മലയാളത്തിലെ പ്രധാനപ്പെട്ട സാഹിത്യാനുകാലികത്തിന്റെ പത്രാധിപർ എന്ന നിലയിൽ എം ടി ചെയ്ത സേവനം. മലയാളത്തിൽ നിലനിന്നിരുന്ന ഭാവുകത്വസ്വഭാവത്തിൽനിന്ന് പാടേ ഭിന്നമായ രചനകളുമായി 1960 കളിൽ കടന്നുവന്ന യുവകഥാകൃത്തുകൾക്ക് ഉദാരമായ പ്രകാശനസാദ്ധ്യത നല്കി എം ടി എന്ന പത്രാധിപർ. തന്റെ അഭിമതരചനാരീതിയിൽ നിന്ന് ഭിന്നമായ വഴിയിൽ എഴുതിയ പുതിയ എഴുത്തുകാരെയാണ് അദ്ദേഹം ഉയർത്തിക്കൊണ്ടു വന്നത് എന്നതാണ് കൂടുതൽ ശ്രദ്ധേയം. ലോകകഥാസാഹിത്യത്തിന്റെ ആനുകാലികഗതികളും രൂപപ്പെട്ടുകൊണ്ടിരുന്ന നവഭാവുകത്വത്തിന്റെ പ്രസക്തിയും തിരിച്ചറിഞ്ഞ ഒരു പത്രാധിപർക്കേ അതിന് കഴിയുമായിരുന്നുള്ളു.

മലയാളിയുടെ അക്ഷരപാരമ്പര്യത്തിന്റെ പിതൃബിംബമാണ് എഴുത്തച്ഛൻ. എഴുത്തച്ഛന്റെ സ്മൃതിഭൂമിയായ തിരൂരിലെ തുഞ്ചൻസ്മാരകത്തെ ഇന്നു കാണുന്ന നിലയിൽ ഒരു സാംസ്കാരിക കേന്ദ്രമായി വികസിപ്പിച്ചത് കഴിഞ്ഞ രണ്ടുപതിറ്റാണ്ടോളമായി എം ടി വാസുദേവൻനായർ നടത്തുന്ന ആത്മാർത്ഥവും നിസ്വാർത്ഥവുമായ പ്രവർത്തനങ്ങളാണ്. ദേശീയതലത്തിൽ തന്നെ അംഗീകാരം നേടിയ ഒരു സാംസ്കാരിക തീർത്ഥാടനകേന്ദ്രമായി തുഞ്ചൻസ്മാരകം വളർന്നിരിക്കുന്നു. മലയാളത്തിന്റെ സാംസ്കാരികജീവിതത്തിന് എം ടി നല്കിയ മറ്റൊരു പ്രധാന സംഭാവനയാണ് ഇന്നത്തെ നിലയിൽ വളർത്തിയെടുത്ത ഈ സ്ഥാപനം.

ഈ നിലയിലെല്ലാമുള്ള ബഹുമുഖത്വം അദ്ദേഹത്തിന്റെ പ്രതിഭാപ്രവർത്തനത്തിനുണ്ട്. താൻ പ്രവർത്തിച്ച എല്ലാ മണ്ഡലങ്ങളിലും തന്റേതായ ഒരു തനതു മുദ്ര പതിപ്പിക്കാൻ എം ടിക്ക് കഴിഞ്ഞു. ഇതെല്ലാം കൂടിച്ചേർന്നതാണ് അദ്ദേഹത്തിന്റെ സാംസ്കാരിക വ്യക്തിത്വത്തിന്റെ സമഗ്രത.

എട്ട്

പാരമ്പര്യത്തിന്റെ ശക്തി തിരിച്ചറിയുന്ന, പുതിയ കാലത്തിന്റെ ആകുലതകളും സംഘർഷങ്ങളും ബോദ്ധ്യമുള്ള, മാനവികതയിലും മതേതരമൂല്യങ്ങളിലും ഉറച്ച് വിശ്വസിക്കുന്ന എഴുത്തുകാരനാണ് എം ടി വാസുദേവൻ നായർ. തന്റെ കാലഘട്ടത്തിൽ ഉണ്ടായിട്ടുള്ള സാമൂഹികരാഷ്ട്രീയ ചലനങ്ങളെ വാച്യതലത്തിൽ കൃതികളിൽ അദ്ദേഹം രേഖപ്പെടുത്തിയിട്ടില്ല. എന്നാൽ ആ ചലനങ്ങളുടെ അന്തരീക്ഷത്തിൽ

ജീവിച്ച മനുഷ്യരുടെ അവസ്ഥകളെയും അനുഭവങ്ങളെയും ആവിഷ്കരിച്ച രചനകളിൽ ആ സാമൂഹികാന്തരീക്ഷത്തിന്റെ കാലബദ്ധമായ ഉൾത്തുടിപ്പുകൾ വരികൾക്കിടയിൽ വായിക്കാവുന്നതേയുള്ളൂ. അങ്ങനെയാണ് എം ടിയുടെ രചനകളിൽ കാലത്തിന്റെ ഹൃദയം സ്പന്ദിക്കുന്നത്.

എഴുത്തുകാരനെന്ന നിലയിലുള്ള എം ടിയുടെ മികവ് ഏറ്റവും പ്രകടമാകുന്നത് ചെറുകഥകളിലാണ് എന്ന് ഞാൻ കരുതുന്നു. നോവലുകൾ നേടിയ പ്രശസ്തിയുടെ പശ്ചാത്തലത്തിൽ എം ടിയുടെ പല ചെറുകഥകളുടെയും സവിശേഷതകൾ വേണ്ടത്ര ശ്രദ്ധിക്കപ്പെട്ടിട്ടില്ല എന്നു തോന്നുന്നു. ചലച്ചിത്രമാക്കപ്പെട്ട ചില ചെറുകഥകൾ കൂടുതൽ ശ്രദ്ധ നേടിയിട്ടുണ്ട് എന്നത് സത്യം. ചെറുകഥ എന്ന സവിശേഷസാഹിത്യരൂപത്തിൽ അദ്ദേഹം നടത്തിയ സർഗ്ഗാത്മകപ്രവർത്തനം, കാലം കഴിയുന്തോറും കൂടുതൽ കൂടുതൽ മികവാർജ്ജിക്കുകയായിരുന്നു. എം ടി ഏറ്റവും ഒടുവിൽ എഴുതിയ ചെറുകഥയായ *കാഴ്ച* അദ്ദേഹത്തിന്റെ ഏറ്റവും മികച്ച ചെറുകഥകളിൽ ഒന്നായി മാറുന്നത് അതുകൊണ്ടാണ്.

എം ടി വാസുദേവൻനായരുടെ രചനാലോകത്തിന്റെ സൂക്ഷ്മവും ഭദ്രവുമായ ഉപലബ്ധികൾ ചെറുകഥകളാണ്. അദ്ദേഹം ഏറ്റവും ശ്രദ്ധാപൂർവ്വം സൂക്ഷ്മമായ ജാഗ്രതയോടെ പ്രവർത്തിച്ച സാഹിത്യരൂപമാണത്. എം ടിയുടെ ചെറുകഥകളെക്കുറിച്ചുള്ള പഠനമാണ് ഈ പുസ്തകം. നേരത്തെ പ്രസിദ്ധപ്പെടുത്തിയ എന്റെ ചില കഥാപഠനങ്ങളിലെ ആശയങ്ങളും ചിലഭാഗങ്ങൾ തന്നെയും പുനഃക്രമീകരിക്കപ്പെട്ട നിലയിൽ ഈ പുസ്തകത്തിൽ വരുന്നുണ്ട്. എം ടിയുടെ മൊത്തം സാഹിത്യജീവിതത്തിന്റെയും അതിന്റെ ഭാവുകത്വസന്ദർഭങ്ങളുടെയും പശ്ചാത്തലത്തിൽ അദ്ദേഹത്തിന്റെ ചെറുകഥകളെ വിശദമായ പഠനത്തിന് വിധേയമാക്കിയിരിക്കുകയാണ്. ബാഹ്യതലത്തിൽ എല്ലാവർക്കും കടന്നുചെല്ലാവുന്ന ഒന്നാണ് എം ടിയുടെ കഥാലോകം എന്നു തോന്നുമെങ്കിലും അതിനുള്ളിൽ സൂക്ഷ്മവും സങ്കീർണ്ണവുമായ ആഖ്യാനത്തിന്റെ അടരുകൾ പലതുമുണ്ട്. അവയിൽ ചിലതൊക്കെ കണ്ടെത്താനും വിശദമാക്കാനും ഈ പഠനത്തിന് കഴിഞ്ഞിട്ടുണ്ട് എന്നു കരുതുന്നു.

ഒരു കഥാകൃത്ത് ജനിക്കുന്നു

അതുല്യമായ സഹൃദയപ്രീതി നേടിയ എഴുത്തുകാരനാണ് എം ടി വാസുദേവൻ നായർ. 1950 കളുടെ ആരംഭം മുതൽ മലയാളകഥാസാഹിത്യരംഗത്ത് സജീവമായുള്ള എം ടിയുടെ രചനകൾ വ്യാപകമായി വായിക്കപ്പെട്ടുകൊണ്ടിരിക്കുന്നവയാണ്. വായനാസമൂഹത്തിന്റെ വിവിധ തലമുറകളിൽപ്പെട്ടവർ താല്പര്യത്തോടെ പിന്തുടരുന്നവയാണ് അദ്ദേഹത്തിന്റെ നോവലും ചെറുകഥയും. തിരക്കഥാരംഗത്ത് സമൃദ്ധവും നിലവാരപ്പെട്ടതുമായ സംഭാവനകളാണ് അദ്ദേഹം നല്കിയിട്ടുള്ളത്. ആ ഗണത്തിൽപ്പെട്ട മികവുള്ള രചനകൾ മലയാളത്തിൽ ആദ്യമായി സംഭാവന ചെയ്ത എഴുത്തുകാരനുമാണ് അദ്ദേഹം. നോവലുകളിലും ചെറുകഥകളിലും മാനുഷികമായ ജീവിതാവസ്ഥകളെയും മുഹൂർത്തങ്ങളെയും പ്രത്യക്ഷവല്ക്കരിച്ച് അവതരിപ്പിക്കാൻ പ്രകടിപ്പിച്ച വൈഭവം, തിരക്കഥാരചനാ രംഗത്ത് അദ്ദേഹത്തിന് വിജയിക്കാനുള്ള വഴിയൊരുക്കി. ഇങ്ങനെയൊക്കെയാണെങ്കിലും എം ടിയുടെ പ്രിയപ്പെട്ട സാഹിത്യരൂപം ചെറുകഥയാണ്. അതേക്കുറിച്ച് അദ്ദേഹം എഴുതിയിട്ടുണ്ട്:

> ലേഖനങ്ങളെഴുതി നോക്കി, കവിതയെഴുതി നോക്കി. അമ്പതുകളുടെ ആരംഭത്തിലാണ് എനിക്കു പ്രിയപ്പെട്ട, അഥവാ പ്രവർത്തിക്കാൻ രസം തോന്നുന്ന സാഹിത്യരൂപം ചെറുകഥയാണെന്നു തീരുമാനിച്ചത്...... ഉവ്വ്, ചെറുകഥയോട് എനിക്ക് പ്രത്യേകമായ ഒരു പക്ഷപാതമുണ്ട്. കവിതപോലെതന്നെ പൂർണ്ണതയിലെത്തിക്കാവുന്ന ഒരു സാഹിത്യരൂപമാണിത്. (എം ടിയുടെ തെരഞ്ഞെടുത്ത കഥകൾ. ആമുഖം)

ഈ പ്രസ്താവം കഥാകാരന്റെ ആത്മനിഷ്ഠമായ അഭിപ്രായപ്രകടനം മാത്രമല്ല. തന്റെ സാഹിത്യജീവിതത്തിലുടനീളം ചെറുകഥ എന്ന സാഹിത്യരൂപത്തോട് അദ്ദേഹം പുലർത്തിയ നിശിതമായ ശ്രദ്ധ ആ പ്രിയപക്ഷപാതത്തെ വ്യക്തമാക്കുന്നതാണ്. ലോകചെറുകഥയിലുണ്ടാകുന്ന പുതിയ പുതിയ ചുവടുവയ്പുകളെ ശ്രദ്ധാപൂർവ്വം പിന്തുടരുകയും അവയിൽനിന്ന് ലഭിക്കുന്ന സാങ്കേതികാവബോധത്തെ തന്റെ രചനാജീവിതത്തിന്റെ നവീകരണത്തിന് ഔചിത്യപൂർവ്വം പ്രയോജനപ്പെടുത്തുകയും ചെയ്ത ചെറുകഥാകൃത്താണ് എം ടി വാസുദേവൻ നായർ. ചെറുകഥ എന്ന സാഹിത്യരൂപത്തിന്റെ ശില്പപരമായ സവിശേഷതകളെപ്പറ്റി സ്വന്തം രചനാനുഭവത്തിന്റെ വെളിച്ചത്തിൽ ചർച്ച ചെയ്യുന്ന 'കാഥികന്റെ പണിപ്പുര', 'കാഥികന്റെ കല' തുടങ്ങിയ ഗ്രന്ഥങ്ങൾ രചിച്ചതും, മലയാളത്തിലെ ഏറ്റവും പ്രമുഖമായ സാഹിത്യപ്രസിദ്ധീകരണത്തിന്റെ പത്രാധിപർ എന്ന നിലയിൽ ചെറുകഥയിൽ 1960 കളിൽ പ്രത്യക്ഷപ്പെട്ട പുതിയ പ്രവണതകളെ പ്രോത്സാഹിപ്പിച്ചതും മറ്റും വ്യക്തമാക്കുന്നത് ആ സാഹിത്യരൂപത്തോടുള്ള അദ്ദേഹത്തിന്റെ സവിശേഷതാല്പര്യത്തെയാണ്.

എം ടി വാസുദേവൻ നായർ രംഗപ്രവേശം ചെയ്യുന്നത് മലയാള ചെറുകഥാസാഹിത്യത്തിലെ ഒരു സവിശേഷ ചരിത്രസന്ദർഭത്തിലാണ്. അദ്ദേഹത്തിന്റെ ചെറുകഥകൾ ശ്രദ്ധിക്കപ്പെട്ടുതുടങ്ങിയത് 1950 കളുടെ പ്രാരംഭവർഷങ്ങളിലായിരുന്നു. മലയാളകഥാസാഹിത്യത്തിൽ അതൊരു പരിണാമഘട്ടമായിരുന്നു. എം ടിയുടെ തന്നെ വാക്കുകളിൽ പറഞ്ഞാൽ 'വയറിന്റെ കഥകളിൽനിന്ന് ഹൃദയത്തിന്റെ കഥകളിലേക്കുള്ള മാറ്റത്തി'ന്റെ കാലം. അതായത് സംഭവപ്രധാനമായ ആഖ്യാനത്തിൽ നിന്ന് മനോഭാവകേന്ദ്രിതമായ ആഖ്യാനത്തിലേക്കുള്ള പരിവർത്തനത്തിന്റെ ഘട്ടം.

എം ടി വാസുദേവൻനായരുടെ ആദ്യത്തെ ചെറുകഥ പ്രസിദ്ധപ്പെടുത്തിയത് 1948 ൽ ആണ്. മദിരാശിയിൽനിന്ന് പ്രസിദ്ധീകരിച്ചിരുന്ന *ചിത്രകേരളം* മാസികയിൽ വന്ന 'വിഷുക്കൈനീട്ടം' ആണ് അദ്ദേഹത്തിന്റെ അച്ചടിക്കപ്പെട്ട ആദ്യത്തെ ചെറുകഥ. അന്ന് അദ്ദേഹത്തിനു പതിനഞ്ചു വയസ്സേ പ്രായമുണ്ടായിരുന്നുള്ളൂ. അതിനുമുമ്പ് കുമരനല്ലൂർ ഹൈസ്കൂളിൽ വച്ച് കൈയെഴുത്തുമാസികയിൽ 'വിദ്യാർത്ഥി' എന്നൊരു ചെറുകഥ എഴുതിയിരുന്നതായി അദ്ദേഹം പറയുന്നുണ്ട്. കൈയെഴുത്തു മാസികയിലാണെങ്കിലും അതൊരു പ്രകാശിതമായ കഥയാണല്ലോ. എന്നാൽ, താൻ എഴുതിയ ആദ്യത്തെ ചെറുകഥയെക്കുറിച്ച് 'കഥാകാരനിലൂടെ കഥയിലേക്ക്' എന്ന ചോദ്യോത്തരരൂപത്തിലുള്ള ലേഖനത്തിൽ എം ടി എഴുതിയിട്ടുണ്ട്.

ഒന്നാമത് എഴുതിയ ചെറുകഥ ഈശ്വരാനുഗ്രഹത്താൽ ആരും

വായിച്ചിട്ടില്ല. പതിമൂന്നോ പതിന്നാലോ വയസ്സുള്ള കാലത്താണ്, ഫിഫ്ത്ത് ഫോമിലെത്തിയ ഉടൻ. പേര് 'ഉന്തുവണ്ടി.' രണ്ടു കാലുമില്ലാത്ത ഒരു മനുഷ്യനെ ഉന്തുവണ്ടിയിൽ കയറ്റി കടകളുടെ മദ്ധ്യത്തിലൂടെ ഉരുട്ടിക്കൊണ്ടുപോയി ഒരാൾ പിച്ച വാങ്ങുന്ന കാഴ്ച കണ്ടു. എഴുതി ഒരു കഥ. അത്രതന്നെ. ദുഷിച്ചുനാറിയ സാമൂഹിക നീതിയോടുള്ള രോഷമായിരിക്കാനേ തരമുള്ളൂ പ്രമേയം. നടക്കാനാവാത്ത ആ മനുഷ്യനെ മൂലധനമായി കിട്ടാൻ രണ്ടുപേർ വഴക്കടിക്കുന്നതും ഒടുവിൽ വിജയി ഉന്തുവണ്ടിയുമായി തെരുവിലിറങ്ങുന്നതുമാണ് കഥാവസ്തു. ഇപ്പോഴും നല്ല ഓർമ്മയുണ്ട്. അസ്സലെഴുതി, മുകളിൽ ഒരു മൂലയിൽ ചെറുകഥയെന്നു ബോർഡെഴുതിവെച്ചു. സ്കൂളിൽ അന്നുവരുത്തിയിരുന്ന പത്രമാണ് *ചക്രവാളം.* 'ഉന്തുവണ്ടി'യെ അങ്ങോട്ടയച്ച് അനേകം ആഴ്ചകൾ കാത്തിരുന്നു. (സന്ധ്യയ്ക്ക് ഹെഡ്മാസ്റ്ററുടെ വീട്ടിലേക്ക് തപാൽ കൊണ്ടുപോകുന്ന ശിപായി കോയാമുവുമായി ലോഹ്യം സ്ഥാപിച്ചു, വഴിക്ക് റാപ്പർ കേടുവരുത്താതെ തുറന്നു വെമ്പലോടെ ഒന്നു നോക്കാൻ) കണ്ടില്ല (*കാഥികന്റെ പണിപ്പുര*, 2013 പുറം 16).

വിഷുക്കൈനീട്ടത്തെതുടർന്ന് എം ടിയുടെ ചെറുകഥകൾ പലതും അച്ചടിച്ചുവന്നു. മദിരാശിയിൽ നിന്ന് പ്രസിദ്ധീകരിച്ചിരുന്ന സാമാന്യം പ്രചാരവും അംഗീകാരവുമുണ്ടായിരുന്ന *ജയകേരള*ത്തിൽ എം ടിയുടെ ചെറുകഥകൾ അക്കാലത്ത് പ്രസിദ്ധപ്പെടുത്തിയിരുന്നു. *ജയകേരള*ത്തിൽ പ്രസിദ്ധപ്പെടുത്തിയ 'മന്ത്രവാദി' എന്ന ചെറുകഥയ്ക്ക് പത്തുരൂപാ പ്രതിഫലം കിട്ടിയതിനെക്കുറിച്ചും എം ടി ഓർക്കുന്നുണ്ട്. അക്കാലത്ത് അദ്ദേഹം പാലക്കാട് വിക്ടോറിയ കോളേജിൽ ബിരുദ വിദ്യാർത്ഥിയായിരുന്നു. ഇങ്ങനെ ഭേദപ്പെട്ട പ്രസിദ്ധീകരണങ്ങളിൽ ചെറുകഥകൾ എഴുതിയിരുന്നതിനാൽ കഥാകൃത്ത് എന്ന അംഗീകാരം വിദ്യാർത്ഥികൾക്കിടയിൽ എം ടിക്ക് ലഭിച്ചിരുന്നു. അക്കാലത്താണ് കോളേജിലെ ഒരു വിദ്യാർത്ഥി സുഹൃത്തിന്റെ ഉത്സാഹത്തിൽ അദ്ദേഹത്തിന്റെ ആദ്യത്തെ ചെറുകഥാസമാഹാരം പ്രസിദ്ധീകൃതമാകുന്നത്, *രക്തം പുരണ്ട മൺതരികൾ* എന്ന എം ടിയുടെ ആ ആദ്യകഥാസമാഹാരം പുറത്തുവന്നത് 1952 ൽ ആണ്. കലാരാധകസംഘം എന്നാണ് പ്രസാധകരുടെ പേര് പുസ്തകത്തിൽ കൊടുത്തിരുന്നത്.

പക്ഷേ, എം ടി വാസുദേവൻ നായരെ മലയാള ചെറുകഥാരംഗത്ത് ശ്രദ്ധേയനാക്കിയത് 'വളർത്തുമൃഗങ്ങൾ' ആണ്. *മാതൃഭൂമി* അഖിലേന്ത്യാതലത്തിൽ നടത്തിയ ചെറുകഥാമത്സരത്തിൽ മലയാള വിഭാഗത്തിൽ ആ ചെറുകഥ ഒന്നാം സമ്മാനം നേടി. 1954 ൽ അത് *മാതൃഭൂമി* ആഴ്ചപ്പതിപ്പിൽ പ്രസിദ്ധപ്പെടുത്തി. അതെഴുതുവാനുണ്ടായ സാഹചര്യത്തെക്കുറിച്ച് കഥാകൃത്ത് പറയുന്നു:

> പാലക്കാട്ടുനിന്ന് ഒരു സർക്കസ് പ്രദർശനം പലവട്ടം കാണുവാനും സർക്കസുകാരുടെ ജീവിതത്തെ ഏറ്റവും അടുത്തുനിന്നു നിരീക്ഷിക്കുവാനും എനിക്ക് അവസരം ലഭിച്ചിരുന്നു. അന്നത്തെ നിരീക്ഷണത്തിൽനിന്നും ലഭിച്ച അറിവു മനസ്സിൽ വച്ചുകൊണ്ടാണ് 'വളർത്തുമൃഗങ്ങൾ' എഴുതിയത്. (*മാതൃഭൂമി* ആഴ്ചപ്പതിപ്പ് ഡിസംബർ 26, 1954)

സമ്മാനാർഹമായ ചെറുകഥ അച്ചടിച്ചുവന്ന ആഴ്ചപ്പതിപ്പിൽ കഥയോടൊപ്പം ചേർത്തിരുന്ന കഥാകൃത്തിന്റെ ലേഖനത്തിൽ നിന്നാണ് മേലുദ്ധരിച്ച ഭാഗം. ഈ ചെറുകഥയെഴുതാനുള്ള പ്രേരണയെക്കുറിച്ച്, കഥയെഴുതിയിട്ട് അറുപതുകൊല്ലം കഴിയാറായപ്പോൾ കഥാകൃത്ത് ഇങ്ങനെ എഴുതി:

> കോളേജിലെ അവസാനവർഷത്തിലാണ് *മാതൃഭൂമി*യുടെ ലോകകഥാമത്സരത്തിലേക്ക് ഞാനൊരു കഥ അയയ്ക്കുന്നത്. ബി എസ് സിക്ക് എന്റെ കൂടെ പഠിച്ചിരുന്ന അരവിന്ദാക്ഷന്റെ അമ്മാവൻ മാനേജരായ ഒരു സർക്കസ് കമ്പനി പാലക്കാട്ടുവന്നു കളിച്ചിരുന്നു. അരവിന്ദാക്ഷന്റെ കൂടെ പലപ്പോഴും സർക്കസ് കണ്ടു. ഞങ്ങൾക്ക് ടിക്കറ്റില്ലാതെ കയറാം. പിന്നെ ചിലപ്പോഴൊക്കെ പകൽ അവരുടെ കൂടാരങ്ങൾ സന്ദർശിച്ചു. മനോഹരമായ വേഷങ്ങളിൽ റിങ്ങിൽ പ്രത്യക്ഷപ്പെടുന്ന സർക്കസ് താരങ്ങളെ പകൽ കൂടാരങ്ങളിൽ കാണുമ്പോൾ അത്ഭുതപ്പെട്ടുപോകും. പറയാതെതന്നെ അവരുടെ ദൈന്യം മുഖങ്ങളിൽനിന്നു വായിച്ചെടുക്കാം (കഥയുടെ കൈവഴികൾ - എം ടിയുടെ *തിരഞ്ഞെടുത്ത കഥകൾ*, 2013 ലെ പതിപ്പ്).

അങ്ങനെ അവരുടെ മുഖങ്ങളിൽ വായിച്ചെടുത്ത ജീവിതദൈന്യത്തിൽനിന്ന് രൂപപ്പെടുത്തിയ രചനയാണ് 'വളർത്തുമൃഗങ്ങൾ.'

പിന്നീട് അതിവേഗത്തിലുള്ള വളർച്ചയുടെ പാതയിലായിരുന്നു എം ടി വാസുദേവൻ നായർ എന്ന ചെറുകഥാകൃത്ത്. ആ ദശകത്തിൽത്തന്നെ 'കുട്ട്യേടത്തി', 'ഇരുട്ടിന്റെ ആത്മാവ്' തുടങ്ങിയ ചെറുകഥകൾ പുറത്തുവന്നതോടെ മലയാള ചെറുകഥാരംഗത്തെ സവിശേഷ പ്രാധാന്യമുള്ള ഒരു വ്യക്തിത്വമായി എം ടി വാസുദേവൻ നായർ മാറി. ഇരുപതാം നൂറ്റാണ്ടിന്റെ അന്ത്യഘട്ടം വരെയും എണ്ണത്തിൽ കുറവായിരുന്നെങ്കിലും അദ്ദേഹം ചെറുകഥകൾ എഴുതിയിരുന്നു. 1998 ൽ പ്രസിദ്ധപ്പെടുത്തിയ 'കാഴ്ച' എന്ന ചെറുകഥയാണ് അദ്ദേഹത്തിന്റേതായി ഒടുവിൽ പ്രകാശിതമായത്. 1990 കൾ ആയതോടെ എം ടി വാസുദേവൻ നായർ എഴുതുന്ന ചെറുകഥകളുടെ എണ്ണം പരിമിതമായെങ്കിലും ഗുണപരമായി അവ

യോരോന്നും കഥാകൃത്തിന്റെ വളർച്ചയെ സാക്ഷ്യപ്പെടുത്തുന്നവയായി ത്തീർന്നു. ആ ദശകത്തിൽ പുറത്തുവന്ന *വാനപ്രസ്ഥം, ഷെർലക്* എന്നീ സമാഹാരങ്ങളിലെ ചെറുകഥകൾ ഓരോന്നും എം ടിയുടെ മികച്ച രചനകളിൽപ്പെടുന്നു. ഒടുവിൽ പ്രസിദ്ധപ്പെടുത്തിയ 'കാഴ്ച' എന്ന ചെറുകഥ പ്രമേയപരമായും ശില്പപരമായും അദ്ദേഹത്തിന്റെ ഏറ്റവും മികച്ച രചനകളിൽ ഒന്നാണ്; അല്ലെങ്കിൽ ഏറ്റവും മികച്ച ചെറുകഥതന്നെയാണ്. രചനാജീവിതത്തിൽ ഉടനീളം തുടർന്ന ഈ രീതിയിലുള്ള ഒരു ക്രമികവികാസം മലയാളത്തിൽ മറ്റ് അധികം ചെറുകഥാകൃത്തുക്കളിൽ കാണാൻ കഴിഞ്ഞിട്ടില്ല.

ചെറുകഥ എന്ന വാങ്മയകല

ചെറുകഥയും നോവലും അടങ്ങുന്ന ഗദ്യത്തിലുള്ള കല്പിതകഥാവിഭാഗം (Fiction) സവിശേഷമായ ഒരു ചരിത്രഘട്ടത്തിന്റെ ഉല്പന്നമാണ്. ആധുനികത (Modernity) സാദ്ധ്യമാക്കിയ പുതിയ ലോകബോധത്തിന്റെ സന്ദർഭത്തിലാണ് അത് രൂപപ്പെടുന്നത്. മനുഷ്യജീവിതത്തെ പരമ്പരാഗത സാഹിത്യരൂപങ്ങൾ കണ്ടതിൽ നിന്ന് വ്യത്യസ്തമായ നിലയിൽ കാണാനാണ് ഫിക്ഷൻ ശ്രമിച്ചത്. മനുഷ്യരുടെ അനുഭവത്തിന്റെയും സ്വപ്നങ്ങളുടെയും സൂക്ഷ്മവും സ്ഥൂലവുമായ പല വിതാനങ്ങളിലേക്കും അത് കടന്നു ചെന്നു. ആഖ്യാനത്തിന്റെ സവിശേഷഘടനയിലേക്ക് അത്തരം അംശങ്ങളെ വ്യത്യസ്തരീതികളിൽ സമന്വയിച്ച് ജീവിതത്തിന്റെ ചില സമാന്തര പ്രത്യക്ഷങ്ങളെ അത് ആവിഷ്കരിച്ചു. അതിന്റെ സാന്ദ്രവും ഏകാഗ്രവും ഭാവാത്മകവുമായ മുഖമാണ് ചെറുകഥ എന്ന സാഹിത്യഗണത്തിലൂടെ ഉരുത്തിരിഞ്ഞുവന്നത്.

ആദ്യകാലത്ത് ഉണ്ടായ വാമൊഴിക്കഥകൾക്കും പിന്നീട് വരമൊഴിയിൽ രേഖപ്പെടുത്തപ്പെട്ട കഥാസാഹിത്യത്തിനും സുദീർഘമായ ചരിത്രം മിക്കവാറും എല്ലാ ഭാഷകളിലും ഉണ്ട്. പലപാകത്തിൽ പലകാലത്തിൽ അത് പരിണമിച്ച്, അച്ചടിയുഗത്തിന് ഇണങ്ങിയ മട്ടിൽ അവതരിച്ചതാണ് നോവലും ചെറുകഥയും. സർഗ്ഗാത്മകഗദ്യത്തിന്റെ വികാസഘട്ടത്തിലാണ് അവ രൂപപ്പെടുന്നത്. നോവൽ പ്രാഥമികമായി ജീവിതപരിണാമത്തെ ആഴത്തിലും പരപ്പിലും ആവിഷ്കരിച്ചു. ചെറുകഥയാകട്ടെ, ഒരു സവിശേഷജീവിതാവസ്ഥയെ ഏകാഗ്രവും സംക്ഷിപ്തവുമായി അവതരിപ്പിക്കാനാണ് ശ്രമിച്ചത്. പലപ്പോഴും ഇത്തരം പ്രാഥമിക ധാരണകളെ അതിവർത്തിക്കുന്ന മികച്ച കഥകൾ ഉണ്ടാവുകയും ചെയ്യുന്നു.

ചെറുകഥ എന്ന സാഹിത്യഗണം(Genre) പാശ്ചാത്യസാഹിത്യത്തിൽ വികസിച്ചുവന്നത് കാല്പനിക കാലത്തിന്റെ ഉല്പന്നമെന്ന നിലയിലാണ്. വൈയക്തികവും ഭാവാത്മകവുമാണ് അതിന്റെ സാമാന്യസ്വഭാവം. രൂപംകൊള്ളുകയും വികാസം നേടുകയും ചെയ്ത സാഹിത്യചരിത്രസന്ദർഭത്തിന്റെ സവിശേഷതകൊണ്ടുകൂടിയാകാം ഭാവഗീതാത്മകത അതിന്റെ മൗലികസ്വഭാവമായി. കഥാപാത്രബാഹുല്യത്തെയും പ്രത്യക്ഷകാലത്തിന്റെ ദൈർഘ്യത്തെയും കഴിവതും ഒഴിവാക്കി തീക്ഷ്ണമായ ഒരനുഭവഖണ്ഡത്തെ ധ്വന്യാത്മകമായി അവതരിപ്പിക്കുന്ന ചെറുകഥയിൽ ജീവിതാവിഷ്കാരം സമഗ്രമോ സമൂർത്തമോ ആകണമെന്നില്ല. ഘടനാപരമായ ഈ പരിമിതികൊണ്ടും സഹജമായ കാല്പനികാഭിരതികൊണ്ടും വ്യക്തിയിൽ കേന്ദ്രീകരിക്കുന്നു ചെറുകഥ. എന്നാൽ ഏതു പൊതുസമീപനത്തിനുമെന്നപോലെ ഇതിനും അപവാദങ്ങളേറെയുണ്ട്. നിരന്തരം പുതുമകൾ ആവിഷ്കരിക്കാനുള്ള സാദ്ധ്യത സാഹിത്യരൂപമെന്ന നിലയിൽ ചെറുകഥ എപ്പോഴും പ്രകടിപ്പിക്കാറുണ്ട്. അതുകൊണ്ട് വൈവിദ്ധ്യങ്ങളുടെ സാദ്ധ്യത എപ്പോഴും ഈ സാഹിത്യരൂപത്തിന്റെ കാര്യത്തിൽ നിലനില്ക്കുന്നു.

കഥപറയാനും കേൾക്കാനുമുള്ള താല്പര്യം മനുഷ്യസഹജമാണ്. മനുഷ്യർ ഭാഷയുപയോഗിച്ച് ആശയവിനിമയം ചെയ്തുതുടങ്ങിയ കാലം മുതലേ കഥകളുമുണ്ടായിട്ടുണ്ട്. വിനോദവും വിബോധനവും ലക്ഷ്യമാക്കിയ പലതരം കഥകൾ എല്ലാ ഭാഷകളിലുമുണ്ടായിരുന്നു. യാഥാർത്ഥ്യത്തിന്റെയും ഭാവനയുടെയും അനുപാതത്തിലെ ഏറ്റക്കുറച്ചിലും ആഖ്യാനസ്വരൂപത്തിലെ വ്യതിരിക്തതയും മുൻനിർത്തി കെട്ടുകഥ മുതൽ അനുഭവകഥനംവരെയുള്ള കഥാവിഭാഗങ്ങളിൽപ്പെടും അവ. കഥയുടെ വൈവിദ്ധ്യമാർന്ന അവാന്തരവിഭാഗങ്ങൾ പരിണമിച്ചുണ്ടായ താരതമ്യേന പുതിയ ഒരു സാഹിത്യരൂപമാണ് ചെറുകഥ. പരമ്പരാഗത കഥാരൂപങ്ങളിൽനിന്ന് പരിണമിച്ച് യൂറോപ്പിലും അമേരിക്കയിലും പത്തൊമ്പതാം നൂറ്റാണ്ടിന്റെ ആദ്യദശകങ്ങളിൽ പത്രപ്രവർത്തനത്തോട് ബന്ധപ്പെട്ട് വളർന്ന് വ്യക്തിത്വം നേടിയതാണ് അത്. ഏതാനും ദശകങ്ങൾകൊണ്ട് അത് സാഹിത്യരൂപം എന്ന നിലയിൽ ഏറെ പക്വമാവുകയും റഷ്യൻ ഭാഷയിലും ഫ്രഞ്ചുഭാഷയിലും മറ്റും ക്ലാസിക് നിലവാരമുള്ള ചെറുകഥകൾ ഉണ്ടാവുകയും ചെയ്തു. പത്തൊമ്പതാം നൂറ്റാണ്ടിൽത്തന്നെ ഫ്രഞ്ചുഭാഷയിൽ ചെറുകഥകളെഴുതിയ ഗിദേ മോപ്പസാങ്ങും റഷ്യൻ ഭാഷയിലെ ചെറുകഥാകൃത്തായ ആന്റേൺ ചെക്കോവും ആ സാഹിത്യഗണത്തിലെ എക്കാലത്തെയും രാജശില്പികളായി അംഗീകാരം നേടുകയുംചെയ്തു. വായനക്കാരുടെ ഹൃദയത്തിന്റെ ആഴങ്ങളിൽ ചെന്നുസ്പർശിക്കുന്ന സാന്ദ്രവും ഭദ്രവുമായ ശില്പഘടനയിൽ കഥകളെ ഭാവാത്മകമായി ആവിഷ്കരിച്ചതുവഴിയാണ് അവർക്ക് ഈ നേട്ടം കൈവരിക്കാൻ കഴിഞ്ഞത്. അമേരിക്കൻ ഐക്യനാടുകളിൽനിന്നും ഈ കാലയളവിൽ മികച്ച ചെറുകഥാകൃത്തുക്കൾ ഉയർന്നുവന്നു. ലോകത്തിലെ

പ്രമുഖ ഭാഷകളിലൊക്കെ ചെറുകഥ ഒരു സാഹിത്യരൂപം എന്ന നിലയിൽ ഈ കാലയളവിൽ അതിന്റെ വ്യക്തിത്വം സ്ഥാപിച്ചെടുത്തു.

നോവൽ, ചെറുകഥ തുടങ്ങിയ ഗദ്യത്തിലുള്ള നവീനസാഹിത്യരൂപങ്ങൾ മിക്കവാറും ഇന്ത്യൻ ഭാഷകളിൽ ആവിർഭവിച്ചത് പത്തൊമ്പതാം നൂറ്റാണ്ടിന്റെ അന്ത്യദശകങ്ങളിലാണ്. കൊളോണിയൽ ആധുനികതയുടെ വ്യാപനത്തിന്റെ ഫലമായി പ്രചരിച്ചു തുടങ്ങിയ ഇംഗ്ലീഷ് വിദ്യാഭ്യാസവും അതിന്റെ ഭാഗമായി വികസിച്ചുവന്ന വായനാസംസ്കാരവുമാണ് അതിനുള്ള അന്തരീക്ഷമൊരുക്കിയത്. അച്ചടി, പത്രമാസികകൾ, പുസ്തകപ്രസാധനം എന്നിവയൊക്കെ ആ അന്തരീക്ഷത്തെ രൂപപ്പെടുത്തി. ഗദ്യകഥകളോട് ആഭിമുഖ്യം പുലർത്തിയ ഒരു വായനാസമൂഹത്തിന്റെ രൂപീകരണം നടന്നു. അതുവരെ നിലനിന്നിരുന്ന കാവ്യങ്ങളുടെ പാരായണസംസ്കാരത്തിൽ നിന്ന് ഭിന്നമായിരുന്നു, കഥാവായനക്കാരുടെ അഭിരുചിയും ആഭിമുഖ്യങ്ങളും. മലയാളത്തിൽ ചെറുകഥാരചന നടത്തിയ ആദ്യകാലത്തെ എഴുത്തുകാർക്ക് വായനാസമൂഹത്തെ ആകർഷിക്കാൻ പാകത്തിലുള്ള ഒരു പാരായണസാമഗ്രി രൂപപ്പെടുത്തുകയായിരുന്നു പ്രാഥമികലക്ഷ്യം എന്നു തോന്നുന്നു. ഇംഗ്ലീഷിനു വെളിയിലുള്ള യൂറോപ്യൻഭാഷകളിൽ അപ്പോഴേക്കും ചെറുകഥ എന്ന സാഹിത്യരൂപം കൈവരിച്ചിരുന്ന രൂപഭാവ തലങ്ങളിലുള്ള വികാസത്തെക്കുറിച്ച് അവർക്ക് ധാരണയുണ്ടായിരുന്നില്ല. പില്ക്കാലത്ത് മലയാള ചെറുകഥ നേടിയ കലാപരമായ നിലവാരത്തോട് തട്ടിച്ചുനോക്കുമ്പോൾ ആദ്യകാല ചെറുകഥകൾക്ക് സാഹിത്യമൂല്യം കുറയും. എങ്കിലും ആനുകാലിക പ്രസിദ്ധീകരണങ്ങൾ വളർച്ചയുടെ പാതയിലായിരുന്ന ആ ചരിത്രഘട്ടത്തിൽ അതിനിണങ്ങിയ പുതിയതായി ലഭിച്ച സാഹിത്യരൂപത്തെ അന്നത്തെ നിലയിൽ ആകർഷകമായ വായനാവിഭവമായി മാറ്റാൻ ആ കഥാകൃത്തുക്കൾക്ക് കഴിഞ്ഞിരുന്നു. സർഗ്ഗാത്മകഗദ്യത്തിന്റെ ഒരു പുതിയ മാർഗ്ഗം അതുവഴി മലയാളത്തിന് തുറന്നുകിട്ടുകയായിരുന്നു. കെട്ടുകഥയോളമെത്തുന്ന ആദ്യകാലത്തെ ഭാവനാസൃഷ്ടികളിൽനിന്ന് സാമൂഹിക യാഥാർത്ഥ്യത്തെയും മനുഷ്യാനുഭവ വൈവിദ്ധ്യങ്ങളെയും ഏകാഗ്രവും സംക്ഷിപ്തവും വികാരദീപ്തവുമായി ആവിഷ്കരിക്കുന്ന രചനകളിലേക്ക് മലയാള ചെറുകഥ ക്രമേണ വളർന്നു. 1930 കളുടെ തുടക്കമായപ്പോഴേക്കും കഥാകൃത്തുക്കളുടെ ഒരു പുതിയ തലമുറ രംഗത്തുവരികയും വൈവിദ്ധ്യം നിറഞ്ഞ അത്തരം ചെറുകഥകളുടെ വേലിയേറ്റം ആരംഭിക്കുകയും ചെയ്തു. മലയാളത്തിൽ ചെറുകഥ ജീവിതബന്ധമുള്ള ഒരു സാഹിത്യരൂപം എന്ന നിലയിൽ വ്യക്തിത്വമാർജ്ജിച്ചു വളർന്നു. 'ചെറുകഥ' എന്ന സംജ്ഞ Short-Story എന്ന സാഹിത്യരൂപത്തെക്കുറിക്കുന്ന സാങ്കേതികപദം എന്ന നിലയിൽ സവിശേഷാർത്ഥകമായി നമ്മുടെ ഭാഷയിൽ രൂഢമൂലമായിത്തീർന്നതും ഈ ഘട്ടത്തിലാണ്.

ആദ്യകാലമലയാളചെറുകഥകൾ കേന്ദ്രീകരിച്ചിരുന്ന പ്രമേയമേ

ഖലകൾ പ്രണയം, കുറ്റാമ്പേഷണം, അമളി, സാഹസകൃത്യങ്ങൾ തുടങ്ങിയവയായിരുന്നു. രസകരമായ ഒരു വായനാവിഭവം രൂപപ്പെടുത്തണം എന്നതിനപ്പുറം ഗൗരവമുള്ള ഒരു സാഹിത്യവിഭാഗമാണ് അത് എന്ന് അവരാരും കരുതിയിരുന്നതായി തോന്നുന്നില്ല. ജീവിതത്തോടുള്ള എഴുത്തുകാരന്റെ സവിശേഷ പ്രതികരണമാകണം ചെറുകഥ എന്ന ബോദ്ധ്യം അന്നത്തെ കഥാകാരന്മാർക്കുണ്ടായിരുന്നു എന്ന് രചനകളിൽനിന്ന് അനുമാനിക്കാനാവില്ല. ക്രമേണ ഈ രീതിക്ക് മാറ്റം വന്നു. 1930 കളോടെ ഉണ്ടായ പരിണാമത്തിന്റെ ഫലമായി ഇത്തരം പ്രമേയങ്ങളെ പിന്തള്ളി വിശപ്പ്, കാമം, നിലനില്പിനു വേണ്ടിയുള്ള സമരം തുടങ്ങി മനുഷ്യന്റെ അടിസ്ഥാനപ്രശ്നങ്ങളായി ചെറുകഥയിലെ പ്രമേയങ്ങൾ. ഈ ഘട്ടത്തിൽ പുതിയതായി ഉയർന്നുവന്ന ചെറുകഥാകൃത്തുകൾ തങ്ങൾക്കു പരിചിതമായ ജീവിതമേഖലകളിൽ നിന്ന് യാഥാർത്ഥ്യപ്രതീതിയുള്ള കഥാവസ്തുക്കൾ കണ്ടെത്തുകയോ അത്തരം പശ്ചാത്തലത്തിൽ രചനകൾ രൂപപ്പെടുത്തുകയോ ചെയ്തു. എസ് കെ പൊറ്റെക്കാട്ട്, പി കേശവദേവ്, തകഴി ശിവശങ്കരപ്പിള്ള, പൊൻകുന്നം വർക്കി, വൈക്കം മുഹമ്മദ് ബഷീർ, ലളിതാംബിക അന്തർജ്ജനം, കാരൂർ നീലകണ്ഠപ്പിള്ള, പി സി കുട്ടികൃഷ്ണൻ, കെ സരസ്വതിയമ്മ തുടങ്ങിയവരാണ് ഈ ഘട്ടത്തിൽ ശ്രദ്ധേയത കൈവരിച്ച ചെറുകഥാകൃത്തുകൾ.

ജീവിത യാഥാർത്ഥ്യത്തിന്റെ നിശിതമായ ആവിഷ്കാരം മാത്രമല്ല, ജീവിതം എങ്ങനെയായിരിക്കണം എന്ന വിഭാവനകൂടി ചില കഥകളിൽ സൂചിതമായി. സാമൂഹികജീവിതത്തിൽ ആ കാലത്തോടെയുണ്ടായ ചടുലമായ മാറ്റങ്ങളുടെ അലയൊലികൾ ഉൾക്കൊണ്ട് ഈ കാലത്ത് രൂപംകൊണ്ട പുരോഗമന സാഹിത്യ പ്രസ്ഥാനത്തിന്റെ നിലപാടുകളോട് അടുപ്പമുള്ള രചനകൾ കൂടുതൽ ഉണ്ടായതും ചെറുകഥാവിഭാഗത്തിൽത്തന്നെ. അപ്പോഴേക്കും പദ്യത്തിന്റെ പ്രാമുഖ്യം കുറഞ്ഞുതുടങ്ങിയിരുന്നു. തൽസ്ഥാനത്ത് ഗദ്യത്തിന് പ്രാധാന്യം കൈവന്നപ്പോൾ ആ വിഭാഗത്തിൽപ്പെട്ട സർഗ്ഗാത്മക രചനകളുടെ മുന്നണിയിൽനിന്നതും ചെറുകഥകൾ തന്നെ. ജീവിതത്തിന്റെ ബാഹ്യവിതാനങ്ങളിലാണ് അവ കേന്ദ്രീകരിച്ചിരുന്നതെങ്കിലും അന്നത്തെ ചെറുകഥകളിൽ പലതിലും സാമൂഹികശാസ്ത്രപരവും മനഃശാസ്ത്രപരവുമായ അവബോധത്തിന്റെ തിളക്കമുണ്ടായിരുന്നു. ആ കാലത്തിന്റെ സംവേദനശീലങ്ങളുടെ പരിധിക്കകത്തുനിന്നുകൊണ്ടാണെങ്കിലും ആഴമുള്ള ചെറുകഥകളെഴുതിയ കഥാകൃത്തുക്കൾ ഉണ്ട്.

ജീവിതത്തിന്റെ വൈവിദ്ധ്യം നിറഞ്ഞ വിതാനങ്ങളിലേക്ക് ആ ചെറുകഥകൾ കണ്ണുപായിച്ചു. അന്നോളം സാഹിത്യത്തിൽ ഇടം കിട്ടാതെപോയ ജനവിഭാഗങ്ങൾക്കും ജീവിതാവസ്ഥകൾക്കും ആവിഷ്കാര സാദ്ധ്യത തെളിഞ്ഞു. സ്ത്രീകൾ, കീഴാളർ, തൊഴിലാളികൾ, ഹൈന്ദവേതരവിഭാഗങ്ങൾ എന്നിവരുടെയൊക്കെ ജീവിതത്തിന് മലയാളസാഹിത്യത്തിൽ യഥാതഥമായ നിലയിലുള്ള ദൃശ്യാത്മകത ലഭിച്ചത് ഈ കാല

ത്തുണ്ടായ ചെറുകഥകളിലൂടെയാണ്. മാത്രമല്ല, ആ സമൂഹിക ഗണങ്ങളിൽ നിന്ന് എഴുത്തുകാർ ഉയർന്നുവരികയും ചെയ്തു. ചിലപ്പോഴൊക്കെ അമിതമായ ആദർശവത്കരണവും അയഥാർത്ഥമായ ലളിതവല്കരണവും പ്രചരണപരതയും ചെറുകഥകളുടെ കലാപരമായ ശക്തി കുറച്ചിട്ടുണ്ടെങ്കിലും സാമൂഹിക ജീവിതത്തിന്റെ പ്രശ്നസങ്കുലമായ ഏടുകൾ അവതരിപ്പിക്കുന്നതിൽ അന്നത്തെ ചെറുകഥകൾ വിജയിച്ചു. അത്തരം പ്രമേയങ്ങൾക്കും ജീവിതാവസ്ഥകൾക്കും സാഹിത്യത്തിൽ ഇടമുണ്ട് എന്ന യാഥാർത്ഥ്യം മലയാളത്തിൽ അംഗീകരിക്കപ്പെട്ടത് പ്രധാനമായും ഈ സവിശേഷഭാവുകത്വം പ്രകടിപ്പിച്ചു വളർന്നുവന്ന ചെറുകഥകളിലൂടെയാണ്.

കാലത്തിലൂടെയുള്ള മുന്നേറ്റത്തിനിടയിൽ സ്വയം നവീകരിക്കാനുള്ള എല്ലാ സാഹിത്യരൂപങ്ങൾക്കുമുള്ള സഹജപ്രേരണ ചെറുകഥയിൽ ഏറെ സജീവമാണ്. 1950 കളുടെ തുടക്കത്തോടെ മലയാള ചെറുകഥയിൽ പുതിയൊരു ഭാവുകത്വത്തിന്റെ തിര ഉയർന്നു. നേരത്തേതന്നെ തകഴിയുടെ കഥകളിൽ പ്രകടമായിരുന്ന ജീവിതത്തെ വിശകലനാത്മകമായി കാണുന്ന രീതി, വൈക്കം മുഹമ്മദ് ബഷീറിന്റെ ചെറുകഥകളിൽ കണ്ടിരുന്ന തീക്ഷ്ണമായ വൈയക്തികത, കാരൂർ നീലകണ്ഠപ്പിള്ളയുടെ ചെറുകഥകളിലെ സാമൂഹികാംശത്തിന്റെ സൂക്ഷ്മത, പൊറ്റെക്കാട്ടിന്റെ കഥകളുടെ ആഖ്യാനവശ്യത, കേശവദേവിന്റെയും ലളിതാംബിക അന്തർജ്ജനത്തിന്റെയും ചെറുകഥകളിലെ കാല്പനികത- ഇവയിലൊക്കെ വേരുകളുള്ള, കൂടുതൽ ഹൃദയസ്പർശിയായ ആഖ്യാനങ്ങളായിരുന്നു ആ പുതുഭാവുകത്വം മുന്നോട്ടുവച്ചത്. വികാരതീവ്രവും കാവ്യാത്മകവും സാന്ദ്രവും ശില്പഭദ്രവുമായ ചെറുകഥകളുടെ കാലം അങ്ങനെ ആരംഭിച്ചു. ബാഹ്യമായ സംഭവവിവരണത്തേക്കാൾ കഥാപാത്രത്തിന്റെ മനോഭാവാവിഷ്കാരത്തിന് പ്രധാന്യം കൊടുത്തു എന്നതായിരുന്നു ഈ ഘട്ടത്തിൽ ചെറുകഥയ്ക്കുണ്ടായ മൗലികപരിണാമം. എം ടി വാസുദേവൻനായർ, ടി പത്മനാഭൻ, മാധവിക്കുട്ടി തുടങ്ങിയ കഥാകൃത്തുക്കളുടെ രചനകളിലാണ് ഈ നവഭാവുകത്വം വ്യത്യസ്ത വിതാനങ്ങളിൽ പ്രകടമായത്. ഇതിന്റെ ചില ആദ്യസ്ഫുരണങ്ങൾ പി സി കുട്ടികൃഷ്ണന്റെ ചെറുകഥകളിലും നേരത്തെതന്നെ കണ്ടിരുന്നു.

ഈ ചെറുകഥാകൃത്തുക്കൾ മുൻതലമുറയിലെ എഴുത്തുകാർ ചെയ്തതുപോലെ സാമൂഹികജീവിയായ മനുഷ്യന്റെ സംഭവപ്രധാന ബാഹ്യജീവിതം ആവിഷ്കരിക്കുകയല്ല, വ്യക്തിയുടെ ഹൃദയഭാവങ്ങളെ ചിത്രീകരിക്കുകയാണ് ചെയ്തത്. ജീവിതത്തിന്റെ പുറംപോളകളെ തുളച്ചിറങ്ങി ആന്തരിക ജീവിതത്തിന്റെ ചലനങ്ങളെ ആഖ്യാനത്തിലേക്ക് ആവാഹിച്ചെടുക്കുക എന്നതായിരുന്നു ഇവരുടെ ലക്ഷ്യം. ഇത് ചെറുകഥയിൽ ആഖ്യാതാവ് നേരിട്ട് പറയുന്ന സംഭവാംശത്തെ പരിമിതപ്പെടുത്തി. പകരം കഥാപാത്രത്തിന്റെ ചിത്തവൃത്തികളുടെ ഔചിത്യപൂർണ്ണമായ ആലേഖനം പ്രാധാന്യം നേടി. അതോടെ സംഭവപ്രധാനമായ ഇതി

വൃത്തം ചെറുകഥയുടെ പ്രത്യക്ഷഘടനയിൽ ദൃശ്യമല്ലാതായി. വാസ്തവത്തിൽ സംഭവങ്ങൾകൊണ്ട് കൊരുത്ത ഇതിവൃത്തത്തെ പാടേ നിരാകരിക്കുകയല്ല, ഇതിവൃത്തത്തിനുള്ളിലെ സംഭവാംശത്തെ വിശ്ലഥമായും ധ്വന്യാത്മകമായും കഥാപാത്രത്തിന്റെയോ ആഖ്യാതാവിന്റെയോ ചിത്തവൃത്തികളിലൂടെ അവതരിപ്പിക്കുകയാണ് ചെയ്തത്. പലപ്പോഴും സംഭവങ്ങളുടെ സ്മൃതിരൂപമാണ് കഥയിൽ പ്രത്യക്ഷമായത്. ചെറുകഥ എന്ന ആഖ്യാനസ്വരൂപത്തിൽ ദൃശ്യമായ അല്പമാത്രമായ ബാഹ്യസംഭവങ്ങളെയോ സംഭവസൂചനകളെയോ സ്വന്തനിലയിൽ പുനഃക്രമീകരിക്കുമ്പോൾ വായനക്കാരന് ഇതിവൃത്തത്തിന്റെ രൂപരേഖ കണ്ടെത്താം. വരികൾക്കിടയിൽക്കൂടി വായിക്കുമ്പോൾ കഥാകൃത്ത് എഴുതിയ ആഖ്യാനത്തിനുപിന്നിൽ കാലക്രമം അനുസരിച്ചുള്ള ആ കഥ കൂടുതൽ വ്യക്തമായി ഉയിർത്തുവരുന്നതു കാണാം.

ഭാഷാശില്പമെന്ന നിലയിൽ ചെറുകഥ കൂടുതൽ സൂക്ഷ്മതയും ധ്വന്യാത്മകതയും കൈവരിച്ച ഈ ഘട്ടത്തിൽ ആഖ്യാനശൈലി ബിംബപ്രധാനവും കാവ്യാത്മകവും ആയി. ചെറുകഥയുടെ ഭാവത്തെയും കഥാപാത്രത്തിന്റെ വ്യക്തിത്വത്തെയും മറ്റും ദ്യോതിപ്പിക്കുന്ന തരത്തിലുള്ള ഇമേജുകളും സ്ഥലകാലസൂചന നല്കുന്ന ഘടകങ്ങളും നിയന്ത്രിതവും ധ്വന്യാത്മകവുമായ നിലയിൽ ആഖ്യാനത്തിൽ പ്രാധാന്യം നേടി. ചെറുകഥയിൽ അന്തരീക്ഷസൃഷ്ടിക്ക് പ്രാമുഖ്യം വർദ്ധിച്ചു. സംഭാഷണഭാഗങ്ങൾ കഥാപാത്രസ്വഭാവത്തോടും, കഥാപാത്രത്തിന്റെ സ്ഥലകാലബദ്ധമായ സവിശേഷ സംസ്കാരത്തോടും വ്യക്തിത്വത്തോടും ഇണങ്ങുന്നതായി. പലപ്പോഴും ദേശീയഭാഷാസവിശേഷതകൾ സംഭാഷണത്തിൽ തെളിഞ്ഞുവന്നു. അത് കഥാപാത്രത്തിന്റെ പ്രാദേശികസ്വത്വത്തെ മൂർത്തമാക്കുന്നതിൽ നിർണ്ണായകമായ പങ്കുവഹിച്ചു. രചനാസൂക്ഷ്മതയുടെയും ഔചിത്യദീക്ഷയുടെയും ഏകാഗ്രതയുടെയും കാര്യത്തിൽ ചെറുകഥ ഭാവഗീതത്തോട് ഏറെ അടുത്തുവന്നു. കേന്ദ്രഭാവത്തെ പോഷിപ്പിക്കുന്നതല്ലാത്ത ഒരു വാക്കുപോലും കഥയിലുണ്ടാവരുത് എന്ന നിഷ്കർഷ കഥാകൃത്തുക്കളിൽ പ്രബലമായി. ഏകാഗ്രത ചെറുകഥയുടെ മൗലികസ്വഭാവമായി അംഗീകരിക്കപ്പെട്ടു. വികാരശീലരും ഏകാകികളും അന്തർമുഖരുമായ കഥാപാത്രങ്ങളുടെ ചിത്തവൃത്തികളെ ഭാവഗീതാത്മകവും ബിംബപ്രധാനവുമായ ശൈലിയിൽ അവതരിപ്പിച്ച ചെറുകഥ ഇന്ദ്രിയാനുഭവവേദ്യമായ ഒരു ജീവിതഖണ്ഡത്തിന്റെ പ്രതീതി കൈവരിച്ചു.

1950 കളുടെ രണ്ടാംപകുതിയാകുമ്പോഴേക്കും ഇന്ത്യയുടെ സാമൂഹികരംഗത്ത് സ്വാതന്ത്ര്യലബ്ധിയുടെ കാലത്തെ പ്രതീക്ഷകളും ശുഭാപ്തിവിശ്വാസവും ക്രമേണ കുറഞ്ഞുവന്നു. അത് വ്യക്തികളെ - പ്രത്യേകിച്ച് വിദ്യാസമ്പന്നരായ യുവാക്കളെ - കൂടുതൽ ഏകാകികളും ദുഃഖിതരുമാക്കിത്തീർത്തു. കേരളത്തെ സംബന്ധിച്ചിടത്തോളം നാട്ടിൽ നിന്നാൽ ജീവിതമാർഗ്ഗത്തിനു വഴിയില്ല എന്നുകണ്ട് വിദ്യഭ്യാസം നേടിയ ചെറുപ്പക്കാർ മിക്കവരും നാടുവിട്ടു. അവരെ സംബന്ധിച്ചിടത്തോളം

ഏറ്റവും വലിയ സാമൂഹിക യാഥാർത്ഥ്യം തൊഴിലില്ലായ്മയായിരുന്നു. അതിനു പരിഹാരം തേടാനായി ചെന്നുപെട്ട അന്യനാടുകളും മഹാനഗരങ്ങളും പട്ടാളക്യാമ്പുകളും നല്കിയ പരുഷവും തീക്ഷ്ണവുമായ അനുഭവങ്ങൾ അവരെ കൂടുതൽ അന്തർമുഖരാക്കി. പ്രവാസദുഃഖവും അന്യതാബോധവും ഗൃഹാതുരത്വവും ഏകാകിതയും മടുപ്പും ആത്മനിന്ദയും അവരുടെ വികാരലോകത്തിൽ പ്രാമുഖ്യം നേടി. മനുഷ്യനെ ഒരു സാമൂഹികപ്രതിഭാസം എന്ന നിലയിൽ മാത്രമല്ലാതെ വൈയക്തികാനുഭങ്ങളുടെ മൂർത്തീകരണമെന്ന നിലയിൽക്കൂടി സമീപിച്ച കഥാകൃത്തുകൾ വ്യക്തിമനസ്സിന്റെ ഈദൃശഭാവങ്ങളെ പകർത്തിയപ്പോൾ മലയാള ചെറുകഥയിൽ നൂതനമായ ഒരു ഭാവുകത്വം രൂപപ്പെടുകയായിരുന്നു.

മുൻതലമുറയിലെ എഴുത്തുകാർ മനുഷ്യാനുഭവത്തിന്റെ സാമാന്യതയിലാണ് ശ്രദ്ധിച്ചത്. ഇവരാകട്ടെ അനുഭവത്തിന്റെ വൈയക്തികമായ വിശേഷത്വത്തിൽ കേന്ദ്രീകരിച്ചുകൊണ്ടാണ് കഥാശില്പം രൂപപ്പെടുത്തിയത്. സ്ഥലകാലപശ്ചാത്തലം, കഥാപാത്രപ്രകൃതി, അന്തരീക്ഷ ചിത്രീകരണം, സംഭാഷണരീതി എന്നിവയിലൊക്കെ ഔചിത്യപൂർവ്വം സാക്ഷാല്ക്കരിച്ച സവിശേഷാംശങ്ങളാണ് ഈ വൈയക്തികതയെ എടുത്തുകാട്ടിയത്. ഇങ്ങനെ മലയാള ചെറുകഥയുടെ ചരിത്രത്തിൽ പുതിയ ഒരു സർഗ്ഗോന്മേഷം പ്രകടിപ്പിച്ച എഴുത്തുകാരിൽ എം ടി വാസുദേവൻ നായരുടെ സ്ഥാനം മുമ്പന്തിയിലാണ്.

ചെറുകഥ അത് രൂപപ്പെട്ട സന്ദർഭത്തിൽ അടിസ്ഥാനപരമായി കാല്പനിക സ്വഭാവമുള്ളവയായിരുന്നു. കാല്പനികമനസ്സ് കലാപോന്മുഖമാണ്. സമൂഹത്തിന്റെ വ്യവസ്ഥാപിതത്വത്തോടും അതിന്റെ പരുഷയാഥാർത്ഥ്യങ്ങളോടും കാല്പനിക മനസ്സിന് സന്ധി ചെയ്യാനാവില്ല. സ്വപ്നങ്ങളിലും ഓർമ്മകളിലും തജ്ജന്യമായ ദുഃഖങ്ങളിലും മുഴുകുന്ന കാല്പനികപ്രവണമായ വ്യക്തിമനസ്സിനെ സമൂഹവും അംഗീകരിക്കാറില്ല. ഈ പശ്ചാത്തലത്തിൽ സമൂഹത്തിന്റെ പൊതുധാരയുമായി പൊരുത്തപ്പെടാത്ത ഭാവശീലരായ വ്യക്തികൾ ഏകാകികളായിപ്പോകും. ഇങ്ങനെ സമൂഹത്തിന്റെ മുഖ്യധാരയിൽനിന്ന് ഇടറിപ്പോകുന്ന കഥാപാത്രങ്ങളെ കേന്ദ്രീകരിച്ച് ഏകാകിതയുടെയും വിഷാദത്തിന്റെയും ഭാവധാരകളെ ആവിഷ്കരിച്ച ചെറുകഥകൾ 1950 കളുടെ തുടക്കം മുതൽ മലയാളത്തിൽ ഒരു പുതുഭാവുകത്വം അവതരിപ്പിച്ചു. ചെറുകഥയുടെ പ്രമേയഘടനയുടെ പരോക്ഷതലങ്ങളിലെവിടെയോ സാമൂഹ്യയാഥാർത്ഥ്യത്തിന്റെ അടിമണ്ണ് നിലനിർത്തിക്കൊണ്ടുതന്നെ പ്രതിപാദ്യത്തിൽ ആത്മനിഷ്ഠമായ വൈയക്തികതയും പ്രതിപാദനത്തിൽ കാല്പനികമായ കാവ്യാത്മകതയും അത്തരം ചെറുകഥകൾ പ്രകടിപ്പിച്ചു. തൊട്ടുമുൻതലമുറയിലെ ചെറുകഥാകൃത്തുകൾക്ക് പ്രദാനം ചെയ്യാൻ കഴിയാതിരുന്ന തലത്തിലുള്ള സവിശേഷമായ സംവേദനീയത ഈ ഗണത്തിലുള്ള ചെറുകഥകളിൽ അനുഭവപ്പെട്ടു. കേവലം വാങ്മയമായിരിക്കെത്തന്നെ വായനയിലൂടെ ഇന്ദ്രിയസംവേദനക്ഷമമായ പ്രതീതിലോ

കത്തെ അവ ആവിഷ്കരിച്ചു.

ഇത്തരം ചെറുകഥകൾ എഴുതിക്കൊണ്ട് മലയാളചെറുകഥയിൽ ഒരു യുഗസംക്രമണം സാദ്ധ്യമാക്കിയ എഴുത്തുകാരിൽ പ്രമുഖനാണ് എം ടി വാസുദേവൻ നായർ. ഈ സവിശേഷവും തനിമയുള്ളതുമായ രചനാരീതിയിലൂടെ തനിക്ക് പരിചിതമായ കേരളീയ ജീവിതരംഗങ്ങളിൽ നിന്ന് രൂപപ്പെടുത്തിയ ചെറുകഥകൾ വായനാസമൂഹത്തിൽ ഏതാണ്ടൊരു സ്വാനുഭവ പ്രതീതി തന്നെ സൃഷ്ടിച്ചു. ക്രമേണ ഈ അടിസ്ഥാനസ്വഭാവം നിലനിർത്തുമ്പോൾത്തന്നെ ചെറുകഥ എന്ന സാഹിത്യരൂപം ആധുനികതാവാദത്തിന്റെയും - ആധുനികാനന്തരതയുടെയും ഘട്ടങ്ങളിൽ കൈവരിച്ച രൂപരചനാപരമായ സാങ്കേതിക സാദ്ധ്യതകളെ തനിക്കിണങ്ങും മട്ടിൽ സ്വാംശീകരിച്ച്, അതിന്റെ സംസ്കാരത്തിൽ തന്റെ ആഖ്യാനകലയെ എം ടി വാസുദേവൻ നായർ നിരന്തരം നവീകരിക്കുകയുംചെയ്തു.

തിരസ്കൃത ജീവിതങ്ങൾ

എം ടി വാസുദേവൻ നായരുടെ ചെറുകഥകളിൽ തെളിയുന്ന ജീവിതഖണ്ഡങ്ങൾ മിക്കതും തിരസ്കൃതർ കേന്ദ്രസ്ഥാനത്തുവരുന്നതാണ്. ജീവിതത്തിന്റെ മുഖ്യധാരയിൽ നിന്ന് ഇടറിത്തെറിച്ചുപോയ മനുഷ്യരാണ് അവരിലേറെയും. നിലനില്പിന്റെ യാതനയും ബന്ധശൈഥില്യത്തിന്റെ ദുഃഖവും പേറി അലയുന്ന ഏകാകികളുടെ കഥകളാണവ. 'വളർത്തുമൃഗങ്ങൾ' എന്ന ചെറുകഥതന്നെ ആ ഗണത്തിൽപ്പെടുന്നതാണ്. സാമാന്യജനങ്ങൾക്ക് ഉള്ളിലേക്ക് ഇറങ്ങിച്ചെന്ന് അറിയാൻ കഴിയാത്ത ഒരു ജീവിതമേഖലയാണ് ഈ കഥയിലവതരിപ്പിക്കപ്പെടുന്നത്— സർക്കസിന്റെ ലോകം. കാണികളിൽ വിസ്മയവും ആരാധയും വിതയ്ക്കുന്നവരാണ് സർക്കസ്താരങ്ങൾ. അതേസമയം അവർ കൂടാരത്തിലെ വളർത്തുമൃഗങ്ങളേക്കാൾ അസ്വതന്ത്രരും ചൂഷിതരും യാതനയനുഭവിക്കുന്നവരുമാണ്. യൗവനവും ആരോഗ്യവുമുള്ള കാലത്ത് വേതനമില്ലാതെ, അല്ലെങ്കിൽ അല്പമാത്രമായ വേതനത്തിന് ജീവിതം തീറുകൊടുത്ത ഈ മനുഷ്യജീവികൾ സർക്കസിനു കൊള്ളാതാകുമ്പോൾ കറിവേപ്പിലപോലെ തഴയപ്പെടുന്നു. റിങ്ങിൽ വെച്ചുണ്ടായ ഒരപകടത്തെത്തുടർന്ന് തിരസ്കൃതയായ ജാനമ്മ എന്ന അതുവരെ റിങ്ങിലെ താരമായിരുന്ന സർക്കസുകാരിയുടെ മനോവൃത്തികളുടെ ചിത്രീകരണത്തിലൂടെ ആ ജീവിതാവസ്ഥയുടെ ദൈന്യത്തെ അനുഭവവേദ്യമാക്കുകയാണ് 'വളർത്തുമൃഗ'ങ്ങളിൽ.

എം ടി വാസുദേവൻ നായരുടെ ചെറുകഥകൾ മിക്കവാറും കഥാകൃത്തിന്റെ നേരിട്ടുള്ള അനുഭവത്തിൽനിന്നുള്ളവയായിരിക്കും. അല്ലെങ്കിൽ അടുത്ത പരിചയത്തിലൂടെ ലഭിച്ച വ്യക്തമായ നിരീക്ഷണത്തിന്റെ അടിസ്ഥാനത്തിൽ രചിച്ചവയായിരിക്കും. *വളർത്തുമൃഗങ്ങൾ* ആ വിഭാ

ഗത്തിൽപ്പെടുന്നില്ല. എന്നാൽ 'വളർത്തുമൃഗങ്ങൾ' എന്ന കഥയിലെ ജീവിതരംഗങ്ങളും അദ്ദേഹത്തിന് അപരിചിതമായിരുന്നില്ല. ഈ കഥയിൽ ചിത്രീകരിക്കുന്ന ജീവിതപശ്ചാത്തലം അക്കാലത്ത് മറ്റാരും കൈവയ്ക്കാത്ത കന്നിമണ്ണായിരുന്നു. ഏറെയൊന്നും സമൂഹത്തിന് അറിഞ്ഞുകൂടാത്ത ജീവിതമേഖലകളെ ആസ്പദിച്ചുള്ള ചെറുകഥാരചന, എം ടി വാസുദേവൻ നായരുടെ മുൻതലമുറയിലെ കഥാകാരന്മാർക്ക് പ്രിയപ്പെട്ടതായിരുന്നു. എന്നാൽ ഇവിടെ ജാനമ്മയെന്ന സർക്കസ് കലാകാരിയെ കേവലം ഒരു വർഗ്ഗപ്രതിനിധി എന്ന നിലയിൽ ടൈപ്പ് കഥാപാത്രമാക്കി മാറ്റുകയല്ല ചെയ്യുന്നത്. മനോഭാവചിത്രീകരണത്തിലൂടെ വൈയക്തികാനുഭവത്തിന്റെ സൂക്ഷ്മതകളാവിഷ്കരിച്ച് കഥാപാത്രത്തിന്റെ അനന്യത വായനക്കാർക്ക് അനുഭവവേദ്യമാക്കുന്നു.

കൊടിയ ചൂഷണത്തിന് വിധേയരാകുന്നവരാണ് സർക്കസ് കലാകാരന്മാരും കലാകാരികളും. എന്തിന്, മൃഗങ്ങൾ പോലും ആ ചൂഷണത്തിന്റെ മറ്റൊരു തലത്തിൽപ്പെട്ട ഇരകളാണ്. അതേക്കുറിച്ച് പില്ക്കാലത്ത് എം ടി വാസുദേവൻ നായർ എഴുതിയിട്ടുണ്ട്. കലാകാരികളെ സംബന്ധിച്ചിടത്തോളം ആ ചൂഷണം സാമ്പത്തികരംഗത്തു മാത്രം ഒതുങ്ങി നില്ക്കുന്നില്ല. അവർ ലൈംഗികചൂഷണത്തിനും ഇരയാകുന്നു. എന്നാൽ ഈ അംശങ്ങളെക്കുറിച്ചുള്ള തുറന്നമട്ടിലുള്ള വിവരണങ്ങളോ പ്രകടനാത്മകമായ പ്രതിഷേധങ്ങളോ നേരിട്ട് നടത്തുന്ന വാച്യപ്രഖ്യാപനങ്ങളോ ഈ ചെറുകഥയിൽ കാണാനില്ല. മറിച്ച് ജാനമ്മയുടെ മാനസികവ്യാപാരങ്ങളുടെ സ്വാഭാവികപ്രതീതിയുണ്ടാക്കുന്ന ചിത്രീകരണത്തിൽ അവയെല്ലാം ധ്വന്യാത്മകമായി നിബന്ധിച്ചിരിക്കുന്നു. കഥയുടെ എഴുതാപ്പുറത്ത് ഇതെല്ലാം തീക്ഷ്ണസത്യങ്ങളായി വിങ്ങിനിന്ന് ആസ്വാദകമനസ്സിനെ അസ്വസ്ഥമാക്കുന്നു. രചനാപരമായ അംശത്തിൽ ദീക്ഷിക്കുന്ന ശ്രദ്ധാപൂർവ്വമായ ഇടപെടലിലൂടെയാണ് ഇത് സംഭവിക്കുന്നത്. ഇവിടെ നമ്മുടെ ചെറുകഥാസാഹിത്യത്തിലെ പാരമ്പര്യവും നവീനതയും തമ്മിലുള്ള സന്തുലിതമായ സമന്വയവും മുന്നേറ്റവും കാണാം.

ജീവിതത്തിന്റെ പൊതുധാരയിൽനിന്നും അന്യരായിത്തീർന്ന ഒരുപാടു കഥാപാത്രങ്ങൾ എം ടി വാസുദേവൻ നായരുടെ കഥാലോകത്തുണ്ട്. മിക്കപ്പോഴും അത്തരമേതെങ്കിലുമൊരു കഥാപാത്രത്തിന്റെ മാനസികവൃത്തിയുടെ ആവിഷ്കാരത്തിലൂടെയാണ് ആഖ്യാനം നിർവ്വഹിക്കുക. ഈ ഗണത്തിൽപ്പെട്ട എല്ലാ കഥാപാത്രങ്ങളും മുഖ്യകഥാപാത്രങ്ങളാകണമെന്നില്ല. കഥയുടെ അരികുകളിലൂടെ കടന്നു പോകുന്ന അപ്രധാന കഥാപാത്രങ്ങളുടെ കൂട്ടത്തിലും മനസ്സിൽ തറച്ചുനില്ക്കുന്ന ഇത്തരം കഥാപാത്രങ്ങൾ ധാരാളമുണ്ട്. സമൂഹത്തിന്റെ പുറമ്പോക്കിൽ കഴിയുന്ന മനുഷ്യർ എന്ന നിലയിൽ ഈ കഥാപാത്രങ്ങളുടെ ബാഹ്യഛായയെ ആവിഷ്കരിക്കുകയല്ല എം ടി ചെയ്യുന്നത്. ദൈന്യം നിറഞ്ഞ ജീവിതസന്ധികളിലൂടെ കടന്നുപോകുന്ന തിരസ്കൃതരായ തുച്ഛാത്മാക്കളുടെ മാനസികപ്രതികരണങ്ങളാണ് അവയിലുള്ളത്.

ഭൗതികസാഹചര്യങ്ങൾകൊണ്ടും മാനസികഘടനയുടെ പ്രത്യേകതകൊണ്ടും ഏകാകികളും വിഷാദികളുമായ കഥാപാത്രങ്ങളാണ് എം ടിയുടെ ചെറുകഥകളിൽ ഏറെയും പ്രത്യക്ഷപ്പെടുന്നത്. അവരുടെ വലിയൊരു നിര ആ കഥാലോകത്തുണ്ട്. 'പള്ളിവാളും കാൽച്ചിലമ്പും' എന്ന കഥയിലെ വെളിച്ചപ്പാട്, 'കുട്ട്യേടത്തിയിലെ' കുട്ട്യേടത്തി, 'ഇരുട്ടിന്റെ ആത്മാവി'ലെ വേലായുധൻ, 'ഓളവും തീരവും' എന്ന ചെറുകഥയിലെ ബാപ്പൂട്ടി, 'ഓപ്പോളി'ലെ ഓപ്പോള്, 'സ്നേഹത്തിന്റെ മുഖങ്ങളിലെ' അനിയൻ, 'സ്വർഗ്ഗം തുറക്കുന്ന സമയത്തിലെ' കുട്ടിനാരായണൻ, എന്നിങ്ങനെ അവരുടെ നിര നീളുന്നു. തനിക്കു പരിചിതമായ ഗ്രാമജീവിതത്തിൽ അടുത്തുപരിചയിക്കാൻ കഴിഞ്ഞ ജീവിതസന്ധികളും വ്യക്തികളുമൊക്കെ അടിസ്ഥാന വിഭവങ്ങളായിട്ടുള്ള ചെറുകഥകളാണിവ. താരതമ്യേന സുരക്ഷിതമായ ഭൗതികജീവിതം നയിക്കുന്ന മദ്ധ്യവർഗ്ഗപ്രതിനിധികൾ കഥാപാത്രങ്ങളാകുന്ന ചെറുകഥകൾ പില്ക്കാലത്ത് എം ടി വാസുദേവൻ നായർ എഴുതിയിട്ടുണ്ട്. അത്തരം ചെറുകഥകളിലും ആ ഗണത്തിൽപ്പെട്ടവരുടെ ജീവിതത്തിന്റെ പൊതുപ്രവാഹത്തിൽ നിന്ന് അന്യരായി വർത്തിക്കുന്ന മനുഷ്യരാണ് കഥാപാത്രങ്ങളായി കേന്ദ്രസ്ഥാനത്തു വരുന്നത്.

ഈ ഗണത്തിൽപ്പെടുന്ന കഥാപാത്രങ്ങളെ കേന്ദ്രീകരിക്കുന്ന ഏറെ പ്രസിദ്ധമായ ചില ചെറുകഥകൾ 1950 കളിൽ തന്നെ എം ടി രചിച്ചു. 'കുട്ട്യേടത്തി', 'ഇരുട്ടിന്റെ ആത്മാവ്' എന്നിവ അക്കൂട്ടത്തിൽ പ്രധാനപ്പെട്ടവയാണ്. രണ്ടിലും അല്പം അപസാമാന്യമായ മനോനിലയുള്ളവരാണ് മുഖ്യകഥാപാത്രങ്ങൾ. ആ മാനസികാവസ്ഥയെ തിരിച്ചറിഞ്ഞ് അനുഭാവപൂർവ്വം പെരുമാറാനോ സ്നേഹത്തോടെ ഇടപെടാനോ ആരുമില്ലാത്ത ജീവിതാവസ്ഥയായിരുന്നു അവർ ഉൾപ്പെട്ടിരുന്ന തകരുന്ന കൂട്ടുകുടുംബങ്ങളിൽ ഉണ്ടായിരുന്നത്. ആ ജീവിതാന്തരീക്ഷത്തിലെ വൈകാരികമായ അനാഥത്വമാണ് അവരുടെ യാതനയെ തീവ്രദുരന്തത്തിൽ എത്തിച്ചത്.

എം ടി യുടെ ആദ്യകാലത്തെ മറ്റ് പല ചെറുകഥകളിലുമെന്നപോലെ 'ഓപ്പോൾ', 'ഒടിയൻ' തുടങ്ങിയവ - ഏഴോ, എട്ടോവയസ്സുള്ള ഒരു ആൺകുട്ടിയുടെ കാഴ്ചപ്പാടിലാണ് *കുട്ട്യേടത്തി*യും ആഖ്യാനം ചെയ്യപ്പെട്ടിട്ടുള്ളത്. തകർന്ന തറവാടിന്റെ ഒരു താവഴിയായ കൂട്ടുകുടുംബത്തിലെ അംഗമാണ് വാസു എന്ന ആ ബാലൻ. അവനും അമ്മയും വലിയമ്മയും വലിയമ്മയുടെ രണ്ടു പെൺമക്കളുമാണ് ആ കൂട്ടുകുടുംബത്തിലുള്ളത്. വലിയമ്മയുടെ പെൺമക്കളായ കുട്ട്യേടത്തിയും ജാനേടത്തിയും പത്തൊമ്പതും പതിനാറും വയസ്സുള്ള യുവതികളാണ്. രൂപത്തിലും സ്വഭാവത്തിലും പാടെ എതിർ ധ്രുവങ്ങളിലായിരുന്നു അവർ. വെളുത്ത് സുന്ദരിയായ ജാനേടത്തി എപ്പോഴും കുളിച്ചൊരുങ്ങി നടക്കുന്ന പത്രാസ്കാരിയാണ്. കറുത്ത് വിരൂപയായ കുട്ട്യേടത്തി കുളിക്കാതെയും നനയ്ക്കാതെയും മുഷിഞ്ഞ മുണ്ടുടുത്ത് അശ്രദ്ധമായി നടക്കുന്നവളാണ്.

അവളുടെ വൈരൂപ്യത്തിന് മകുടംവെച്ചതുപോലെ കാതിന്റെ അടുത്തൊരു ചെറുമാംസക്കഷണം വികൃതമായി തുറിച്ചുനില്ക്കുന്നുണ്ട്. അത് കാണുമ്പോൾ വാസുവിന് അറപ്പ് തോന്നും. എന്നാൽ വാസുവിനിഷ്ടം കുട്ട്യേടത്തിയെയാണ്. അവന്റെ കൂടെ കുട്ടുകൂടി നടക്കും അവൾ. അതുകൊണ്ട് വാസു എപ്പോഴും കുട്ട്യേടത്തിയുടെ വാലുപോലെ കൂടെയുണ്ടാകും. കുട്ട്യേടത്തി അയൽ വീടുകളിൽ തെണ്ടിനടക്കുകയും മരത്തിൽ കയറുകയും ഒക്കെ ചെയ്യുന്നകൂട്ടത്തിലാണ്. അതിന്റെ പേരിൽ കുട്ട്യേടത്തിക്ക് വലിയമ്മയുടെ ശകാരവും വാസുവിന് ഉപദേശവും കിട്ടും- ആൺകുട്ടിയായ വാസു കുട്ട്യേടത്തിയുടെ വാലിൽതൂങ്ങി നടക്കരുത് എന്ന്.

സൗന്ദര്യമില്ലായ്മയുടെ പേരിൽ ജാനേടത്തി ഇടയ്ക്കിടെ കുട്ട്യേടത്തിയെ കളിയാക്കും. അത് ചിലപ്പോൾ വലിയ വഴക്കാകും. വലിയമ്മ എത്ര ഉപദേശിച്ചിട്ടും ശകാരിച്ചിട്ടും തല്ലിയിട്ടും കുട്ട്യേടത്തിയുടെ അടക്കമില്ലായ്മയ്ക്കും വഴക്കാളിത്തരത്തിനും കുറവെന്നും വന്നില്ല. അതിനിടെ കുടുംബത്തിലെ അകന്ന ഒരു താവഴിയിലെ കാരണവർ ഏറെ പരിശ്രമിച്ച് കുട്ട്യേടത്തിക്ക് ഒരു വിവാഹാലോചന കൊണ്ടുവന്നു. സുന്ദരിയായ ജാനേടത്തിയാണെങ്കിൽ കല്യാണമാകാം എന്നായി പെണ്ണുകാണാൻ വന്നവർ. ഇതെല്ലാം കുട്ട്യേടത്തിയുടെ അപകർഷതാബോധവും അസ്വാസ്ഥ്യവും വർദ്ധിപ്പിച്ചു. വീണ്ടും ഒരു പെണ്ണുകാണലിന് ആളുകൾ വന്നെങ്കിലും അവരുടെ മുമ്പിലേക്ക് ചെല്ലുവാൻ കുട്ട്യേടത്തി കൂട്ടാക്കിയില്ല. അതിന്റെ പേരിൽ വലിയമ്മയുടെ ശകാരവും തല്ലും അതിരുവിട്ടു. അതിനിടെ തന്റെ സൗന്ദര്യക്കുറവ് പരിഹരിക്കാൻ കുട്ട്യേടത്തി കറിക്കത്തികൊണ്ട് കാതിനടുത്തുള്ള മണി മുറിച്ചെങ്കിലും അത് അറ്റ് പോകാതെ പകുതി മുറിഞ്ഞ് തൂങ്ങിക്കിടന്ന് കൂടുതൽ വികൃതമായി. ഇങ്ങനെ എല്ലാവരാലും തിരസ്കൃതയും അപമാനിതയുമായ കുട്ട്യേടത്തി അയൽപക്കത്തുള്ള ജാതിയിൽക്കുറഞ്ഞ ഒരു യുവാവുമായി ശരിയല്ലാത്ത രീതിയിൽ സംസാരിച്ച് നില്ക്കുന്നത് കണ്ടതായി ആരോ പറഞ്ഞറിഞ്ഞ് വലിയമ്മ അവളെ വല്ലാതെ ശകാരിക്കുകയും പൊതിരെ തല്ലുകയും ചെയ്തു. അടുത്ത പ്രഭാതത്തിൽ മോന്തായത്തിൽ തൂങ്ങിനില്ക്കുന്ന കുട്ട്യേടത്തിയുടെ ജഡമാണ് കണ്ടത്.

പ്രാന്തീകരിക്കപ്പെട്ട സ്ത്രീജീവിതത്തിന്റെ ദുരന്തമാണ് കുട്ട്യേടത്തിയിൽ ആവിഷ്കരിക്കപ്പെടുന്നത്. വ്യവസ്ഥാപിത്വം ഏറെ ശക്തമായിരുന്ന, ഫ്യൂഡൽ മൂല്യങ്ങൾ ഒരളവോളം നിലനിന്നിരുന്ന സമൂഹത്തിൽ സ്ത്രീ അടക്കവും ഒതുക്കവുമുള്ളവളായിരിക്കണം എന്നാണ് പൊതുബോധം ആവശ്യപ്പെട്ടിരുന്നത്. അത്തരം അച്ചടക്കനാട്യത്തിന് വിധേയമാകാത്ത പ്രകൃതമായിരുന്നു കുട്ട്യേടത്തിയുടേത്. അതുകൊണ്ട് ആൺകുട്ടിയായ വാസുവിനൊപ്പം കളിച്ചുനടക്കുന്നതോ അയൽപക്കത്തെ മാവിൽ നിന്ന് മാങ്ങ എറിഞ്ഞിടുന്നതോ മരത്തിൽ കയറുന്നതോ അവൾ അസ്വാഭാവികമായി കണ്ടില്ല. എന്നാൽ അത്തരം ഓരോ പ്രവൃത്തിയും അവളെ കൂടു

തൽ കൂടുതൽ കുറ്റാരോപിതയാക്കി. സ്വന്തം വൈരൂപ്യത്തെക്കുറിച്ച് മറ്റുള്ളവർ അപഹസിച്ച് ഉണ്ടായ അപകർഷവും ശകാരവും തല്ലുമേറ്റ് ഉണരുന്ന പ്രതിഷേധവും അവളെ കൂടുതൽ കൂടുതൽ അച്ചടക്കരാഹിത്യത്തിലേക്ക് നയിക്കുകയാണ്. സ്വാഭാവികമായും അത് കൂടുതൽ അടിച്ചമർത്തലിനും സംഘർഷത്തിനും കാരണമാകുന്നു. ഈ സാഹചര്യത്തിൽ ഒരാളും ഒന്ന് ആശ്വസിപ്പിക്കാനില്ലാതെ ആരുടെ അടുത്തും തന്റെ സങ്കടങ്ങൾ പറയാൻ കഴിയാതെ കുട്ട്യേടത്തി ഒറ്റപ്പെടുന്നു. അത്തരം ഒരു അവസ്ഥയിലാകാം കീഴ്ജാതിക്കാരനായ അപ്പുണ്ണിയോട് നേരമല്ലാത്ത നേരത്ത് വേലിക്കൽ നിന്ന് അവൾ വർത്തമാനം പറഞ്ഞത്. ഒരു പുരുഷസൗഹൃദം തേടാനുള്ള അവളിലെ തിരിച്ചറിയപ്പെടാത്ത കാമനയുടെ പ്രകാശനമാവാം അത്. എട്ടുവയസ്സുകാരനായ വാസുവിന്റെ കാഴ്ചപ്പാടിലുള്ള ആഖ്യാനത്തിന് അതൊക്കെ എഴുതാപ്പുറങ്ങളിലെ കഥയാണ്.

വരുംവരായ്കകളെക്കുറിച്ച് ആലോചിക്കാതെ അപ്പപ്പോൾ ഉണ്ടാകുന്ന വൈകാരികപ്രതികരണങ്ങൾ ഒരു മറവും കൂടാതെ പ്രകാശിപ്പിക്കുന്ന മനോഘടനയാണ് കുട്ട്യേടത്തിയുടേത്. സാമൂഹ്യജീവിതം സ്ത്രീയിൽനിന്ന് ആവശ്യപ്പെടുന്ന അഭിനയങ്ങളോ കുലീനതാനാട്യമോ ബോധപൂർവ്വ കീഴടങ്ങലോ അവളുടെ ആ മനോഘടനയിൽ സാദ്ധ്യമല്ല. ഇങ്ങനെ അന്നത്തെ സാമൂഹിക ജീവിതത്തിന്റെ പൊതുബോധത്തിനിണങ്ങാത്ത നിഷ്കളങ്കതയോ തിരിച്ചറിവില്ലായ്മയോ ആണ് കുട്ട്യേടത്തിയെ ഭരിക്കുന്നത്. അതിന്റെ അനിവാര്യദുരന്തമാണ് അവളുടെ ആത്മഹത്യ. ഒരുപക്ഷേ, അവളുടെ മാനസികനില തിരിച്ചറിഞ്ഞ് ആരെങ്കിലും അനുഭാവത്തോടെ പെരുമാറിയിരുന്നുവെങ്കിൽ ഇത്തരത്തിൽ ഒരു ദുരന്തം ഉണ്ടാകുമായിരുന്നില്ല. ലഘുവായ അപസാമാന്യമനോഘടനയുള്ള ഒരു യുവതിയുടെ കേവല ദുരന്തം മാത്രമല്ല, ഒരു സവിശേഷ സാമൂഹ്യസാഹചര്യത്തിലെ സ്ത്രീജീവിതത്തിന്റെ ദുരന്തം കൂടിയാണത്.

ഏതാണ്ട് സമാനമായ ജീവിതാന്തരീക്ഷത്തിൽ ആഖ്യാനം ചെയ്തിട്ടുള്ള കഥയാണ് 'ഇരുട്ടിന്റെ ആത്മാവ്.' നേർത്ത ചിത്തഭ്രമം ഉള്ള ഒരു യുവാവിനെ കുടുംബത്തിലുള്ളവർ ഇടപെടലിന്റെ വൈകല്യം കൊണ്ട് ഭ്രാന്തനാക്കി മാറ്റുന്നതിന്റെ കഥയാണത്. കൂട്ടുകുടംബത്തിലെ അനന്തരവനായ ഇരുപത്തിയൊന്നുകാരൻ വേലായുധന് തകർന്ന നാലുകെട്ടിന്റെ ഇരുണ്ടതും ഇടറിയതുമായ ജീവിതാവസ്ഥയിൽ അഭയവും ആശ്വാസവുമായിരുന്നത് അമ്മയായിരുന്നു. അമ്മയുടെ അപ്രതീക്ഷിതമായ മരണത്തെത്തുടർന്ന് അവൻ എല്ലാവരാലും അപഹസിക്കപ്പെടുന്ന, ശാരീരികമായി പീഡിപ്പിക്കപ്പെടുന്ന, ഭ്രാന്തൻ എന്ന് വീണ്ടും വീണ്ടും വിളിച്ച് ഭ്രാന്ത് ആരോപിക്കപ്പെടുന്ന ഒരാളാണ്. കാരണവർ ഏർപ്പാട് ചെയ്തിട്ടുള്ള വേലായുധന്റെ നോട്ടക്കാരൻ അച്യുതൻ നായർ തുടങ്ങി വീട്ടിലെ കൊച്ചുകുട്ടികൾവരെ തരം കിട്ടിയാൽ അവനെ ഉപദ്രവിക്കും. അല്പമെങ്കിലും അനുഭാവം പ്രകടിപ്പിക്കുന്നത് മുത്തശ്ശിയാണ്. വല്ല

പ്പോഴും അവനോട് സ്നേഹത്തോടെ ഒരു വാക്ക് പറയുന്നത് അമ്മാവന്റെ മകൾ അമ്മുവാണ്.

മറ്റുള്ളവരുടെ ശാസനയ്ക്ക് വഴങ്ങാൻ കൂട്ടാക്കാത്ത അവനിലെ കുട്ടിത്തമാണ് വേലായുധന്റെ ശാപം. വേലായുധന്റെ മനോവൃത്തികളുടെ ആവിഷ്കാരത്തിലൂടെ നടത്തിയിട്ടുള്ള ആഖ്യാനത്തിൽ അവന്റെ പ്രവൃത്തികൾക്കെല്ലാം തന്റേതായ യുക്തിയും നീതീകരണവുമുണ്ട്. എന്നാൽ മറ്റുള്ളവരുടെ യുക്തിക്ക് അത് ഇണങ്ങുന്നില്ല. അതുകൊണ്ട് വേലായുധൻ സ്വാഭാവികമെന്ന് കരുതി ചെയ്യുന്ന പ്രവൃത്തികൾ മറ്റുള്ളവർക്ക് 'അഹമ്മതി'യായി തോന്നുന്നു. അതിനുള്ള പ്രതിവിധി 'അടിയിലും മീതെ ഒരൊടിയില്ല' എന്ന ന്യായപ്രകാരമുള്ള കടുത്ത ശാരീരികപീഡനം തന്നെ. മറ്റുള്ളവരുടെ ബോദ്ധ്യത്തിനിണങ്ങാത്ത വേലായുധന്റെ പ്രവൃത്തികൾ അവനിൽ ഭ്രാന്ത് മൂക്കുന്നതിന്റെ അടയാളമായിട്ടാണ് അവർ കാണുന്നത്. അങ്ങനെ ക്രമേണ കാര്യങ്ങൾ മോശമായി അവനെ ചങ്ങലയ്ക്കിടുന്നതുവരെയെത്തി. തളച്ചിടപ്പെട്ടപ്പോൾ കൂടുതൽ ഏകാന്തത അനുഭവപ്പെടുകയും ചില സമയങ്ങളിലെ വിഭ്രമങ്ങളിൽ ഇരുട്ടിന്റെ ശക്തികൾ തന്നെ വേട്ടയാടുന്നതായി അവന് തോന്നുകയും ചെയ്തു.

ഇങ്ങനെയുള്ള ചിതറിപ്പോകുന്ന ചിത്തവൃത്തികൾക്കിടയിൽ ചിലപ്പോൾ അമ്മുക്കുട്ടിയോടൊപ്പം ബാല്യത്തിൽ കളിച്ചുനടന്നതും മറ്റും അവൻ ഓർക്കും. ചങ്ങലയിൽ കിടക്കുന്നതിനിടയിലും അവൻ അവളെ കാണാൻ ആഗ്രഹിക്കുന്നു. സ്വതന്ത്രനാകാൻ അവൻ നിരന്തരം നടത്തിയ ശ്രമത്തിനിടയിൽ ചങ്ങല പൊട്ടി. അത് നല്കിയ സ്വാതന്ത്ര്യത്തിൽ അവൻ ആവേശത്തോടെ പുറത്തേക്കോടി. മുറിഞ്ഞ ചങ്ങലയും വഹിച്ചുകൊണ്ടുള്ള പ്രാകൃതരൂപിയായ അവന്റെ ഓട്ടം കണ്ട് ആളുകൾ പേടിച്ചു. ചിലർ പിടിച്ചുകെട്ടാനായി പുറകെ ഓടി. ഏതോ അബോധപ്രേരണയാൽ അവൻ ഓടി ഓടി അമ്മുവിന്റെ വീട്ടിലെത്തുന്നു. വീട്ടുമുറ്റത്ത് നിന്ന സ്ത്രീ അമ്മുവാണെന്ന് അവന് മനസ്സിലായി. വേലായുധൻ "അമ്മുക്കുട്ടീ..." എന്ന് ആവേശത്തോടെ വിളിച്ചു. പക്ഷേ, പ്രാകൃതവേഷത്തിലുള്ള അവനെ കണ്ട് ഭ്രാന്തൻ എന്ന് പറഞ്ഞ് അവൾ അകത്തേക്കോടി. ഭ്രാന്തനെ ഓടിക്കാൻ വടിയുമായി ആ വീട്ടിൽ നിന്ന് ആളുകൾ ചാടിയിറങ്ങി. അത് കണ്ട് പ്രാണനും കൊണ്ട് വേലായുധൻ തിരികെ ഓടി. എങ്ങനെയെക്കെയോ ഓടി അവൻ തറവാട്ടിലെത്തി. വേച്ചുകൊണ്ട് കോലായിൽ ചെന്നു വീണു. അമ്മാവനും മറ്റുള്ളവരും ചുറ്റും വന്നപ്പോൾ അവൻ ശ്വാസം മുട്ടിക്കൊണ്ടു പറഞ്ഞു: "എനിക്ക് ഭ്രാന്താണ്. എന്നെ ചങ്ങലയ്ക്കിടൂ."

ഭ്രാന്തില്ലാത്ത ഒരാളെ നിരന്തരമായ പീഡനങ്ങളിലൂടെ ഭ്രാന്തനായി മുദ്രകുത്തുന്ന സമൂഹത്തിന്റെ രീതി സൂക്ഷ്മമായി ആവിഷ്കരിക്കപ്പെട്ടിട്ടുള്ള കഥയാണ് 'ഇരുട്ടിന്റെ ആത്മാവ്.' ചെറിയ തോതിലുള്ള ചില അപസാമാന്യഭാവങ്ങൾ ഇടയ്ക്കൊക്കെ മനസ്സിൽ ഉണരുമെങ്കിലും വേലായുധന്റെ പ്രവൃത്തികൾക്ക് അയാളുടേതായ ഒരു യുക്തിബോധമുണ്ട്.

പക്ഷേ, അവന്റെ അവസ്ഥയെ അനുഭാവപൂർവ്വം കാണാത്തവർ അത് അവന്റെ ഭ്രാന്തൻ ചെയ്തികളായി ആരോപിക്കുന്നു. ഈ അവസ്ഥയുടെ ഇരയായി മാറുന്ന വേലായുധന്റെ മനോവൃത്തികളുടെയും പെരുമാറ്റങ്ങളുടെയും ആലേഖനത്തിലൂടെ അവന്റെ ഭ്രാന്തില്ലായ്മയാണ് 'ഇരുട്ടിന്റെ ആത്മാവിൽ' ചിത്രീകരിക്കുന്നത്. പക്ഷേ തനിക്ക് മറ്റുള്ളവരുടെ പീഡനത്തിൽ നിന്ന് രക്ഷപ്പെടണമെങ്കിൽ ഭ്രാന്തനാണെന്ന് സമ്മതിച്ചുകൊടുക്കയേ തരമുള്ളൂവെന്ന് ഒടുവിൽ വേലായുധന് മനസ്സിലാവുന്നു. അമ്മുവിനെക്കാണാൻ ആവേശത്തോടുകൂടി വേലായുധൻ ഓടിച്ചെന്നപ്പോൾ, ഭ്രാന്തന്റെ പ്രതീതി ഉണർത്തുന്ന അവന്റെ രൂപഭാവങ്ങൾ കണ്ട് അമ്മു പേടിച്ചത് ഒരുപക്ഷേ, അവനിൽ തന്റെ അവസ്ഥയെക്കുറിച്ച് തിരിച്ചറിവുണ്ടാക്കിയിരിക്കാം. സമൂഹത്തിന്റെ വ്യവസ്ഥാപിതരീതിക്കും അതിന്റെ നിരാർദ്രമായ ശാസനയ്ക്കും വഴങ്ങാതിരിക്കുന്ന ഒരംശം വേലായുധനിൽ ഉണ്ട്. വഴങ്ങുന്നുവെന്ന് ഭാവിക്കാനുള്ള കൗശലവും അയാൾക്കില്ല. അല്ലെങ്കിൽ അതിനുള്ള ബുദ്ധിവികാസം വേലായുധനില്ല. അങ്ങനെ അയാൾ ഭ്രാന്തനായി മുദ്രകുത്തപ്പെടുന്നു. അപ്പോഴെല്ലാം അയാൾക്കറിയാം തനിക്ക് ഭ്രാന്തില്ലെന്ന്. പക്ഷേ, ഒടുവിൽ അയാൾക്ക് മനസ്സിലാകുന്നു, താൻ എത്രമാത്രം 'ഭ്രാന്തനല്ല' എന്നു പറഞ്ഞാലും മറ്റുള്ളവർ വിശ്വസിക്കുകയില്ല എന്ന്. ആ തിരിച്ചറിവിന്റെ മുഹൂർത്തത്തിലാണ് അയാൾ തന്നെ ചങ്ങലയ്ക്കിടാൻ ആവശ്യപ്പെടുന്നത്.

പരിചിതലോകങ്ങൾ അനുഭവചിത്രങ്ങൾ

ബാല്യകൗമാരങ്ങളിൽ സ്വന്തം ഗ്രാമത്തിൽനിന്ന് ആർജ്ജിച്ച അനുഭവങ്ങളും അവിടെനിന്ന് നിരീക്ഷിച്ചറിഞ്ഞ ജീവിതാവസ്ഥകളും ചെറുകഥകളുടെ അസംസ്കൃതവിഭവമായി ഉപയോഗിക്കുന്നതിൽ ഏറെ തല്പരനായ കഥാകൃത്താണ് എം ടി വാസുദേവൻ നായർ. ഈയൊരു സവിശേഷത കാരണം ആത്മകഥയുടെ ഏടുകൾ എന്ന പ്രതീതി ഉള വാക്കുന്നതാണ് അദ്ദേഹത്തിന്റെ ചെറുകഥകൾ പലതും. എം ടി എഴു തുന്നു:

> എന്റെ സാഹിത്യജീവിതത്തിൽ മറ്റെന്തിനോടുള്ളതിലുമധികം ഞാൻ കടപ്പെട്ടിരിക്കുന്നത് എന്റെ ഗ്രാമമായ കൂടല്ലൂരിനോടാണ്; വേലായുധേട്ടന്റേയും ഗോവിന്ദൻ കുട്ടിയുടെയും പകിടകളിക്കാ രൻ കോന്തുണ്ണി അമ്മാമയുടെയും കാതുമുറിച്ച മീനാക്ഷി ഏട്ട ത്തിയുടെയും നാടായ കൂടല്ലൂരിനോട്. അച്ഛൻ, അമ്മ, ജ്യേഷ്ഠ ന്മാർ, ബന്ധുക്കൾ, പരിചയക്കാർ, അയൽക്കാർ ഇവരെല്ലാം എനിക്കു പ്രിയപ്പെട്ട കഥാപാത്രങ്ങളാണ്. എന്റെ ചെറിയ അനുഭവമണ്ഡലത്തിൽപ്പെട്ട സ്ത്രീപുരുഷന്മാരുടെ കഥകളാണ് എന്റെ സാഹിത്യത്തിൽ ഭൂരിഭാഗവും. മറ്റൊരു നിലയ്ക്കു പറ ഞ്ഞാൽ എന്റെ തന്നെ കഥകൾ (*തെരഞ്ഞെടുത്ത കഥകൾ* - ആമുഖം).

ആ ലോകത്തോടു താൻ അഭേദ്യമായി ബന്ധപ്പെട്ടിരിക്കുന്നു എന്നും പലപ്പോഴും വ്യത്യസ്തമായ ഭൂവിഭാഗങ്ങൾ തേടി അലയാറുണ്ടെങ്കിലും വീണ്ടും തന്റെ ആ ചെറിയ ലോകത്തേക്കു തിരിച്ചുവരുന്നു എന്നും ആ കുറിപ്പിൽ അദ്ദേഹം വിശദമാക്കിയിട്ടുണ്ട്.

ബന്ധുക്കളും പരിചയക്കാരുമായ കഥാപാത്രങ്ങളേക്കാൾ എം ടി യുടെ കഥാലോകത്ത് പ്രാമുഖ്യം വഹിക്കുന്ന ഒരു കഥാപാത്രമാണ് പല പ്പോഴും പേരില്ലാത്ത ആഖ്യാതാവായി പ്രത്യക്ഷപ്പെടുന്ന, അല്ലെങ്കിൽ ആഖ്യാതാവ് 'അയാൾ' എന്നു വിളിക്കുന്ന ഒരു കഥാപാത്രം. അത് താൻതന്നെയാണ് എന്ന് ഭംഗ്യന്തരേണ അദ്ദേഹം സൂചിപ്പിക്കുന്നു:

> ഏറ്റവും പ്രിയ എന്ന പക്ഷപാതം പറയണമെങ്കിൽ ഒരാളുണ്ട്. അയാളെ ഞാൻ ചിലപ്പോൾ വളരെ സ്നേഹിക്കുന്നു. ചിലപ്പോൾ കഠിനമായി വെറുക്കുന്നു. ചിലപ്പോൾ സഹതപിക്കുന്നു. അയാൾക്ക് എന്റെ കഥയിൽ പേരില്ല. അയാളെന്നു മാത്രമേ പറയാൻ ധൈര്യ പ്പെട്ടിട്ടുള്ളു ('കഥാകാരനിലൂടെ കഥയിലേക്ക്' - *കാഥികന്റെ പണി പ്പുര*)

ശകലിതമായി പല കഥകളായി കിടക്കുന്ന കഥാകൃത്തിന്റെ ആത്മാംശം കലർന്ന അനുഭവച്ചീളുകളും പരിചിതലോകത്തുനിന്നുള്ള കഥാപാത്രങ്ങളും കൂട്ടിവെച്ചാൽ ഒരു വ്യക്തിജീവിതത്തിന്റെ അനുക്രമ മായ ചിത്രം കാണുവാൻ കഴിഞ്ഞേക്കും. ബാല്യം, യൗവനം, വാർദ്ധക്യം - ഈ അവസ്ഥകളിലൂടെ കടന്നു പോകുന്ന ഒരു മനുഷ്യന്റെ വ്യത്യ സ്തകാലങ്ങളിലെ അനുഭവശകലങ്ങളാണവ. കഥാപാത്രങ്ങളിലെ ഈ ആത്മാംശത്തെക്കുറിച്ചും എം ടി പറഞ്ഞിട്ടുണ്ട്. "നേരിട്ടോ പറഞ്ഞു കേട്ടോ പരിചയമുള്ളവരാവും മിക്കപ്പോഴും കഥാപാത്രങ്ങൾ. എങ്കിലേ എനിക്കു പൂർണ്ണമായി സാത്മ്യം പ്രാപിക്കാനാവൂ" (*കാഥികന്റെ പണി പ്പുര*) ഇതിനെ പൂരിപ്പിച്ചുകൊണ്ട്, "എന്റെ എല്ലാ കഥകളും ചേർത്തു വച്ചാൽ എന്റെ ആത്മകഥയാവും" എന്നുകൂടി പറയാൻ അദ്ദേഹം മടി ക്കുന്നില്ല.

ഇങ്ങനെ തന്റെ പരിചയ മേഖലയിലെ വ്യക്തികളെയും അനുഭ വത്തെയും ആഖ്യാനവിഭവമാക്കി മാറ്റുമ്പോൾ മുമ്പ് മറ്റ് കഥാകൃത്തു ക്കൾ ചെയ്തിരുന്നത് കഥാപാത്രത്തെ, യഥാർത്ഥ ജീവിതമാതൃകയായ വ്യക്തിയുടെ നേർപകർപ്പാണ് എന്ന് തോന്നാതിരിക്കാൻ പേര്, ബാഹ്യരൂപം, ജീവിതസാഹചര്യങ്ങൾ എന്നിവയിലൊക്കെ മാറ്റം വരു ത്തി അവതരിപ്പിക്കുകയാണ്. എന്നാൽ പലപ്പോഴും യഥാർത്ഥത്തിൽ ഉണ്ടായിരുന്ന വ്യക്തികളുടെ ഛായയിൽ കഥാപാത്രങ്ങളെ രൂപപ്പെടു ത്തുമ്പോൾ എം ടി വാസുദേവൻ നായർ അവരുടെ ശരിയായ പേരും ജീവിതപശ്ചാത്തലവുമൊക്കെ അപ്പാടെ നിലനിർത്താൻ മടിക്കാറില്ല. 'കർക്കിടകം' എന്ന ചെറുകഥയിലെ ശങ്കുണ്ണിയേട്ടന്റെ കാര്യം ഉദാഹര ണമായി എം ടി പലപ്പോഴും പറഞ്ഞിട്ടുണ്ട്.

പരമ്പരാഗതമായ അർത്ഥത്തിൽ ആത്മകഥാപരമായ കഥകളല്ല ഇവ യൊന്നും. ആത്മകഥപോലും ഒരു ആഖ്യാനമാണ്. ഒരു വ്യക്തി സ്വന്തം അനുഭവത്തെ കാലമേറെക്കഴിഞ്ഞ് വാക്കുകളിൽ പുനരാവിഷ്കരിക്കു കയാണ്. യഥാർത്ഥസംഭവത്തെ വ്യത്യസ്തമായ ഒരു കാലത്ത്, വാക്കു

കളിലൂടെ പുനർനിർമ്മിക്കുമ്പോൾ വരുന്ന അകലം അല്ലെങ്കിൽ വ്യത്യസ്തത ആത്മകഥയെപ്പോലും ഒരു ആഖ്യാനാത്മകനിർമ്മിതിയാക്കി മാറ്റുന്നു. അപ്പോൾപ്പിന്നെ, അനുഭവത്തെ ആഖ്യാനമാക്കി മാറ്റുന്ന പ്രക്രിയയിൽ കലാതന്ത്രപരമായി പുനഃക്രമീകരണങ്ങൾക്കും വ്യതിയാനങ്ങൾക്കും ഏറെ പ്രസക്തിയുള്ള ഫിക്ഷൻ എന്ന സാഹിത്യരൂപത്തിന്റെ പരിധിയിൽ വരുന്ന എം ടി വാസുദേവൻ നായരുടെ രചനകളെ എങ്ങനെ ആത്മകഥാപരം എന്നു പറയാനാവും? അതുകൊണ്ട് കഥാകൃത്തിന്റെ പ്രസ്താവനയെ മുഖവിലയ്ക്കെടുക്കുന്നത് അസ്സംഗതമാണ്. ഓരോ രചനയും ഓരോ ഭാഷാശില്പമാണ്. ആ നിലയിലുള്ള വ്യതിരിക്തതയും സാംഗത്യവുമാണ് എം ടിയുടെ ചെറുകഥകൾക്കും നോവലുകൾക്കും ഉള്ളത്. അതിനപ്പുറം അത് ആ കഥകൾ എഴുതിയ വ്യക്തിയുടെ സ്വകാര്യജീവിതവുമായി ബന്ധിപ്പിക്കുന്നതിന് പരിമിതികളുണ്ട്. എം ടിയുടെ കഥകളിലെയും നോവലുകളിലെയും കഥാപാത്രങ്ങളുടെ പ്രസ്താവങ്ങളെ, കഥാകൃത്തിന്റെതന്നെ പ്രസ്താവങ്ങളായെടുത്ത്, എം ടി വാസുദേവൻ നായർ എന്ന വ്യക്തിയെ വിമർശിക്കുന്ന രീതിയോളം നമ്മുടെ സാംസ്കാരികരംഗത്ത് അത് വളർന്നിരുന്നു. ഒരു വഴിക്ക്, കൃതിയെ എഴുത്തുകാരനിൽനിന്ന് ഭിന്നമായി കാണണം എന്നും രചന ഒരു വാങ്മയ നിർമ്മിതിയാണ് എന്നുമുള്ള സമീപനത്തിന് പ്രാധാന്യം നേടിയിട്ടുള്ള കാലത്താണ് അതിന്റെ വിപരീതഗതിയിലുള്ള ഇത്തരം രീതികൾ വ്യാപകമാകുന്നത് എന്നു കാണാവുന്നതാണ്.

എഴുത്തുകാർ സ്വന്തം പരിചയമണ്ഡലത്തിൽനിന്നും നേരിട്ടുള്ള അനുഭവങ്ങളിൽനിന്നും കഥകൾ രൂപപ്പെടുത്തുമ്പോൾ കഥാകൃത്ത് ജനിച്ചുവളർന്ന, ഹൃദയത്തിൽ പതിഞ്ഞ ചുറ്റുപാടുകൾ ആ കഥകളിൽ പശ്ചാത്തലമാവുക സ്വഭാവികം. എം ടിയുടെ ചെറുകഥകളിലും നോവലുകളിലും ഇങ്ങനെ ആവർത്തിച്ചു കടന്നുവരുന്ന ഒരു ഇടമാണ് തന്റെ ഗ്രാമവും അവിടെ താൻ ബാല്യകൗമാരങ്ങൾ കഴിച്ചുകൂട്ടിയ ഇടങ്ങളും. ആ നിലയിലുള്ള ഗ്രാമാന്തരീക്ഷം എം ടിയുടെ പല ചെറുകഥകളിലും നോവലുകളിലും ചൈതന്യഭരിതമായ ഒരു സാന്നിദ്ധ്യമാണ്.

കഥയുടെ സെറ്റിങ് എന്ന നിലയിലുള്ള സ്ഥലമാനം എന്നതിനപ്പുറം അത്രമാത്രം പ്രാധാന്യം നേടുന്ന ഒരു ആഖ്യാനഘടകമായി ഈ വള്ളുവനാടൻ ഗ്രാമാന്തരീക്ഷം എം ടിയുടെ പല രചനകളിലും പടർന്നു നില്ക്കുന്നു. അതേക്കുറിച്ച് ഒരു സന്ദർഭത്തിൽ അദ്ദേഹം വിശദീകരിക്കുന്നുണ്ട്:

> ഒരാൾ തനിക്കു സുപരിചിതമായ സ്ഥലങ്ങളെപ്പറ്റി, മനുഷ്യരെപ്പറ്റി, ജീവിതത്തെപ്പറ്റിയാണ് എഴുതുന്നത്. എഴുതേണ്ടതും. എനിക്ക് ലണ്ടന്റെ പശ്ചാത്തലത്തിൽ അല്ലെങ്കിൽ സ്വിറ്റ്സർലണ്ടിന്റെ പശ്ചാത്തലത്തിൽ കഥകൾ എഴുതാനാവില്ല. അമേരിക്കയിലെ തെക്കൻ സംസ്ഥാനങ്ങളിൽനിന്നാണ് ഏറ്റവും കൂടുതൽ നല്ല കഥയെഴു

ത്തുകാരുണ്ടായത്. വ്യത്യാസങ്ങൾ കാണാം. സൗകര്യത്തിനുവേണ്ടി അവരെ തെക്കൻ സാഹിത്യകാരന്മാർ എന്ന് വിളിക്കാറുണ്ട്. (കേരളത്തിൽ തെക്കും വടക്കും പറയുന്ന വികാരത്തോടെയല്ല) ഇതേ പോലെയുള്ള ഒരു ചോദ്യത്തിന് തെക്കൻ സംസ്ഥാനക്കാരിയായ കാഥിക യൂഡോറ വെൽറ്റി പറഞ്ഞ മറുപടി ഞാനുദ്ധരിക്കുന്നു. അമേരിക്കയിലെ പ്രമുഖ ചെറുകഥാകൃത്തുക്കളുടെ മുൻനിരയിൽ പെടുന്നവരാണവർ. പ്രാദേശിക തലത്തിലുള്ള എഴുത്തുകാരി എന്ന പ്രാധാന്യം നിരൂപകർ കൂടുതൽ നല്കുന്നുവെന്നു തോന്നുന്നുണ്ടോ എന്നായിരുന്നു അഭിമുഖ സംഭാഷണത്തിലെ ചോദ്യം. മറുപടി ഇതാണ്: പ്രാദേശികതലത്തിലെ എഴുത്തുകാരി എന്നു വിളിച്ചാൽ എനിക്കൊന്നുമില്ല. കള്ളികളും കളങ്ങളും തിരിക്കുന്നത് നിരൂപകരുടെ ജോലിയുടെ ഭാഗമാണല്ലോ. ഏതു പ്രദേശത്തെപ്പറ്റി എഴുതണമെന്ന് എഴുത്തുകാരനോട് പറയാൻ നിരൂപകനു കഴിയില്ലല്ലോ. അത് എഴുതുന്ന ആളുടെ ഉത്തരവാദിത്വമാണ്. ഞാൻ മനുഷ്യരെപ്പറ്റി എഴുതുന്ന ഒരു വ്യക്തിയായിട്ടാണ് എന്നെ സങ്കല്പിക്കുന്നത്. നമ്മളെല്ലാവരെയും പോലെ ഞാനും ഒരു പ്രദേശത്തു താമസിക്കുന്നു. എനിക്കറിയാവുന്നത് ഞാനെഴുതുന്നു. എവിടെ വസിക്കുന്ന എഴുത്തുകാരനെ സംബന്ധിച്ചും ഇത് ബാധകമാണ്. ഞാൻ താമസിക്കുന്ന എന്റെ പ്രദേശത്തെ ഇഷ്ടപ്പെടുന്നു എന്നതും വാസ്തവമാണ്. അതെന്റെ കഥകളിൽ കാണുന്നുവെങ്കിൽ എനിക്കൊന്നുമില്ല. ആ സ്ഥലമാണോ അവർക്കു പ്രചോദനം നല്കുന്നത് എന്നതായിരുന്നു തുടർന്നുള്ള ചോദ്യം. മറുപടി : 'അതുമാത്രമല്ല എന്റെ അറിവുകളുടെ ഉദ്ഭവസ്ഥാനം കണ്ടെത്താൻ, തിരിച്ചറിയാൻ, വ്യാഖ്യാനിക്കാൻ, ആ സ്ഥലം എന്നെ സഹായിക്കുന്നു. എവിടെയെങ്കിലുമൊരിടത്ത് നടക്കാത്ത ഒരു കഥ എഴുതാനാവുമോ? എനിക്കാവില്ല, തീർച്ച. അമൂർത്തവും അവ്യക്തവുമായ ഒന്നിനെപ്പറ്റി എഴുതാൻ എനിക്ക് സാദ്ധ്യമല്ല. അതിൽ താല്പര്യവുമില്ല'. ഒരിക്കൽ ഈ ഇന്റർവ്യൂ വായിച്ചപ്പോൾ ഞാനത് സൂക്ഷിച്ചുവെച്ചു. എന്റെ വാക്കുകൾ തന്നെയാണല്ലോ മിസിസ്സിപ്പിക്കാരിയായ, തെക്കൻ സംസ്ഥാനക്കാരിയായ ഈ കാഥിക പറയുന്നത് എന്ന അത്ഭുതകരമായ കണ്ടെത്തലിന്റെ ഫലമായിട്ട് (*കാഥികന്റെ കല*, കറന്റ് ബുക്സ്, കോട്ടയം, 1988).

എം ടി വാസുദേവൻ നായർ എന്ന എഴുത്തുകാരന്റെ പേരു കേൾക്കുമ്പോൾത്തന്നെ മനസ്സിലേക്കോടിയെത്തുന്നത് *നാലുകെട്ട്* എന്ന സംജ്ഞയാണ്. അവിടെ അത് കേവലമൊരു വാസ്തുമാതൃക മാത്രമല്ല: അത് ഒരു സാമൂഹികജീവിതാവസ്ഥയുടെയും പരമ്പരാഗതമായി നിലനിന്നുപോന്ന ഒരു ജീവിതവ്യവസ്ഥയുടെയും രൂപകമാണ്. ആ കഥാ

ലോകത്ത് രചനയുടെ സ്ഥലപശ്ചാത്തലത്തെ മൂർത്തമാക്കുന്ന ഘടകമെന്ന നിലയിലേക്കു മാത്രമായി *നാലുകെട്ടി*നെ പരിമിതപ്പെടുത്താനാവില്ല. എം ടി വാസുദേവൻ നായരെ സംബന്ധിച്ചിടത്തോളം തന്റെ ജീവിതത്തെ രൂപപ്പെടുത്തിയ സാമൂഹിക വ്യവസ്ഥയെക്കുറിക്കുന്ന ബിംബമായി അത് മാറുന്നു. തകരുന്ന ഫ്യൂഡൽ ജീവിതക്രമത്തിന്റെ പ്രതീകാത്മകഛായയും നഷ്ടമാകുന്ന ഒരു ജീവിതാവസ്ഥയുടെ ഗൃഹാതുരസ്മൃതികളും അതിൽ ഇടകലരുന്നു. സ്നേഹദ്വേഷങ്ങൾ നിറഞ്ഞ ഭിന്നവിതാനങ്ങളിലുള്ള മനുഷ്യബന്ധങ്ങളുടെ ഊടും പാവും ചേർന്നാണത് രൂപംകൊണ്ടിരിക്കുന്നത്. 'ഇരുട്ടിന്റെ ആത്മാവ്,' 'പടക്കം', 'കുട്ട്യേടത്തി', 'കർക്കിടകം,' 'ചെറിയ ചെറിയ ഭൂകമ്പങ്ങൾ,' 'പുരാവൃത്തം,' 'സ്ഥലപുരാണം', 'സുകൃതം' തുടങ്ങിയ ചെറുകഥകളിലൊക്കെ ഈ പശ്ചാത്തലം കഥയുടെ സെറ്റിങ് എന്നതിനപ്പുറം രചനയുടെ സമഗ്രസ്വഭാവത്തെ നിർണ്ണയിക്കുന്ന ഒരു മോട്ടീഫ് എന്ന നിലയിൽ സജീവമായുണ്ട്.

നാലുകെട്ട് ഒരുപാട് ആളുകൾ പെരുമാറുന്ന ഒരിടമാണ്. അച്ഛനും അമ്മയും മക്കളും ചേർന്ന ഇഴയടുപ്പമുള്ള ബന്ധങ്ങളുള്ള ഒരു കുടുംബഘടനയല്ല അവിടെയുള്ളത്. മാതൃദായക്രമത്തിന്റെ ആ ഘടനയ്ക്കുള്ളിൽ അച്ഛന് സ്ഥാനമില്ല. സ്വാഭാവികമായും അതുളവാക്കുന്ന ഘടനാവിചരിത്തി കുടുംബത്തിൽ ഉണ്ടായിരിക്കേണ്ട സ്നേഹനിർഭരമായ അന്തരീക്ഷത്തിൽ വിള്ളലുകൾ സൃഷ്ടിക്കുന്നു. കാലക്രമേണ ആ വ്യവസ്ഥയ്ക്കുണ്ടായ അപചയം കൂട്ടുകുടുംബത്തിന്റെ ആ അരങ്ങിൽ സ്നേഹത്തിന്റെയും വാത്സല്യത്തിന്റെയും ഭാവങ്ങൾ വിരളമായിത്തീരാൻ ഇടയാക്കി. അങ്ങനെ സ്നേഹനഷ്ടത്തിൽ ഉഴലുന്ന, സ്നേഹത്തിന്റെ അഭാവത്തിൽ സമനില തെറ്റുന്ന കഥാപാത്രമാണ് 'ഇരുട്ടിന്റെ ആത്മാവി'ലെ വേലായുധൻ. ഒരേ കൂട്ടുകുടുംബത്തിൽ അച്ഛന്റെ സ്നേഹവാത്സല്യങ്ങളും സാമ്പത്തികസഹായവും കിട്ടുന്ന കുട്ടികളും അച്ഛനെ കാണാൻപോലും കഴിയാത്ത കുട്ടികളും വ്യത്യസ്തമായ ജീവിതനിലവാരത്തിൽ കഴിയുന്ന കാഴ്ച എം ടി വാസുദേവൻ നായരുടെ ചെറുകഥകളിലുണ്ട്. ദിവസവും നല്ല കറികൾ കൂട്ടി സമൃദ്ധമായി ഊണു കഴിക്കുന്ന അമ്മാമന്റെ മക്കളും വറ്റില്ലാത്ത കഞ്ഞിയുടെ മുമ്പിൽ വിശപ്പ് ഉണരുന്ന അനന്തരവനും ഒരേ നാലുകെട്ടിൽ കഴിയുന്നു. ഇത്തരം അനുഭവങ്ങൾ നല്കുന്ന സ്നേഹശൂന്യതയും അപകർഷതയും രോഷവും എം ടി വാസുദേവൻ നായരുടെ കഥാപാത്രങ്ങളുടെ മനോഘടനയെ നിയന്ത്രിക്കുന്നുണ്ട്.

'ഒരു പിറന്നാളിന്റെ ഓർമ്മ' എന്ന കഥയിൽ ക്രൂരനായ കാരണവരുടെ ചിത്രമുണ്ട്. പൊതുവേ നാലുകെട്ടിനെ കേന്ദ്രീകരിച്ചുള്ള കൂട്ടുകുടുംബവ്യവസ്ഥ, സ്നേഹശൂന്യതയുടെയും ഉത്തരവാദിത്വം കുറഞ്ഞ കുടുംബ ബന്ധങ്ങളുടേതുമാണ്. ഇങ്ങനെ തന്റെ ബാല്യം കടന്നുപോന്ന, തകരാൻ തുടങ്ങിയ മരുമക്കത്തായ വ്യവസ്ഥയുടെയും കൂട്ടുകുടുംബ ജീവിതരീതിയുടെയും ഗൃഹാതുരസ്മൃതികൾ *നാലുകെട്ട്* എന്ന വാസ്തു

മാതൃകയെ കേന്ദ്രീകരിച്ച് എം ടി വാസുദേവൻ നായരുടെ കഥാലോകത്ത് സജീവസാന്നിദ്ധ്യമായി വർത്തിക്കുന്നു. ആ ജീവിതക്രമത്തെക്കുറിച്ചുള്ള വൈകാരികമായ ഗാഢാവബോധം എം ടിയുടെ രചനാസത്തയിൽ ആഴത്തിൽ ലയിച്ചുകിടപ്പുണ്ട്. *നാലുകെട്ട്, അസുരവിത്ത്, കാലം* എന്നീ നോവലുകളിൽ കൂടുതൽ ആഴത്തിലും വിമർശനാത്മകമായും ആ വ്യവസ്ഥയെ എം ടി ആവിഷ്കരിക്കുന്നുണ്ട്. ആ ജീവിതവ്യവസ്ഥയുടെ തകർച്ചയുടെ ഘട്ടത്തെയാണ് അദ്ദേഹം ഈ പറഞ്ഞ രചനകളിൽ ആലേഖനം ചെയ്തിട്ടുള്ളത്.

നാലുകെട്ടിന്റെയും അതിനെ കേന്ദ്രീകരിച്ചുള്ള കൂട്ടുകുടംബജീവിതവ്യവസ്ഥയുടെയും സൂചനകൾ, ആ അന്തരീക്ഷത്തിൽനിന്ന് ഭിന്നമായ ചുറ്റുപാടുകളിലുള്ള കഥകളിൽപ്പോലും കടന്നുവരുന്നതു കാണാം. നാഗരികമായ അന്തരീക്ഷത്തിലുള്ള അണുകുടുംബം പശ്ചാത്തലമാകുമ്പോൾപ്പോലും കൂട്ടുകുടുംബത്തിലെ അന്തരീക്ഷസൂചനകൾ അബോധപൂർവ്വം എം ടി വാസുദേവൻ നായരുടെ ചെറുകഥകളിൽ കടന്നുവരുന്നു. തന്റെ സ്വഭാവശുദ്ധിയിൽ സംശയം വന്നതോടെ ഭർത്താവ് വേർപിരിഞ്ഞ് വേറെ താമസിക്കാനിടയായ സന്ദർഭം ഓർക്കുകയാണ് ഭാര്യ: "നാടകത്തിന്റെ അന്ത്യത്തിൽ പണ്ടു കാണാത്തവരെപ്പോലെ നാം വേർപിരിയുന്നു.... നിശ്ശബ്ദതകൾ, ഒഴിഞ്ഞുമാറാൻ വാതിലുകൾ തുറന്നിട്ടുതരുന്ന വാക്കുകൾ, പത്തായത്തിൽ നിന്ന് വിത്തു ചെലവിനളക്കുന്ന കാരണവരുടെ കരുതലുകൾ...."('ഇടവഴിയിലെ പൂച്ച മിണ്ടാപ്പൂച്ച') ഇവിടെ കഥയിലെ അന്തരീക്ഷമായി യാതൊരു ബന്ധവുമുള്ള സൂചനയല്ല, പത്തായത്തിൽനിന്നു വിത്തുചെലവിനളക്കുന്ന കാരണവരെക്കുറിച്ചുള്ളത്. എങ്കിലും കഥാകാരന്റെ ആത്മാവിന്റെ മുദ്ര പതിഞ്ഞ് മൂർത്തമായ ഒരു ഇമേജായി അത് മാറുന്നു. എഴുത്തുകാരനിൽ വർത്തിക്കുന്ന അബോധസ്മൃതികളുടെ ലോകമാണ് ഈ ഇമേജിലൂടെ സൂചിതമാകുന്നത്.

വിശ്വാസങ്ങളുടെ മാന്ത്രികലോകം

ബാലമനസ്സിനെ കേന്ദ്രീകരിച്ചാണ് എം ടി വാസുദേവൻ നായരുടെ പ്രധാനപ്പെട്ട ചെറുകഥകളിൽ ചിലത് എഴുതിയിട്ടുള്ളത്. ഇത്തരം ചെറുകഥകളിലെ കുട്ടി കഥാകാരന്റെ ആത്മസത്തയുടെ അംശങ്ങൾ ആവഹിക്കുന്ന ഒരു കഥാപാത്രമാണ്. വലിയ ഒരളവോളം തന്നെ കേന്ദ്രീകരിച്ച് തന്റെയും തന്റെ ചുറ്റുപാടുകളുടെയും കഥകളെഴുതിയ എം ടി ആവിഷ്കരിക്കുന്ന അനുഭവലോകത്തിൽ പലപ്പോഴും കേന്ദ്രവർത്തിയായി വരുന്നത് ഒരു ബാലനാണ്. അഥവാ കഥാകേന്ദ്രം മുതിർന്നവരായാൽപ്പോലും കഥയിലെ വീക്ഷണസ്ഥാനം കുട്ടിയുടേതാകുന്നു.

ആ അനുഭവലോകത്തിന്റെ പശ്ചാത്തലം ഇരുപതാം നൂറ്റാണ്ടിന്റെ രണ്ടാംപകുതിക്കു മുൻപുള്ള ഒരു വള്ളുവനാടൻ ഗ്രാമമാണ്. അവിടെ തകർച്ചയിലേക്കു നീങ്ങുന്ന കൂട്ടുകുടുംബവ്യവസ്ഥിതിയുടെ ഭാഗമായ ഒരു നായർത്തറവാട്; വേണ്ടത്ര സ്നേഹമോ പരിഗണനയോ കിട്ടാതെ ഏകാകിയായി വളരുന്ന ഒരാൺകുട്ടി; ഈ ഘടകങ്ങളെ കേന്ദ്രീകരിച്ചാണ് മിക്ക കഥകളുടെയും പശ്ചാത്തലസ്വരൂപം ക്രമപ്പെടുത്തിയിരിക്കുന്നത്. 'ചെറിയ ചെറിയ ഭൂകമ്പങ്ങൾ' എന്ന കഥയിൽ പ്രമേയത്തിന്റെയും കലാതന്ത്രത്തിന്റെയും ഭാഗമായി കേന്ദ്രസ്ഥാനത്തുവരുന്ന കഥാപാത്രം ഒരു പെൺകുട്ടിയായി മാറി എന്നതും കുറേക്കൂടി ആധുനികമായ ഒരുകാലത്താണ് കഥ നടക്കുന്നത് എന്നതും ഒഴിച്ചാൽ ഈ ഗണത്തിൽപ്പെട്ട മിക്ക കഥകളിലും ഈ ഘടന ആവർത്തിക്കുന്നതായി കാണാം.

കുട്ടികളെ കേന്ദ്രീകരിക്കുന്ന ചെറുകഥകൾ പ്രധാനമായും രണ്ടു ഗണത്തിൽപ്പെടുന്നു. ഒന്ന് കുട്ടിയുടെ അനുഭവലോകം നേരിട്ട് അവതരിപ്പിക്കുന്നവ. മറ്റൊരിനം ചെറുകഥകളിൽ മുതിർന്ന വ്യക്തി കുട്ടിക്കാലത്തെ ഓർമ്മകൾ അയവിറക്കുന്ന ഘടനയുള്ളവ. 'ഓപ്പോൾ', 'കുട്ട്യേ

ടത്തി', 'കുറുക്കന്റെ കല്യാണം', 'ഒടിയൻ', *'ചെറിയ ചെറിയ ഭൂകമ്പങ്ങൾ'* തുടങ്ങിയ കഥകൾ കുട്ടി നേരിട്ട് കഥാഖ്യാനം നിർവ്വഹിക്കുന്ന രീതിയിൽ എഴുതിയിട്ടുള്ളതാണ്. മുതിർന്ന ആളുകൾ കുട്ടിക്കാലത്തെ അനുഭവങ്ങളെ സ്മൃതിരൂപത്തിൽ അവതരിപ്പിച്ചിട്ടുള്ള ചെറുകഥകളാണ് 'തെറ്റും തിരുത്തും', 'നീലക്കടലാസ്സ്', 'പടക്കം', 'ഒരു പിറന്നാളിന്റെ ഓർമ്മ', 'നുറുങ്ങുന്ന ശൃംഖലകൾ', 'നിന്റെ ഓർമ്മയ്ക്ക്', 'പുരാവൃത്തം', 'അജ്ഞാതന്റെ ഉയരാത്ത സ്മാരകം' തുടങ്ങിയവ.

മരുമക്കത്തായ വ്യവസ്ഥയുടെ ക്രൂരവും യാതനാനിർഭരവുമായ, മുഖങ്ങളാണ് 'ഒരു പിറന്നാളിന്റെ ഓർമ്മ', 'നുറുങ്ങുന്ന ശൃംഖലകൾ' എന്നീ കഥകളിലുള്ളത്. രണ്ടു കഥകളിലും അമ്മയും മകനുമാണുള്ളത്. അവരുടെ ദുരിതങ്ങൾക്കു കാരണമായ വ്യവസ്ഥയുടെ നിരാർദ്രത മുഴുവൻ മൂർത്തീകരിച്ചതുപോലെയുള്ള അമ്മാവനും. 'ഒരു പിറന്നാളിന്റെ ഓർമ്മ'യിൽ യുവാവായ കുഞ്ഞികൃഷ്ണൻ ബാല്യത്തിലെ ഒരനുഭവം അയവിറക്കുകയാണ്. കൂട്ടുകുടുംബത്തിൽ, കാരണവരുടെ മക്കൾക്ക് സമൃദ്ധമായ ചോറും രുചിയുള്ള കറികളും കിട്ടുമ്പോൾ അനന്തരവന്മാർ വറ്റില്ലാത്ത കഞ്ഞിക്കുവേണ്ടി കാത്തിരിക്കേണ്ടിവരുന്നു. അമ്മാവന്റെ മകന്റെ പിറന്നാളിന് സദ്യയൊരുക്കുന്നതുകണ്ട്, തന്റെ പിറന്നാളും ആഘോഷിക്കണമെന്ന് ശാഠ്യം പിടിച്ച കുട്ടിയായ കുഞ്ഞികൃഷ്ണനോട് അലിവുതോന്നി അവന്റെ അമ്മ, തറവാട്ടിൽ കാരണവരായ തന്റെ ആങ്ങള ചെലവിനു നെല്ലളന്നപ്പോൾ ഏറെ വിനീതമായി ഒരു നാലിടങ്ങഴികൂടി ചോദിച്ചു. എന്നാൽ കാരണവർക്ക് അത് രസിച്ചില്ല. അതേത്തുടർന്നുണ്ടായ സംഭാഷണം അമ്മയുടെ ചെകിട്ടത്ത്, കാരണവരുടെ അടികൊള്ളുന്നിടത്തോളം എത്തി. അങ്ങനെ ആ പിറന്നാൾദിനം അവൻ ജീവിതത്തിലൊരിക്കലും മറക്കാത്ത ദുരന്തദിനമായി. പിന്നീടൊരിക്കലും അയാൾ പിറന്നാൾ ആഘോഷിച്ചില്ല.

തറവാട്ടുമഹിമയെക്കുറിച്ചുള്ള കാരണവരുടെ ദുരഭിമാനത്തിനു മുന്നിൽ പ്രതിഷേധിച്ച് അച്ഛൻ പിരിഞ്ഞുപോയതിൽപ്പിന്നെ കഠിനമായ ദാരിദ്ര്യത്തിന്റെ പരീക്ഷണങ്ങളിൽക്കൂടി കടന്നുവന്ന ശേഖരന്റെ ബാല്യസ്മൃതികളാണ് 'നുറുങ്ങുന്ന ശൃംഖലകളിൽ' ആഖ്യാനം ചെയ്തിട്ടുള്ളത്. ദാരിദ്ര്യത്തിനിടയിലും ഏറെ ഞെരുങ്ങി വിദ്യാഭ്യാസം തുടർന്ന ശേഖരന് ഗവൺമെന്റ് പരീക്ഷയ്ക്ക് പണമടയ്ക്കാൻ ഒരു വഴിയുമുണ്ടായില്ല. ഒടുവിൽ കാരണവരുടെ അടുത്തെത്തി സഹായമഭ്യർത്ഥിച്ചുവെങ്കിലും അപമാനിതനായി തിരിച്ചുപോരേണ്ടി വന്നു. പിന്നീട് ശേഖരന് ജോലി കിട്ടിയപ്പോൾ അതേ കാരണവർതന്നെ അവന്റെ അടുത്തെത്തി തന്റെ മകളെ വിവാഹം കഴിക്കണമെന്നഭ്യർത്ഥിച്ചു. നിഗൂഢമായ ഒരു പ്രതികാരത്തിന്റെ ലഹരിയോടെ ശേഖരൻ അത് നിരാകരിക്കുന്നു. ലോഡ്ജിലെ മറ്റ് അന്തേവാസികളെല്ലാം നാട്ടിൽ പോകാൻ തയ്യാറെടുക്കുന്ന ഒരു ഓണക്കാലത്ത് ശേഖരന്റെ ഓർമ്മയിൽ തെളിയുന്ന ഈ സംഭവാംശങ്ങൾ ചേർന്ന് ചെറുകഥ രൂപം കൊള്ളുന്നു. ഇത്തരം കഥകളിലൂടെ താൻ

അനുഭവിച്ചറിഞ്ഞതും ഇന്ന് ഓർമ്മയായി മാറിക്കഴിഞ്ഞതുമായ ഒരു സാമൂഹികാവസ്ഥയുടെ വേദനിപ്പിക്കുന്ന ചിത്രങ്ങൾ വരച്ചിടുകയാണ് എം ടി വാസുദേവൻ നായർ.

ഓരോ ഗ്രാമത്തിനും തനിമയാർന്ന വിശ്വാസങ്ങളുടെയും ആചാരങ്ങളുടെയും പാരമ്പര്യമുള്ള ഒരു നാടായിരുന്നു കേരളം അരനൂറ്റാണ്ടു മുമ്പുവരെയെങ്കിലും. ഗ്രാമത്തിന്റെ ഭാവാന്തരീക്ഷത്തെ രൂപീകരിക്കുന്നതിൽ നിർണ്ണായകമായ പങ്കുവഹിച്ച ഒരു ഘടകമായിരുന്നു ഈ വിശ്വാസങ്ങളുടെ അതീതലോകം. എന്നാൽ നവോത്ഥാനാധുനികതയുടെയും പുരോഗമനചിന്തയുടെയും ശാസ്ത്രബോധത്തിന്റെയും അന്തരീക്ഷം ശക്തമാകുകയും നാഗരികതയുടെ ഭൗതികോപാധികൾ ഗ്രാമങ്ങളിലും പ്രചാരമാർജ്ജിക്കുകയും ചെയ്തതോടെ ഈ തരത്തിലുള്ള വിശ്വാസങ്ങളും ആചാരങ്ങളുമൊക്കെ സമൂഹത്തിൽനിന്ന് മെല്ലെ മാഞ്ഞുതുടങ്ങി. 1950 കളിൽ ഇത്തരം അന്ധവിശ്വാസജന്യമായ ആചാരങ്ങൾക്കും അനുഷ്ഠാനങ്ങൾക്കും അവയുടെ പ്രയോക്താക്കൾക്കും എതിരെ പുരോഗമനചിന്താഗതിക്കാരുടെ ശക്തമായ ഇടപെടലുകൾ ഉണ്ടായി. അത്തരം പ്രവണതകളെ യുക്തിയുടെ വെളിച്ചത്തിൽ കിഴുക്കിയിരുത്തുകയും പരിഹസിച്ചൊതുക്കുകയും ചെയ്യുന്ന രചനകൾ സാഹിത്യത്തിലും ഉണ്ടായി. ആ ഗണത്തിൽപ്പെടുത്താവുന്ന ചില ചെറുകഥകൾ എം ടി വാസുദേവൻ നായർ എഴുതിയിട്ടുണ്ട്. 'രാജി, മന്ത്രവാദി' തുടങ്ങിയ ആദ്യകാല ചെറുകഥകൾ ഈ ഇനത്തിൽപ്പെടുത്താവുന്നതാണ്. ആ വിഷയത്തെ മുൻനിർത്തിയെഴുതിയിട്ടുള്ള ചെറുകഥകളിൽ ആഭിചാരത്തിന്റെ സവിശേഷമായ അന്തരീക്ഷത്തെ പിടിച്ചെടുക്കുന്നതിൽ കഥാകൃത്ത് ശ്രദ്ധിക്കുന്നു. ആ രംഗത്ത് പ്രവർത്തിക്കുന്നവരുടെ ജീവിതദൈന്യം മാനുഷികമായ ഒരു കാഴ്ചപ്പാടിൽ അവതരിപ്പിക്കാനും ശ്രമിച്ചിട്ടുണ്ട്. 'രാജി' എന്ന ചെറുകഥയിലെ നർമ്മസ്ഫുരിതമായ അവതരണത്തിന്റെയും അതിലെ മന്ത്രവാദിയുടെ ജീവിതാവസ്ഥയിലെ ദൈന്യത്തിന്റെ ചിത്രീകരണത്തിന്റെയും പിന്നിൽ വിരുദ്ധാംശങ്ങളെ സമാന്തരീകരിക്കുന്ന ഒരു സമീപനം ഒളിഞ്ഞുകിടപ്പുണ്ട്. ആഖ്യാനത്തിന്റെ സ്വരഛായ വ്യത്യസ്തമാണെങ്കിലും പ്രമേയസ്വഭാവത്തിൽ ഇതിനോടടുത്തു നില്ക്കുന്നതാണ് 'മന്ത്രവാദി' എന്ന ചെറുകഥയും. രണ്ടു രചനയിലും ആഖ്യാതാവിൽ ഒളിഞ്ഞു നില്ക്കുന്ന പുരോഗമന പക്ഷക്കാരന്റെ സാന്നിദ്ധ്യം അറിയാൻ കഴിയും.

പില്ക്കാലത്ത് എം ടി വാസുദേവൻ നായർ എഴുതിയ 'ബാധകൾ' എന്ന ഉപന്യാസത്തിൽ സ്വന്തം തറവാട്ടിൽ നടന്ന ആഭിചാരകർമ്മങ്ങൾക്ക് കൗമാരത്തിൽ സാക്ഷ്യം വഹിച്ചതിന്റെയും അന്ന് മന്ത്രവാദത്തിനുവന്ന കോട്ടപ്പാടത്തെ എഴുത്തച്ഛനുമായി സംസാരിച്ചതിന്റെയും അനുഭവങ്ങൾ രേഖപ്പെടുത്തിയിട്ടുണ്ട്. അതിൽ അദ്ദേഹം എഴുതുന്നു:

> പകലും ഇരുട്ട് പതിയിരിക്കുന്ന തട്ടിൻപുറങ്ങളിൽ രക്തേശ്വരിയുടെ

> ഭൂതഗണങ്ങൾ. കുന്നിൻചരിവിലെ പുല്ലാനിപ്പൊന്തകളുടെ മറവിൽ നട്ടുച്ചവെയിലിൽ മുടിയഴിച്ചിട്ടിരിക്കുന്ന കരിനീലി. വാഴക്കൂട്ടങ്ങൾക്കിടയിൽ കല്ലേറിയാൻ കാത്തിരിക്കുന്ന ചാത്തന്റെ കിങ്കരന്മാർ. വേലിക്കു ചുറ്റും പാതിരകഴിഞ്ഞാൽ ഓളിയിട്ടുനടക്കുന്ന ഒടിഭൈരവന്മാർ. ഇവരുടെയൊക്കെ തൊട്ടടുത്തായി ഭയന്നുനടന്ന ഒരു കൗമാരഘട്ടത്തിന്റെ ഓർമ്മകൾ...

മാത്രമല്ല, മന്ത്രവാദംകൊണ്ട് തകർന്ന കുടുംബമാണ് തന്റേതെന്നും, അതുകൊണ്ടുതന്നെ അത് തനിക്കിഷ്ടപ്പെട്ട വിഷയമാണെന്നും അദ്ദേഹം ഓർക്കുന്നുണ്ട്. മന്ത്രവാദികളെക്കണ്ട് സംസാരിച്ച് ആ വിഷയത്തെക്കുറിച്ച് ഫീച്ചർ തയ്യാറാക്കണമെന്ന് പത്രപ്രവർത്തനകാലത്ത് ആഗ്രഹിച്ചിരുന്നു എന്നും കൂട്ടിച്ചേർക്കുന്നു. ഇങ്ങനെ ഈ മേഖലയുമായി ബന്ധപ്പെട്ട ധാരണകളും അറിവുകളും അനുഭവങ്ങളും ഓർമ്മകളും ഈ സവിശേഷമണ്ഡലത്തെ കേന്ദ്രീകരിച്ച് വ്യത്യസ്ത സമീപനത്തിലും സ്വരഘടനയിലുമുള്ള ചെറുകഥകൾ വ്യത്യസ്ത കാലങ്ങളിൽ എഴുതിയതിന്റെ പിന്നിൽ പ്രവർത്തിച്ചിട്ടുണ്ട് എന്നു കരുതാം. ഭൗതികാതീതശക്തികൾ, ദേവതകൾ, ദുഷ്ടശക്തികൾ എന്നിവയെല്ലാം ആ ലോകത്തിന്റെ ഭാഗമായിരുന്നു. ആഭിചാരത്തിന്റെയും മാന്ത്രികതയുടേതുമായ ആ ലോകം അക്കാലത്ത് ഓരോ കുട്ടിയുടെ മനസ്സിലും അബോധസ്മൃതിയായി, ആഴത്തിൽ വർത്തിച്ചിരുന്നു. വള്ളുവനാടൻ ഗ്രാമപശ്ചാത്തലത്തിൽ ഇത്തരം പ്രാദേശികമായ ഐതിഹ്യങ്ങളുടെയും വിശ്വാസങ്ങളുടെയും മാന്ത്രികാന്തരീക്ഷത്തിൽ കുട്ടികളുടെ മനസ്സിനെ ആവിഷ്കരിക്കുന്ന ഏതാനും ചെറുകഥകളും എം ടി വാസുദേവൻ നായർ എഴുതിയിട്ടുണ്ട്. അവയിൽ പ്രധാനം 'പടക്കം', 'ഒടിയൻ', *ചെറിയ ചെറിയ ഭൂകമ്പങ്ങൾ* എന്നിവയാണ്.

'പടക്കം' എന്ന കഥ നോക്കുക. നാലുകെട്ടിന്റെ മച്ചിൽ കൊടിക്കുന്നത്തു ഭഗവതിയുടെ ആസ്ഥാനമുണ്ട്. അവിടെ വച്ചിട്ടുള്ള ഭണ്ഡാരപ്പെട്ടിയിൽ കുടുംബത്തിലെ അംഗങ്ങൾ വല്ലപ്പോഴും കാശിടും. അമ്പലത്തിൽ കൊല്ലംതോറും കഴിക്കാറുള്ള കുരുതിദിവസം പെട്ടിയിലെ കാശെല്ലാം പെറുക്കിയെടുത്ത് വഴിപാടു നടത്തും. മച്ചിൽ ഭഗവതിയുടെ ആവാസമുണ്ടായതിനെപ്പറ്റി മുത്തശ്ശി വിവരിക്കുമ്പോഴെല്ലാം കുട്ടിക്ക് കോരിത്തരിപ്പുണ്ടാകും:

> കൊടുങ്കാറ്റും ഇരുട്ടും മഴയുമുള്ള ഒരു രാത്രിയിൽ മുത്തശ്ശിയുടെ മുത്തശ്ശിയും കൊച്ചുമകളും പേടിച്ചിരിക്കുമ്പോൾ വാതില്ക്കൽ മുട്ടിവിളിച്ചു. 'ആരാണതെ'ന്നു ചോദിച്ചപ്പോൾ മറുപടി 'പേടിക്കേണ്ട' എന്നായിരുന്നു. വാതിൽ തുറന്നപ്പോൾ ആരുമില്ല! അടുത്ത നിമിഷത്തിൽ അടഞ്ഞുകിടക്കുന്ന മച്ചിന്റെ വാതിൽ കറെ കറെ എന്നു തുറന്നു. മക്കൾ പേടിക്കേണ്ട; 'ഞാൻതന്നെയാണെ'ന്നു ശബ്ദമുണ്ടായി. രാത്രിയിൽ മുത്തശ്ശി സ്വപ്നം കണ്ടു. പട്ടും വാളും

ധരിച്ച ദേവി സ്വപ്നത്തിൽ അവരെ സമീപിച്ച് മച്ചിൽ താവളമുറ പ്പിച്ച വിവരമറിയിച്ചു ('പടക്കം').

വിഷുക്കാലത്ത് ചുറ്റുപാടുമുള്ള വീടുകളിൽ കുട്ടികൾ ഉത്സാഹ ത്തോടെ പടക്കം പൊട്ടിക്കുകയാണ്. വാസുവിന് പടക്കം വാങ്ങാൻ പണം കിട്ടാൻ ഒരു വഴിയുമില്ല. ഒടുവിൽ മച്ചിലെ ഭഗവതിയുടെ ഭണ്ഡാര ത്തിൽനിന്ന് നാലണയെടുത്ത് പടക്കം വാങ്ങാൻ വീട്ടിൽ പണിക്കുവരുന്ന ചെറുമക്കുട്ടി തുപ്രനെ ഏല്പിച്ചു. അവൻ പടക്കം വാങ്ങിക്കൊണ്ടുവന്ന പ്പോൾ, വീണ്ടും വീണ്ടും ചോദിച്ചപ്പോൾ മച്ചിൽനിന്നാണ് പണമെടുത്തത് എന്ന് വാസു സത്യം പറഞ്ഞു. അതോടെ തുപ്രന്റെ മട്ടുമാറി. ഭഗവതി യുടെ പണമെടുത്താൽ ദോഷമാണെന്നും ഇതറിഞ്ഞിരുന്നെങ്കിൽ താൻ പടക്കം വാങ്ങിക്കൊണ്ടു വരികയില്ലായിരുന്നുവെന്നും തുപ്രൻ പറഞ്ഞു. ഭഗവതിയുടെ പണമെടുത്താൽ ഭ്രാന്തുപിടിക്കുമെന്നും ചോര ഛർദ്ദിച്ചു മരിക്കുമെന്നും ഒക്കെ തുപ്രൻ കൂട്ടിച്ചേർത്തു. ഇതൊക്കെ കേട്ടതോടെ വാസു പരിഭ്രാന്തനായി. പേടിയും കുറ്റബോധവും ആ കുഞ്ഞുമനസ്സിനെ വേട്ടയാടി. പടക്കം പൊട്ടിക്കാതിരുന്നാൽ കുഴപ്പമൊന്നും വരില്ല എന്ന് തുപ്രൻ നിർദ്ദേശിച്ച പോംവഴി അവന് ആശ്വാസം പകർന്നു. ദൂരെക്കൊണ്ടുപോയി കളയാൻവേണ്ടി വാസു പടക്കപ്പെട്ടി തുപ്രനെ ഏല്പിച്ചു; പിന്നെ മച്ചിൽ ഭഗവതിയുടെ മുമ്പിലെത്തി ഉള്ളുരുകി പ്രാർത്ഥിച്ചു. അതോടെ വാസുവിന് സമാധാനമായി. രാത്രി തുപ്രന്റെ ചാളയുടെ അടുത്തുനിന്ന് മാലപ്പടക്കം പൊട്ടുന്നതിന്റെ ശബ്ദം കേട്ടു വെങ്കിലും അത് തുപ്രൻ പടക്കം പൊട്ടിക്കുന്നതാവില്ല, എന്നാണ് കുട്ടിക്കു തോന്നിയത്. തുപ്രന് എവിടെനിന്ന് പടക്കം കിട്ടാനാണ്?

വള്ളുവനാടൻ പ്രദേശത്തെ പ്രത്യേകതയുള്ള ഒരു ആഭിചാരരീ തിയാണ് ഒടിവിദ്യ. ഒടി മറയുക എന്ന ആഭിചാര ക്രിയയിലൂടെ ശത്രു വിനെ വകവരുത്തുന്നവനെയാണ് ഒടിയൻ എന്നു വിളിക്കുക. അന്നത്തെ ജാതിഘടനയിൽ പാണരും പറയരും മറ്റുമായിരിക്കും ഒടിയന്മാർ. രാത്രി യിൽ കാളയുടെയോ നായയുടെയോ മറ്റോ വേഷത്തിൽ വഴിയരികിൽ വിജനസ്ഥാനത്ത് കാത്തിരുന്ന് ശത്രുവിനെ വകവരുത്തുകയാണ് ഒടി യന്റെ രീതി. ഗർഭിണികളെ വശീകരിച്ച് വീട്ടിനു വെളിയിൽ കൊണ്ടു വന്ന് വയറ്റിൽ കിടക്കുന്ന ഭ്രൂണത്തെ എടുത്താണ് ഒടിയൻ ഓടിമറയാ നുള്ള മരുന്നുണ്ടാക്കുന്നത് എന്നാണ് വിശ്വാസം. ഒടിയന്മാരെക്കുറിച്ചും ഒടിവിദ്യയെക്കുറിച്ചുള്ള ഇത്തരത്തിലുള്ള ഭീതിദമായ കഥകൾ പലതും പലരിൽനിന്നും പലപ്പോഴായി കേട്ടു വിശ്വസിച്ചിരുന്ന ഒരു ബാലന്റെ കാഴ്ചപ്പാടിലൂടെയാണ് 'ഒടിയൻ' എന്ന ചെറുകഥയുടെ ആഖ്യാനം. ആഖ്യാതാവായ കുട്ടിയുടെ തറവാട്ടിൽനിന്നും ചെറുമരുടെ കാവിലേക്ക് കാഴ്ചവയ്ക്കേണ്ട കെട്ടുകാളയെ, കൊണ്ടുവരാൻ ചുമതലപ്പെട്ട കണ്ട ങ്കാളി സമയത്ത് കാളയെ എത്തിച്ചില്ല. തറവാട്ടിൽ കാരണവർ വൈകി വന്ന കണ്ടങ്കാളിയെ പൊതിരെ തല്ലി. കണ്ടങ്കാളി ഒടിയനാണ് എന്നോർമ്മ

വന്ന കുട്ടി ആ രാത്രിയത്രയും ഭീതിയിലും സംഭ്രമത്തിലും കഴിഞ്ഞു. കുട്ടിയുടെ ഗർഭിണിയായ ചേച്ചി വീട്ടിലുണ്ട്. അതുകൂടി ഓർത്തപ്പോൾ കുട്ടിയുടെ ഭീതി വർദ്ധിച്ചു. പേടിയും ഉൽക്കണ്ഠയും ആശങ്കയും എല്ലാം കലർന്ന ഭീഷണമായ ഒരു രാത്രിയായിരുന്നു അവനെ സംബന്ധിച്ചിടത്തോളം അത്. അവന് അത് ഉറക്കം വരാത്ത രാത്രിയായിരുന്നു. വെളുപ്പാൻകാലത്താണ് ഒന്നുറങ്ങിയത്. നേരം വെളുത്തപ്പോൾ ഒന്നും സംഭവിച്ചിരുന്നില്ല. അന്ധവിശ്വാസജന്യമായ ദുഃസ്വപ്നങ്ങളുടെ മായികരാത്രിയിൽ നിന്ന് യുക്തിയുടെ പകൽവെളിച്ചത്തിലേക്ക് കണ്ണുമിഴിച്ച കുട്ടി ആശ്വസിച്ചു.

ഈ രണ്ടു ചെറുകഥകളിലും അന്ധവിശ്വാസത്തെ യുക്തിയുടെ വെളിച്ചത്തിൽ നിരാകരിക്കാനുള്ള സൂക്ഷ്മശ്രമം കഥാകൃത്ത് നടത്തിയിട്ടുണ്ട്. കഥയിലെ ആഖ്യാതാവായ കുട്ടി അതിനെക്കുറിച്ച് ബോധവാനാണ് എന്നതിന്റെ സൂചനകളില്ലെങ്കിലും, വായനക്കാർക്ക് മനസ്സിലാവും വിധം കഥാകൃത്ത് യുക്തിബോധത്തിന്റെ കാഴ്ചപ്പാട് ധ്വനിപ്പിക്കുന്നുണ്ട്. കളയാനായി തുപ്രനെ ഏല്പിച്ച പടക്കങ്ങൾ തുപ്രന്റെ ചാളയ്ക്കടുത്തുനിന്ന് പൊട്ടുന്നതിന്റെ ശബ്ദം കേട്ട്, അതെങ്ങനെവന്നു എന്ന് അത്ഭുതപ്പെടുന്ന വാസുവിലൂടെ, മച്ചിലെ ഭഗവതിയെക്കുറിച്ചുള്ള കുട്ടിയുടെ ഭീതിയെ നിരർത്ഥകമാക്കുന്നു കഥാകൃത്ത്. ചെറുമരുടെ കാവിലെ കാഴ്ചവേലയ്ക്ക് കെട്ടുകാളയെ സമയത്തുകൊണ്ടുവരാതിരുന്നതിന് തറവാട്ടിൽ കാരണവർ കണ്ടങ്കാളിയെ തല്ലിയതിന്റെ പിറ്റേദിവസം രാവിലെ മേലുവേദനയുമായെത്തി, മുത്തശ്ശിയുടെ കുഴമ്പ് ഇത്തിരി എടുത്തുകൊടുക്കണമെന്ന് കുട്ടിയോട് അപേക്ഷിക്കുന്ന ഒടിയൻ കണ്ടങ്കാളിയുടെ ദൈന്യത്തിലും സമാനമായ നിഗൂഢതാ നിരാസ (Demystification)മാണ്.

കേരളത്തിന്റെ സാമൂഹികാന്തരീക്ഷത്തിൽ 1950 കളിൽ ശക്തമായിരുന്ന, പഴയ അയുക്തികമായ ആചാരങ്ങളെയും അനുഷ്ഠാനങ്ങളെയും മറ്റും വിമർശനാത്മകമായി സമീപിച്ചിരുന്ന ഒരു സവിശേഷ മനോഭാവത്തിന്റെ സാന്നിദ്ധ്യം ഇത്തരം കഥാസന്ദർഭങ്ങളിൽ കാണാനാകും. ഏതാണ്ട് ഈ കാലയളവിൽ രചിച്ച 'പള്ളിവാളും കാൽച്ചിലമ്പും' (1956) എന്ന ചെറുകഥയിലെ സമീപനവും ഇതുതന്നെയാണ്. ഭഗവതിയോട് തീവ്രമായ ഭക്തിയും താൻ ചെയ്തുപോന്നിരുന്ന വെളിച്ചപ്പെടൽ എന്ന അനുഷ്ഠാനത്തോട് ഗാഢമായ ആത്മാർത്ഥതയും പുലർത്തിയിരുന്നിട്ടും, ഭൗതികജീവിതത്തിൽ പട്ടിണിയും പരിവട്ടവുമായി നട്ടംതിരിഞ്ഞ വെളിച്ചപ്പാട്, ഒടുവിൽ ദിവ്യതാപരിവേഷമുണ്ടായിരുന്ന അനുഷ്ഠാനോപകരണങ്ങളായ പള്ളിവാളും കാൽച്ചിലമ്പും പട്ടിണിയുടെ പാരമ്യത്തിൽ പഴയ ഓടിന്റെ വിലയ്ക്ക് വില്ക്കുവാൻ തുനിയുകയാണ്, ഈ കഥയിൽ. സാമൂഹികയാഥാർത്ഥ്യങ്ങൾ സ്വാനുഭവത്തിലുണ്ടാക്കിയ ആഘാതത്തിന്റെ ഫലമാണ് വെളിച്ചപ്പാടിന്റെ ഈ പരിവർത്തനത്തിന് കാരണം. വാച്യപ്രസ്താവനകളില്ലാതെ കലാത്മകമായി കഥയിൽ ആ പരിവർത്തനം ആവിഷ്കരിച്ചിരിക്കുന്നു.

'വിത്തുകൾ' എന്ന ചെറുകഥയിൽ ആഖ്യാതസ്ഥാനത്തു നില്ക്കുന്ന കഥാപാത്രം ചെറുപ്പത്തിൽ അമ്പലത്തിലെ കോഴിവെട്ട് എന്ന ആചാരം തടയാൻ ധീരതയോടെ ബലിക്കല്ലിൽ കയറിക്കിടന്ന ഭൂതകാലം മുഖ്യ കഥാപാത്രം ഓർക്കുന്നുണ്ട്. അവിടെയും പുരോഗമന ചിന്തയുടെയും യുക്തിബോധത്തിന്റെയും വെളിച്ചത്തിൽ അന്ധവിശ്വാസത്തിനെതിരെ പ്രതികരിക്കുന്ന കഥാപാത്രത്തെയാണ് കാണുന്നത്.

ഭൗതികാതീത ശക്തികളെക്കുറിച്ചുള്ള വിശ്വാസങ്ങളുടെ മാന്ത്രിക ലോകത്തെ മറ്റൊരു രീതിയിലാണ്, കാലം ഏറെക്കഴിഞ്ഞ് എഴുതിയ 'ചെറിയ ചെറിയ ഭൂകമ്പങ്ങൾ' എന്ന കഥയിൽ അവതരിപ്പിച്ചിട്ടുള്ളത്. അതിൽ കഥയിലെ അയുക്തികം എന്നു വേണമെങ്കിൽ പറയാവുന്ന അതീതവിശ്വാസത്തിന്റെ അന്തരീക്ഷത്തെ മുൻകഥകളിലേതുപോലെ യുക്തിയുടെ അടിസ്ഥാനത്തിൽ തകർത്തുകളയാൻ ശ്രമിക്കുന്നില്ല. ഈ കഥയിലെ മുഖ്യകഥാപാത്രവും ആഖ്യാതാവും ബാല്യം കടന്നിട്ടില്ലാത്ത ഒരു പെൺകുട്ടിയാണ്. ജാട്ടി എന്ന വിളിപ്പേരുള്ള ജാനകിക്കുട്ടി. പലപ്പോഴും ഭ്രമാത്മതയിലേക്ക് തെന്നിവീഴുന്ന അവളുടെ ചിത്തവൃത്തികളെ അതേമട്ടിൽ ആവിഷ്കരിക്കുകയാണ് കഥാകൃത്ത്. യക്ഷി, കരിനീലി, പറക്കുട്ടി തുടങ്ങിയ ഭൗതികാതീതശക്തികൾ മൂർത്തരൂപത്തിൽ കഥാപാത്രങ്ങളായി ഈ കഥയിൽ പ്രത്യക്ഷപ്പെടുന്നു. വീട്ടിലെ സ്വന്തക്കാരേക്കാൾ ജാനകിക്കുട്ടിക്ക് അടുപ്പം തോന്നുന്നത് ഈ ഇനത്തിൽപ്പെട്ടവരോടാണ്. അവരുമായി വർത്തമാനം പറയുകയും കൊത്തങ്കല്ലാടുകയും പറമ്പിലാകെ കളിച്ചു നടക്കുകയും ചെയ്യുന്ന ആ പെൺകുട്ടിക്ക് ബാധോപദ്രവമാണെന്ന് മറ്റുള്ളവർ കരുതുന്നു. മന്ത്രവാദം നടത്തി ബാധയൊഴിച്ചെങ്കിലും ഫലമൊന്നുമുണ്ടായില്ല. ജാനകിക്കുട്ടിയെ മനസ്സിലാക്കുന്ന ഒരാൾ മാത്രമേ ആ വീട്ടിലുള്ളു - അക്കരെ നിന്നു വന്ന മുത്തശ്ശി. കഥാന്ത്യത്തിൽ, മരിച്ചു കഴിഞ്ഞ മുത്തശ്ശിയും തങ്ങളോടൊപ്പം കളിക്കാൻ കൂടുന്നതായി അവൾക്ക് അനുഭവപ്പെടുന്നു. പിന്നീട് മരണാസന്നയായ മുത്തശ്ശിയെ പരിചരിച്ചിരുന്ന നോട്ടക്കാരൻ രാവുണ്ണ്യാര് മരിച്ചുകിടക്കുന്ന മുത്തശ്ശിയുടെ കൈയിൽ വെള്ളയരിയും തുളസിപ്പൂവും കണ്ടതായി പറയുന്നിടത്ത്, മരിച്ച മുത്തശ്ശി, കല്യാണം കാണാൻ ജാനകിക്കുട്ടിയോടും കുഞ്ഞാത്തോലിനോടും കരിനീലിയോടുമൊപ്പം പോയത് അവളുടെ തോന്നൽ മാത്രമല്ല എന്നു വരുന്നു.

'പടക്ക'ത്തിൽനിന്നും 'ഒടിയനി'ൽ നിന്നുമുള്ള ഒരു മാറ്റം ഇവിടെയുണ്ട്. അന്ധവിശ്വാസങ്ങളെന്ന് പാടേ തള്ളിക്കളയാനാവാത്തവിധം നമ്മുടെ ഗ്രാമീണസംസ്കൃതിയുടെ അവിഭാജ്യാംശങ്ങളാണ് ഇത്തരം സങ്കല്പങ്ങൾ. പകലും ഇരുട്ട് പതിയിരിക്കുന്ന തട്ടിൻപുറങ്ങളിൽ അധിവസിച്ചിരുന്ന രക്തേശ്വരിയുടെ ഭൂതഗണങ്ങളും കുന്നിൻചെരുവിലെ പുല്ലാനിപ്പൊന്തകളുടെ മറവിൽ നട്ടുച്ച വെയിലിൽ മുടിയഴിച്ചിട്ടിരിക്കുന്ന കരിനീലിയും വാഴക്കൂട്ടങ്ങൾക്കിടയിൽ കല്ലെറിയാൻ കാത്തിരിക്കുന്ന ചാത്തന്റെ കിങ്കരന്മാരും പാതിരകഴിഞ്ഞാൽ വേലിക്കുചുറ്റും ഓലിയിട്ടു

നടക്കുന്ന ഒടിഭൈരവന്മാരും ഒക്കെയുള്ള ആ ലോകത്തിൽ ഭയന്നു നടന്ന കൗമാരത്തെപ്പറ്റി എം ടി വാസുദേവൻ നായർ എഴുതിയിട്ടുണ്ട് ('ബാധകൾ' - *കിളിവാതിലിലൂടെ*). തമോമൂർത്തികളുടെ സ്വാധീനവലയത്തിലായവരെ മോചിപ്പിക്കുവാൻ വേണ്ടി നിരന്തരം മന്ത്രവാദം നടത്തി സാമ്പത്തികമായി തകർന്നുപോയ തറവാടിന്റെ ചിത്രം അതോടൊപ്പം അദ്ദേഹം വരച്ചിടുന്നുണ്ട്. ആ അന്തരീക്ഷത്തിന്റെ കഥാവല്കരണമാണ് *ചെറിയ ചെറിയ ഭൂകമ്പങ്ങളിൽ* കാണുന്നത്. യാഥാർത്ഥ്യവും ഭ്രമകല്പനയും രണ്ടായി കാണാനാവാത്ത ബാല്യത്തിന്റെ മാനസികാവസ്ഥയുടെ തനിമയാർന്ന ആവിഷ്കരണമാണ് ആ കഥയെ വ്യതിരിക്തമാക്കുന്നത്. മാജിക് റിയലിസം എന്നു വേണമെങ്കിൽ പറയാവുന്ന ഒരു തലത്തിലേക്ക് കഥ അവിടെ ഉയരുന്നു.

ഇതോടടുത്തു നില്ക്കുന്ന ഒരു ചെറുകഥയാണ് 'പുരാവൃത്തം'. സ്മരണയുടെ ചട്ടക്കൂട്ടിലാണ് ഈ കഥയുടെയും ശില്പം രൂപപ്പെടുത്തിയിട്ടുള്ളത്. കുട്ടിക്കാലത്തു തുടരെ അപസ്മാരബാധയുണ്ടാകുമായിരുന്ന ഒരു ബാലൻ പിന്നീട് അതിൽനിന്നു മോചിതനായി. മുതിർന്ന് വളരെ വർഷങ്ങൾക്കുശേഷം സ്വന്തം ഗ്രാമത്തിലൂടെ കാറോടിച്ചു പോകുമ്പോൾ പഴയകാര്യങ്ങൾ ഓർക്കുകയും ഓർമ്മകളുടെ വൈകാരികാഘാതത്തിന്റെ മൂർദ്ധന്യത്തിൽ ഏറെക്കാലത്തിനുശേഷം ഓർക്കാപ്പുറത്ത് വീണ്ടും അപസ്മാരബാധയുണ്ടാകുകയും ചെയ്യുന്നു. അയാളുടെ ഓർമ്മയിലേക്കു കടന്നു വരുന്ന ബാല്യകാലാനുഭവത്തിൽ ഫാന്റസിയുടെ അംശം പ്രബലമായിട്ടുണ്ട്. അപസ്മാരം വരാനിടയുള്ള തന്നെ വീട്ടിലിരുത്തി അമ്മയും ചേച്ചിമാരുമെല്ലാം ഉത്സവത്തിനു പോയപ്പോൾ വഴിപോക്കനായി വീട്ടിൽ വന്ന സന്ന്യാസിയുടെ സാന്നിദ്ധ്യം നല്കിയ ആത്മവിശ്വാസത്തിൽ തനിയെ ഉത്സവത്തിന് പോയതും കുഴപ്പമൊന്നും കൂടാതെ തിരിച്ചുവന്നതുമൊക്കെ അയാളുടെ ഓർമ്മയിൽ തെളിയുന്നു: "വഴിതെറ്റിക്കുന്ന പൊട്ടിച്ചൂട്ടിനെപ്പറ്റി, ചെകുത്താന്മാരെപ്പറ്റി, എന്റെ അപസ്മാരത്തെപ്പറ്റി ഭയമുണ്ടായിരുന്നില്ല. ഒന്നും വരില്ല. എപ്പോൾ വേണമെങ്കിലും ഒരു നിമിഷം കൊണ്ട് എനിക്ക് ആകാശത്തേക്കു കയറാം. മേഘങ്ങളുടെ കൂടെ സഞ്ചരിച്ച് വീട്ടിലെ നടുമുറ്റത്തു വന്നിറങ്ങാം" (*പുരാവൃത്തം- സ്വർഗ്ഗം തുറക്കുന്ന സമയം*. പുറം 38). ചിന്നേടത്തി പറയുന്ന ഭൂതത്തിന്റെ കഥയുമായി സാത്മ്യം പ്രാപിക്കുന്ന കുട്ടിയുടെ ഭ്രമകല്പനയിലാണ് ഈ യാത്രയും ഉത്സവക്കാഴ്ചയുമൊക്കെയെന്ന് ഒരിക്കലും കഥാകൃത്ത് വാച്യസൂചന നല്കുന്നില്ല. അങ്ങനെ യഥാതഥത്വത്തിന്റെയും ഭ്രമാത്മകതയുടെയും അതിരുകൾ സ്വാഭാവികമായി വിലയിച്ചു പോകുന്ന ഒരവസ്ഥ ഈ കഥ കൈവരിക്കുന്നു. ഗ്രാമീണ വിശ്വാസങ്ങളുടെ ലോകത്തുനിന്ന് കഥാവസ്തു രൂപപ്പെടുത്തുന്നു എന്നതു മാത്രമല്ല, ചെറുകഥ എന്ന സാഹിത്യരൂപം ആഖ്യാനപരമായി നേടിയ മുന്നേറ്റവും ഈ ചെറുകഥയുടെ സവിശേഷതയാണ്.

വിശപ്പ് അപമാനമാകുമ്പോൾ

എം ടിയുടെ മുൻതലമുറയിലെ എഴുത്തുകാരുടെ ഒരു പ്രധാന പ്രമേയമായിരുന്നു വിശപ്പ്. പുരോഗമനസാഹിത്യപ്രസ്ഥാനത്തിന്റെ പ്രഭാവകാലമായിരുന്നുവല്ലോ അത്. ദാരിദ്ര്യം എന്ന അനുഭവത്തെക്കുറിച്ചുള്ള വാച്യവും ബഹിർഭാഗസ്ഥവുമായ ആവിഷ്കരണമായിരുന്നു അന്നത്തെ കഥകളിൽ ഉണ്ടായിരുന്നത്. അക്കൂട്ടത്തിൽ വൈക്കം മുഹമ്മദ് ബഷീറിന്റെയും കാരൂർ നീലകണ്ഠപ്പിള്ളയുടെയും കഥകളിലാണ് ആ ഭൗതികാനുഭവത്തിന്റെ തീവ്രത അനുഭവപ്പെടുന്ന ആവിഷ്കരണമുള്ളത്. അനുഭവത്തിന്റെ തീക്ഷ്ണതയും ആവിഷ്കാരത്തിലെ സത്യസന്ധതയുംകൊണ്ട് ആ കഥകൾ വേറിട്ടു നില്ക്കുന്നു. ബഷീറിന്റെ 'ജന്മദിനം', 'വിശപ്പ്', 'ടൈഗർ' തുടങ്ങിയ കഥകളും കാരൂരിന്റെ 'പൊതിച്ചോറ്', 'കാൽചക്രം' തുടങ്ങിയ ഒട്ടേറെ കഥകളും വിശപ്പ് എന്ന പ്രമേയത്തെ ഈ സവിശേഷതയോടെ അവതരിപ്പിക്കുന്നവയാണ്. പില്ക്കാലത്ത് *കള്ളൻ* പോലെയുള്ള ചില കഥകളിൽ വ്യത്യസ്തമായ ഭാവുകത്വ സന്ദർഭത്തിൽ എം പി നാരായണപിള്ള വിശപ്പിന്റെ അനുഭവം ആവിഷ്കരിച്ചിട്ടുണ്ട്.

എന്നാൽ ഈ പ്രമേയത്തെ മുൻനിർത്തി എം ടി വാസുദേവൻ നായർ എഴുതിയ ചെറുകഥകൾ വിശപ്പ് എന്ന അനുഭവത്തിന്റെ വൈകാരികമായ ആഴങ്ങളും അത് മനുഷ്യമനസ്സിലുണ്ടാക്കുന്ന പ്രതികരണങ്ങളും ഉൾപ്പെടുന്നതാണ്. രണ്ടാം ലോകമഹായുദ്ധത്തിനു മുൻപുള്ള സാമ്പത്തികത്തകർച്ചയുടെ നാളുകളിൽ മരുമക്കത്തായത്തിന്റെയും കൂട്ടുകുടുംബത്തിന്റെയും ഉത്തരവാദിത്വരഹിതമായ അന്തരീക്ഷത്തിൽ ഭൂതകാലത്തിന്റെ മഹത്വസ്മരണകളിൽ നിന്ന് വർത്തമാനകാലത്തിന്റെ യാഥാർത്ഥ്യത്തിലേക്ക് മാറാതിരുന്ന തറവാടുകളിൽ വിശപ്പ് ഒരു

യാഥാർത്ഥ്യമായി. ഫ്യൂഡൽ പാരമ്പര്യത്തിന്റെ ദുരഭിമാനവും വിശപ്പ് എന്ന സത്യവും തമ്മിലുള്ള സംഘർഷത്തിന്റെ രംഗവേദിയായി അപ്പോൾ നാലുകെട്ട്. ഈ സവിശേഷമായ ചരിത്രസന്ധിയിൽ ബാല്യം കഴിച്ച എം ടിയുടെ ചെറുകഥകളിൽ ഈ പ്രശ്നവുമായി ബന്ധപ്പെട്ട അനുഭവങ്ങൾ നിശിതമായി കടന്നുവരുന്നു. ദാരിദ്ര്യം എന്നത് ഭൗതികമായ ഇല്ലായ്മ യുടെ ഒരു അവസ്ഥമാത്രമല്ല , കൊടിയ അപമാനമായി മനസ്സിനെ നിര ന്തരം ഞെരുക്കുന്ന പൊള്ളിക്കുന്ന അനുഭവംകൂടിയാണ്. വിശപ്പ് നല് കുന്ന ശാരീരികപീഡയും ഒപ്പം അപമാനത്തിന്റെ യാതനയും ചേർന്നു ളവാകുന്ന സമ്മിശ്രമായ വൈകാരികാവസ്ഥയുടെ ആവിഷ്കാരമാണ് എം ടി വാസുദേവൻ നായർ ഈ പ്രമേയത്തെ ആധാരമാക്കിയുള്ള ചെറു കഥകളിൽ നിർവ്വഹിക്കുന്നത്.

ഈ പ്രമേയത്തിന്റെ ഏറ്റവും ശക്തമായ ആവിഷ്കരണം 'കർക്കി ടകം' എന്ന ചെറുകഥയിലാണുള്ളത്. നാലുനാഴിക അകലെയുള്ള സ്കൂളിൽ ദിവസവും വീട്ടിൽനിന്നു നടന്നുപോയി പഠിക്കുന്ന ചെറിയ കുട്ടിയാണ് ഉണ്ണി. ഉത്തമപുരുഷ ആഖ്യാതസ്ഥാനത്തു നിന്നുകൊണ്ട്, ആ കുട്ടി സ്വാനുഭവം വിവരിക്കുന്ന മട്ടിലാണ് 'കർക്കിടകം' രചിച്ചിട്ടു ള്ളത്. കൂട്ടുകുടുംബത്തിന്റെ കാലം കഴിഞ്ഞുവെങ്കിലും പഴയ ഫ്യൂഡൽ സാമൂഹികക്രമത്തിന്റെ നിഴൽപ്പാടിൽ ജീവിക്കുന്നവരിൽ പുലരുന്ന ദുര ഭിമാനവും വിശപ്പ് എന്ന ഭൗതികസത്യവും തമ്മിലുള്ള സംഘർഷത്തിന് ഇരയായി മാറുകയാണ് ഇവിടെ ഉണ്ണി എന്ന കുട്ടി. രാവിലെ വീട്ടിൽനിന്ന് കഞ്ഞി കുടിച്ച് സ്കൂളിൽ പോയാൽ, വൈകുന്നേരം തിരിച്ച് വീട്ടിലെ ത്തിയേ വല്ലതും കഴിക്കാനാവൂ. നാലു നാഴിക നടന്ന് സ്കൂളിലെത്തു മ്പോൾത്തന്നെ വിശപ്പ് തുടങ്ങും. നാലാമത്തെ പിരീയേഡ് ആകുമ്പോ ഴേക്കും വിശപ്പ് തീ പോലെ ആളിപ്പടരും. ക്ലാസ് മുറിയ്ക്കടുത്തുള്ള മതി ലിനപ്പുറം ഹോട്ടലിൽനിന്ന് കറികൾക്ക് വറുത്തിടുന്നതിന്റെ മണം വരുന്നതോടെ വിശപ്പ് ചത്തുപോകും. പിന്നെ നാലുമണിവരെ ശവം പോലെ ഇരിക്കാം. വീണ്ടും വിശപ്പുണരുന്നത് മടക്കയാത്രയിലാണ്. വീട്ടിൽച്ചെന്നാൽ കൂട്ടാനെന്തായിരിക്കും എന്നാലോചിച്ചുകൊണ്ടാണു നട ക്കുന്നത്.

അങ്ങനെ കഞ്ഞിക്കിണ്ണത്തെ സ്വപ്നം കണ്ടുകൊണ്ട് വിശന്നുവ ലഞ്ഞ് വീട്ടിലെത്തിയ ഒരു വൈകുന്നേരം അടുക്കളയിൽ അമ്മയ്ക്ക് സഹായത്തിനു നില്ക്കുന്ന ബന്ധത്തിൽപ്പെട്ട മീനാക്ഷിയേടത്തി മുഖ ത്തേക്കു നോക്കാതെ ഉണ്ണിയോടു പറഞ്ഞു., കഞ്ഞി പൂച്ച തട്ടിമറിച്ചു പോയെന്ന്. അരിയില്ലാതിരുന്നതുകൊണ്ട് അന്ന് കഞ്ഞിവെച്ചിരുന്നില്ലെന്ന സത്യം അവർ മറച്ചുവയ്ക്കുകയായിരുന്നു. അമ്മ അയൽവീടുകളിലെ വിടെയോ കുറച്ച് അരി കടം വാങ്ങാൻ പോയിരിക്കുകയാണ്. വിശപ്പും രോഷവും ജാള്യവുമായി ഇരിക്കുന്ന ഉണ്ണിയുടെ മനോവൃത്തിയിൽ കേന്ദ്രീകരിച്ച് കഥ മുന്നോട്ടുനീങ്ങുമ്പോൾ ഇതിവൃത്തത്തിലെ അടുത്ത തിരിവായി. അച്ഛന്റെ തറവാട്ടിലെ അവഗണിതനായ അനന്തരവൻ ശങ്കു

ണ്യേട്ടൻ വിരുന്നു വരുന്നു. കടം വാങ്ങിക്കൊണ്ടുവന്ന അരികൊണ്ടുവെച്ച കഞ്ഞി വാർത്ത് ചോറാക്കി കൂട്ടാനുമുണ്ടാക്കി അമ്മ അയാളെ വിരുന്നൂട്ടുന്നു. തന്റെ വീട്ടിലെ ദാരിദ്ര്യം പുറത്തറിയിക്കാതെ ഭർത്താവിന്റെ വീട്ടിൽ നിന്നും വിരുന്നുവന്ന ആണൊരുത്തനെ മാന്യമായി സൽക്കരിച്ചയയ്ക്കണമെന്ന വിചാരത്തോടെ ശങ്കുണ്യേട്ടന് അമ്മ വീണ്ടും വീണ്ടും വിലക്കി വിളമ്പുന്നു. പിന്നെ അവശേഷിച്ചത് ചാക്കരി വാർത്ത കഞ്ഞിവെള്ളം മാത്രം. അതു നാലു പ്ലാവില കുടിച്ചപ്പോൾത്തന്നെ ഉണ്ണിക്കു ഛർദ്ദിക്കാൻ തോന്നി. എഴുന്നേറ്റ് കൈകഴുകി ഉറങ്ങാൻകിടന്നെങ്കിലും ഉറക്കം വന്നില്ല."അകത്ത് വിശപ്പ് ഒരു തീപ്പന്തമായി, ചൂടുള്ള ആവിയായി, ഒരു നനുത്ത വേദനയായി ചുറ്റി നടക്കുന്നു. മയക്കം വരുന്നുണ്ടെന്നു തോന്നും. അറിയാതെ ഉടനെ കണ്ണുതുറക്കും". ഉണ്ണിയുടെ ഈ അവസ്ഥയേക്കാൾ ദൈന്യം സ്ഫുരിക്കുന്നതാണ് വേദന പുറമേ കാണിക്കാത്ത അമ്മയുടെ ധർമ്മസങ്കടം ധ്വനിക്കുന്ന വാക്കുകൾ: "പാവം ചെക്കനൊറങ്ങി. ഒന്ന് ഒറങ്ങിക്കിട്ട്യാൽ മതിയായിരുന്നു എന്റെ ഗുരുവായൂരപ്പാ!" ('കർക്കിടകം')

അക്കാലത്തെ കൂട്ടുകുടുംബങ്ങളിലെ അടുക്കളസത്യം വെളിവാക്കുന്ന ചെറുകഥയാണ് 'ഒരു പിറന്നാളിന്റെ ഓർമ്മ'. ഒരേ കൂരയ്ക്കു കീഴിൽ അമ്മാവന്റെ മകന് വിഭവസമൃദ്ധമായ ഊണും അനന്തരവർക്ക് കഞ്ഞിവെള്ളവും മാത്രം കിട്ടുന്ന നിലയിലേക്ക് അധഃപതിച്ച മനുഷ്യബന്ധങ്ങളുടെ ലോകമാണത്. വിശപ്പ് അപമാനവും അമർഷവും പകയുമായി മാറുന്നതിന്റെ ചിത്രം ആ കഥയിൽ വായിച്ചെടുക്കാം.

ഇങ്ങനെ വിശപ്പിന്റെ ഹൃദയദ്രവീകരണക്ഷമമായ ആഖ്യാനം നിർവ്വഹിച്ച എം ടി ഭൗതികസമൃദ്ധിയിൽ കഴിയുന്ന കഥാപാത്രങ്ങളെ ചിത്രീകരിക്കുമ്പോഴും വിശപ്പ് എന്ന അനുഭവം മറക്കുന്നില്ല. സാമ്പത്തിക സമൃദ്ധിയുടെ മടിയിൽ, വിലയ്ക്കെടുത്ത കാമുകിയോട് ചേർന്നിരുന്ന് കാറോടിക്കുമ്പോൾ ആഖ്യാതൃസ്ഥാനത്തു നില്ക്കുന്ന 'അയാൾ' അവളോടെന്നവണ്ണം മനസ്സിൽ പറയുന്നു: "എനിക്കു വിശപ്പുണ്ടായിരുന്നു എന്നുപറഞ്ഞാൽ നിനക്കറിയില്ല. ഉപേക്ഷിച്ച ഒരു നേരത്തെ ആഹാരത്തിന്റെ ഓർമ്മയാണ് നിനക്ക് വിശപ്പ്. നാലാമത്തെ പീരിയേഡിൽ വായുവിൽ ഒഴുകിനടക്കുന്ന വറവുമണം. എനിക്കന്ന് പ്രാർത്ഥനയായിരുന്നു ഭക്ഷണം - ഈശ്വരനും" ('അജ്ഞാതന്റെ ഉയരാത്ത സ്മാരകം').

'കുറുക്കന്റെ കല്യാണം' എന്ന കഥയിലെ ആഖ്യാതാവായ കുഞ്ഞൻ എന്ന കുട്ടിയും *സ്വർഗ്ഗം തുറക്കുന്ന സമയ*ത്തിലെ കുട്ടിനാരായണനും വിശപ്പ് എന്ന യാതനയുടെ മറ്റു രണ്ടു മുഖങ്ങളാണ്. കുഞ്ഞനിൽ വിശപ്പും ദാരിദ്ര്യവും സാമൂഹികതിരസ്കാരവും ചേർന്ന് നിശിതമായ പക രൂപംകൊള്ളുന്നു. കുഞ്ഞൻ ഒരു അവിഹിത സന്തതിയായി ജനിച്ചവനാണ്. സ്കൂളിൽ കൂടെപ്പഠിക്കുന്ന കുട്ടികളും ചുറ്റുപാടുമുള്ള ആളുകളും അതുപറഞ്ഞ് അവനെ അതിക്രൂരമായ മാനസികപീഡനത്തിനിരയാക്കുന്നു; ചിലപ്പോഴൊക്കെ ശാരീരികപീഡനത്തിനും. അങ്ങനെ രൂപപ്പെട്ട പകയുടെയും ക്രോധത്തിന്റെയും ഉച്ചാവസ്ഥയിൽ ഭവിഷ്യത്തറി

യാതെ അവൻതന്നെ കളിയാക്കിയവന്റെ തലയിൽ കല്ലുരുട്ടിയിട്ട് കൊല്ലുന്നു. അപമാനവും സാമൂഹികതിരസ്കാരവുമാണ് അത്തരമൊരു പ്രവൃത്തിയിലേക്ക് കുഞ്ഞനെ നയിച്ചതെങ്കിലും അവന്റെ അനുഭവത്തിന്റെ ഭൗതികയാഥാർത്ഥ്യം വിശപ്പ് ആകുന്നു.

കുട്ടിനാരായണൻ പക്ഷേ, അവസ്ഥയോട് സമരസപ്പെട്ട കഥാപാത്രമാണ്. തന്റെ ദൈന്യത്തിനിടയിലും ചുറ്റുപാടുമുള്ളവർക്ക് മരണസമയത്തെങ്കിലും താൻ പ്രയോജനപ്പെടുന്ന വ്യക്തിയാണ് എന്ന ആത്മബോധം അയാളിലുണ്ട്. എം ടിയുടെ ആദ്യകാല കഥകളിലൊന്നായ 'പരിശുദ്ധമായ *നഗര*'ത്തിൽ തെരുവിന്റെ സന്തതിയായ മുനിയപ്പനെ കേന്ദ്രീകരിച്ച് ഈ പ്രമേയം ആവിഷ്കരിക്കുന്നുണ്ട്. തെരുവിലെ പെങ്ങൾക്കുവേണ്ടി സ്വന്തം വിശപ്പ് സഹിക്കുന്ന അവന് സ്വന്തം വിശപ്പിനേക്കാൾ വലിയ വികാരം സ്നേഹംതന്നെയാണ്. മന്ത്രിയുടെ വരവുപ്രമാണിച്ച് അധികാരികൾ നഗരത്തെ വൃത്തിയുള്ളതാക്കിയപ്പോൾ അവനും അവന്റെ വിശപ്പും പെങ്ങളോടുള്ള സ്നേഹവുമെല്ലാം തടവറയിലായി എന്നുമാത്രം.

ജീവിതത്തെ അന്നോളം നയിച്ച ഭക്തിയും വിശ്വാസവും അഭിമാനവും വിശപ്പിനു മുമ്പിൽ അപ്രസക്തമാകുന്ന ചിത്രമാണ് 'പള്ളിവാളും കാൽചിലമ്പും' എന്ന ചെറുകഥയിലുള്ളത്. കുഞ്ഞുങ്ങളുടെ വിശപ്പുകാണാൻ ശക്തിയില്ലാതെ അഭിമാനം പണയംവെച്ച് ഒരു ചാക്കുമായി തട്ടകത്തിലെ വീടുകൾ കയറി നെല്ലു യാചിക്കാനിറങ്ങുന്നിടത്ത് വെളിച്ചപ്പാടിന്റെ ദൈന്യം അതിന്റെ പരമകാഷ്ഠയിലെത്തുന്നു. ഉള്ളിന്റെ ഉള്ളിൽ അതുളവാക്കുന്ന അപമാനത്തിന്റെ കയ്പ് തീവ്രമായ ആത്മനിന്ദയായി മാറുന്നു. വിശപ്പ് കത്തിക്കാളിനിന്നിട്ടും കിണ്ണത്തിലെ കഞ്ഞിവെള്ളം മാത്രം കുടിച്ച് അടിയിലെ വറ്റ് കുഞ്ഞുങ്ങൾക്കു പങ്കിട്ടുകൊടുക്കുമ്പോൾ ദാരിദ്ര്യവും ആർദ്രമായ ഹൃദയഭാവങ്ങളും തമ്മിലുള്ള സംഘർഷം ഉച്ചാവസ്ഥയിലെത്തുന്നു.

വിഭിന്നമാനങ്ങളുള്ള ഇത്തരം ചെറുകഥകളിലൂടെ വിശപ്പ് എന്ന സാമാന്യാനുഭവത്തിന് വിശേഷതയാർന്ന ആവിഷ്കാരം നല്കുകയാണ് എം ടി വാസുദേവൻനായർ. അവയോരോന്നും വിശപ്പ് എന്ന ഭൗതികാനുഭവം എന്നതിലപ്പുറം, ആ സവിശേഷാവസ്ഥ വ്യക്തിയുടെ മാനസികവും സാമൂഹികവുമായ സ്വത്വത്തിലേല്പിക്കുന്ന തീവ്രാഘാതങ്ങളെയും വിങ്ങലുകളെയും ആവിഷ്കരിക്കുന്നതാണ്. ഈയൊരു മാനം കൈവരിക്കുന്നിടത്താണ് ഈ ചെറുകഥകൾ പുരോഗമനസാഹിത്യപ്രസ്ഥാനകാലത്തെ വിശപ്പ് പ്രമേയമാക്കിയിട്ടുള്ള ചെറുകഥകളിൽനിന്ന് വ്യതിരിക്തമാകുന്നത്. അത്തരം രചനകളിൽ ദാരിദ്ര്യം എന്ന സാമൂഹികാവസ്ഥയുടെ ബഹിർഭാഗസ്ഥമായ ആവിഷ്കാരം എന്ന നിലയിലാണ് വിശപ്പിന്റെ ആഖ്യാനം. ഇവിടെയാകട്ടെ മനുഷ്യൻ അനുഭവിക്കുന്ന ശാരീരികവും മാനസികവും സാമൂഹികവുമായ തീവ്രയാതനയുടെ ഇന്ദ്രിയസംവേദ്യമായ ആഖ്യാനമായി കഥകൾ മാറുന്നു.

ബാല്യാനുഭവത്തെ ആവിഷ്കരിക്കുന്ന എം ടിയുടെ ചെറുകഥകളിൽ സ്കൂളിന്റെ പശ്ചാത്തലത്തിലുള്ളവയും ചിലതുണ്ട്. 'തെറ്റും തിരുത്തും', 'ഒരദ്ധ്യാപകൻ ജനിക്കുന്നു', 'നീലക്കടലാസ്സ്' തുടങ്ങിയ കഥകൾ ആ ഗണത്തിൽപെട്ടവയാണ്. വിദ്യാർത്ഥികളും അദ്ധ്യാപകരും തമ്മിലുള്ള ബന്ധത്തിലെ രാഗദ്വേഷങ്ങൾ, മുതിർന്ന വിദ്യാർത്ഥികളൊപ്പിക്കുന്ന കുസൃതികൾ, കൗമാരത്തിന്റെ എതിർലിംഗത്തിൽ പെട്ടവരോടു തോന്നുന്ന അസ്പഷ്ടമായ ആഭിമുഖ്യങ്ങൾ ഇവയൊക്കെയാണ് ഈ കഥകളിൽ പ്രമേയമായി വരുന്നത്. 'കർക്കിടക'ത്തിലും 'അജ്ഞാതന്റെ ഉയരാത്ത സ്മാരക'ത്തിലും 'വാനപ്രസ്ഥ'ത്തിലും വ്യത്യസ്ത പ്രമേയങ്ങളാണെങ്കിലും അവയിലും പശ്ചാത്തലം എന്ന നിലയിൽ സവിശേഷപ്രാധാന്യത്തോടെ സ്കൂൾ കടന്നു വരുന്നുണ്ട്.

'തെറ്റും തിരുത്തും' യുവാവായ അദ്ധ്യാപകനും മുതിർന്ന വിദ്യാർത്ഥികളും തമ്മിലുള്ള കിടമത്സരത്തിന്റെയും അതിനിടയിലും നിഗൂഢമായി വർത്തിച്ച സ്നേഹവാത്സല്യങ്ങളുടെയും കഥയാണ്. ഹൈസ്കൂളിൽ പുതിയതായി വന്ന ഊർജ്ജസ്വലനായ യുവ അദ്ധ്യാപകൻ കൃഷ്ണൻമാഷ് ക്ലാസിലെ മുതിർന്ന കുട്ടികളുടെ പോക്കിരിസംഘവുമായി ഇടഞ്ഞു. ആ സംഘത്തിലെ ചെറിയ കുട്ടിയായ വാസുവാണ് കഥയിലെ ആഖ്യാതാവ്. മാഷ് ഓരോ ദിവസവും അവരുടെ ആത്മവീര്യം കെടുത്തി മുന്നേറി. അപമാനം സഹിക്കാനാവാതെ പോക്കിരിസംഘം കൃഷ്ണൻമാഷ് പുഴകടക്കുന്ന തോണിമുക്കി പ്രതികാരം ചെയ്തു. ആ സംഭവത്തോടെ കൃഷ്ണൻമാഷ് സ്ഥലംമാറ്റം വാങ്ങി മറ്റൊരു സ്കൂളിലേക്കു പോകുന്നു. അതറിഞ്ഞ് പശ്ചാത്താപം തോന്നിയ കുട്ടികൾ മാഷിനോട് തെറ്റ് ഏറ്റുപറയാൻ തീരുമാനിച്ചു. മാഷിന് പുഴയിൽ നഷ്ടപ്പെട്ട ഈഗിൾ ഫ്ളാസ്കിന്റെയും കൊളമ്പുകുടയുടെയും കരയുന്ന ചെരിപ്പിന്റെയും കാര്യമോർത്തപ്പോൾ അവരുടെ കുറ്റബോധം വർദ്ധിച്ചു. പാടുപെട്ട് പണമുണ്ടാക്കി ഒരുഫ്ളാസ്കും വാങ്ങി അവർ കൃഷ്ണൻമാഷിന്റെ താമസസ്ഥലത്തെത്തിയപ്പോഴേക്കും അദ്ദേഹം പൊയ്ക്കഴിഞ്ഞിരുന്നു.

വർഷങ്ങൾക്കുശേഷം അപ്പോഴേക്കും അദ്ധ്യാപകനായി കഴിഞ്ഞിരുന്ന വാസു, യാദൃച്ഛികമായി കൃഷ്ണൻമാഷെ കാണുന്നു. വൃദ്ധനായിക്കഴിഞ്ഞ കൃഷ്ണൻമാഷെ കണ്ട് സംസാരിച്ചു പിരിഞ്ഞ വാസുവിന്റെ ഓർമ്മയിലൂടെയാണ് കഥാശില്പം രൂപംകൊള്ളുന്നത്. കഴിഞ്ഞുപോയ ഒരു കാലഘട്ടത്തിലെ വിദ്യാലയാന്തരീക്ഷം അവതരിപ്പിക്കുന്ന ഈ ചെറുകഥയിൽ പഠിപ്പിൽ താല്പര്യം കുറഞ്ഞ മുതിർന്ന വിദ്യാർത്ഥികളുടെ പെരുമാറ്റരീതികളും അവരുടെ അഹംബോധത്തിൽ മുറിവുണ്ടാക്കുന്ന യുവാദ്ധ്യാപകനോടുള്ള പ്രതിഷേധപ്രകടനം അതിരുകടന്നതുമാണ് കഥാവസ്തുവിന്റെ പ്രധാന ഭാഗം. എന്നാൽ ആ പരുക്കൻ വിദ്യാർത്ഥികളുടെ ഉള്ളിലുള്ള നന്മയാണ് പശ്ചാത്താപവും പ്രായശ്ചിത്തവുമായി പുറത്തുവരുന്നത്. എന്നാൽ അവർക്ക് അത് കൃഷ്ണൻമാ

സ്റ്ററെ ബോദ്ധ്യപ്പെടുത്താൻ സന്ദർഭം ലഭിച്ചില്ല. ആ നിലയിൽ കഥ ദുരന്തചരായയിൽ അവസാനിക്കുന്നു. വർഷങ്ങൾക്കുശേഷം, ആ അനുഭവത്തെ, ഓർക്കുന്ന മാസ്റ്റർ അന്നു തനിക്ക് ദുരിതം നല്കിയ കുട്ടികളെക്കുറിച്ച് വാത്സല്യത്തോടെയാണ് സംസാരിക്കുന്നത്. അദ്ധ്യാപക വിദ്യാർത്ഥിബന്ധത്തിന്റെ ഉള്ളിൽ പുലരുന്ന നന്മയുടെ കിരണങ്ങൾ ഈ ചെറുകഥയുടെ ഭാവതലത്തിൽ സ്ഫുരിക്കുന്നു.

ഏതാണ്ട് സമാനമായ ഒരനുഭവം അദ്ധ്യാപകന്റെ കാഴ്ചപ്പാടിൽ അവതരിപ്പിക്കുകയാണ് 'ഒരദ്ധ്യാപകൻ ജനിക്കുന്നു' എന്ന ഈ ആദ്യ കാലരചനയിൽ. ജോലി കിട്ടി പഠിപ്പിക്കാനെത്തിയ ആദ്യദിവസം അദ്ധ്യാപകൻ കുട്ടികളെ കൈകാര്യം ചെയ്യുന്നതിൽ പരാജയപ്പെടുന്നതും ഫീസ് പിരിച്ചതിനിടയിൽ ഏതോ ഒരു വിരുതൻ എടുക്കാത്ത അഞ്ചുരൂപാനോട്ട് നല്കി കബളിപ്പിക്കുന്നതും ഒടുവിൽ ആ വിദ്യാർത്ഥിതന്നെ വന്ന് ക്ഷമ ചോദിച്ച് നോട്ട് മാറ്റി നല്കുന്നതുമാണ് ആ കഥയിലെ സംഭവാംശം. ആദ്യം അദ്ധ്യാപകനെ കബളിപ്പിച്ച് പിന്നീട് തെറ്റുതിരുത്തുന്ന കുട്ടികളിലൂടെ നന്മയുടെ പ്രകാശം കഥാകാരൻ കണ്ടെത്തുന്നു, ഈ രണ്ടു കഥകളിലും.

ഭഗ്നപ്രണയങ്ങൾ ശിഥിലബന്ധങ്ങൾ

പൊതുവെ കാല്പനികവും ഭാവാത്മകവുമാണ് എം ടി വാസുദേവൻ നായരുടെ കഥാലോകം എന്നു പറഞ്ഞുവല്ലോ. കാല്പനികഭാവങ്ങൾക്കു പ്രാധാന്യമുള്ള രചനകൾ മിക്കതും സ്ത്രീപുരുഷബന്ധത്തിലെ പ്രണയപർവ്വങ്ങളിൽ കേന്ദ്രീകരിക്കുക സാധാരണമാണ്. എന്നാൽ എം ടിയുടെ രചനകളിൽ സ്ത്രീപുരുഷബന്ധത്തിന്റെ വ്യത്യസ്തവിതാനങ്ങളിലുള്ള ആവിഷ്കാരങ്ങളുണ്ടെങ്കിലും സാമാന്യരീതിയിലുള്ള പ്രണയകഥകൾ അവയിൽ കുറവാണ്.

പ്രേമലേഖനം കഥാവിഷയമായി വരുന്നുണ്ടെങ്കിലും ഒരു പ്രേമകഥയല്ല 'നീലക്കടലാസ്സ്'. പ്രേമത്തെക്കുറിച്ചും സ്ത്രീപുരുഷന്മാർ തമ്മിലുള്ള പരസ്പരാകർഷണത്തിന്റെ രഹസ്യത്തെക്കുറിച്ചും വേണ്ടവണ്ണം ധാരണകളില്ലാത്ത പ്രൈമറി ക്ലാസിൽ പഠിക്കുന്ന കുട്ടിയാണ് വേണു. അത്തരം കാര്യങ്ങളിൽ അവനേക്കാൾ അറിവുണ്ടായിരുന്ന സഹപാഠിയുടെ പ്രേരണയ്ക്കു വഴങ്ങി ക്ലാസിലെ സുന്ദരിയായ പെൺകുട്ടിക്ക് വേണു പ്രേമലേഖനമെഴുതി. അതിന്റെ പേരിൽ ആദ്യം സ്കൂളിൽവെച്ച് അദ്ധ്യാപകനിൽനിന്നും പിന്നീട് വീട്ടിലെത്തുമ്പോൾ അച്ഛനിൽനിന്നും തല്ലുകൊണ്ടതിന്റെ ഓർമ്മയാണ് നീലക്കടലാസ്സ് എന്ന ചെറുകഥയിലെ ഇതിവൃത്തം. ബാല്യത്തിന്റെ അറിവില്ലായ്മയും അതു സൃഷ്ടിക്കുന്ന പ്രശ്നങ്ങളുമാണ് ഈ കഥയിലെ പ്രതിപാദ്യത്തിന്റെ അടിയാധാരം. എങ്കിലും പ്രണയം, പ്രേമലേഖനം തുടങ്ങിയ കാര്യങ്ങൾ ഈ രചനയുടെ പശ്ചാത്തലത്തിലുണ്ട്. മുതിർന്ന് വിവാഹിതനായിക്കഴിഞ്ഞ് കാലത്ത് ഒരു നാൾ തന്റെ പെട്ടിയിൽ കുട്ടിക്കാലത്ത് പ്രേമലേഖനമെഴുതാൻ ഉപയോഗിച്ച നീലക്കടലാസിന്റെ ലെറ്റർ പാഡ് കത്തെഴുതാൻ എടുത്തുകൊള്ളട്ടെയെന്ന് ഭാര്യ ചോദിക്കുമ്പോൾ ആഖ്യാതാവായ

വേണുവിന് ഉണരുന്ന ഓർമ്മയുടെ സങ്കേതത്തിൽ ആണ് ഈ ചെറുകഥ രൂപപ്പെടുത്തിയിട്ടുള്ളത്.

എം ടിയുടെ ചെറുകഥകളിലെ കുട്ടികൾ ബാല്യത്തിന്റെ നിഷ്കളങ്കതയും ആർജ്ജവവും കൈമോശം വന്നിട്ടില്ലാത്തവരാണ്. സ്ത്രീപുരുഷബന്ധത്തെക്കുറിച്ചും അതിനു പിന്നിൽ പ്രവർത്തിക്കുന്ന രതിപ്രേരണകളെക്കുറിച്ചുമൊക്കെ അസ്പഷ്ടധാരണയേ അവർക്കുള്ളു. എന്നാൽ ആ അവസ്ഥയിൽനിന്നും കൗമാരത്തിലേക്കുവളർന്ന ആൺകുട്ടിയാണ് 'അജ്ഞാതന്റെ ഉയരാത്ത സ്മാരക'ത്തിലുള്ളത്. കൗമാരം ഒരിടവേളയാണ്. കുട്ടികളുടെ സ്വാതന്ത്ര്യവും മുതിർന്നവരുടെ അവകാശവുമില്ലാത്ത ഒരവസ്ഥ. അതു പോലെതന്നെ ലൈംഗികതയെക്കുറിച്ചും സ്ത്രീപുരുഷബന്ധത്തിന്റെ വൈകാരികാനുഭൂതിയെക്കുറിച്ചും ബോദ്ധ്യങ്ങളും അനുഭവങ്ങളും മെല്ലെ രൂപപ്പെടുന്ന പ്രായം. ഈ കഥയുടെ കേന്ദ്രസ്ഥാനത്തു നില്ക്കുന്ന കഥാപാത്രങ്ങൾ തിരുമേനിയും വസുന്ധരയുമാണ്. അവർ തമ്മിലുള്ള ബന്ധത്തെ സാക്ഷിയായ കൗമാരക്കാരന്റെ കാഴ്ചപ്പാടിൽ പില്ക്കാല സ്മരണയുടെ രൂപത്തിൽ അവതരിപ്പിക്കുകയാണ്. ഒടുവിൽ അതുവരെയും കഥയിലെ നിരീക്ഷകൻമാത്രമായ ആ കൗമാരക്കാരൻ കഥാന്ത്യത്തിൽ രതിപ്രേരണയാൽ നയിക്കപ്പെട്ട്, ആരും പ്രതീക്ഷിക്കാത്ത ഒരു നീക്കത്തിലൂടെ മറ്റു കഥാപാത്രങ്ങളുടെ ജീവിതത്തിൽ ദുരന്തം വിതയ്ക്കുന്നു. വർഷങ്ങൾക്കുശേഷം ആ പഴയ അനുഭവത്തിന്റെ രംഗസ്ഥലിയായ ഗ്രാമത്തിലൂടെ അയാൾ യാത്രചെയ്യുകയാണ്. കാറിൽ ഒപ്പമുള്ള വിലയ്ക്കെടുത്ത കാമുകിയോട് എന്നവണ്ണം അയാൾ സ്വയം പറയുന്നു: "സംശയിക്കുന്നവളേ, നിനക്കെന്നെ അറിയില്ല. ഞാൻ പണ്ട് ദേവദൂതനായി പിറന്നു. ദേവദൂതനെപ്പോലെ വളർന്നു. ഇപ്പോൾ ചെകുത്താനെ ഉള്ളിലൊതുക്കി മനുഷ്യന്റെ വേഷത്തിൽ ഭൂമുഖത്ത് ചുറ്റിനടക്കുന്നു. അല്ലെങ്കിൽ പറക്കുന്ന ഡച്ചുകാരൻ."

എം ടി വാസുദേവൻ നായരുടെ പല ചെറുകഥകളിലും നോവലുകളിലും കാണുന്ന ഒരു സാമാന്യഘടകമാണ് കേന്ദ്രകഥാപാത്രത്തിന്റെ ജീവിതഗതിയിൽ ഈ നിലയിലുണ്ടാകുന്ന പരിണാമം. ബാല്യകൗമാരങ്ങളിൽ സമൂഹത്തിന്റെ മതിപ്പ് പിടിച്ചുപറ്റുന്ന സ്വഭാവങ്ങളുള്ളയാൾ യൗവനത്തിലേക്കു കടക്കുന്നതോടെ അരാജകപ്രകൃതിയായി മാറുന്നു. കഥയിലെ ആഖ്യാതാവിനുണ്ടാകുന്ന ഈ രീതിയിലുള്ള മാറ്റത്തിന്റെ ആരംഭബിന്ദുവാണ് ആ സംഭവം. അതെന്താണ് എന്ന് കഥയിൽ വാച്യമായി പറയുന്നില്ലെങ്കിലും ധ്വന്യാത്മക സൂചനകളിലൂടെ വ്യക്തമാകുന്നത്, തിരുമേനിയുടെ വേളി നടന്ന രാത്രിയിൽ, വസുന്ധരയെ ബലാൽക്കാരം ചെയ്തത്, ആ ബന്ധത്തിൽ അസ്വസ്ഥനായിരുന്ന നരൻ, ആയിരുന്നില്ല, ആഖ്യാതാവായ കൗമാരക്കാരൻ ആയിരുന്നു എന്നതാണ്. അതുവരെ, നല്ലകുട്ടിയായി കഴിഞ്ഞിരുന്ന കഥാപാത്രത്തിന്റെ പില്ക്കാലജീവിതം പാപത്തിന്റെ കടവുകളിൽനിന്ന് കടവുകളിലേക്കുള്ള പ്രയാണമായിരുന്നു. കഥാന്ത്യത്തിൽ അതാണയാൾ ഒരു ഏറ്റുപറച്ചിലിന്റെ സ്വര

ത്തിൽ ആത്മഗതം പോലെ മന്ത്രിക്കുന്നത്.

പ്രണയം പ്രമേയമായി വരുന്ന എം ടി വാസുദേവൻനായരുടെ വിരലിലെണ്ണാവുന്ന കഥകളിൽ ശ്രദ്ധേയമാണ് 'ഓളവും തീരവും'. അനാഥനായ ബാപ്പൂട്ടി യൗവനത്തിലെത്തിയതോടെ പണിയെടുത്ത് സ്വന്തം കാലിൽ നില്ക്കാൻ കരുത്തുനേടി. ബീവാത്തുമ്മയുടെ വീട്ടിലാണ് അയാൾ ആഹാരം കഴിക്കുക. അവരുടെ മകൾ സൈനബയോട് അയാൾക്ക് ആഭിമുഖ്യം തോന്നി. ചില നോട്ടങ്ങളിലും നെടുവീർപ്പുകളിലും അവരുടെ പ്രണയം ഒതുങ്ങി നിന്നു. ബാപ്പൂട്ടിക്ക് സൈനബയെ നിക്കാഹു കഴിക്കാനുള്ള സാഹചര്യം ഏതാണ്ടൊത്തുവന്നു. അയാൾ ഏറെ പ്രതീക്ഷയോടെ അതിനായി കഴിയുന്നത്ര പണം മിച്ചം പിടിച്ചു. അപ്പോഴേക്കും പണ്ടെന്നോ നാടുവിട്ട മോഷ്ടാവായ കാതരുകുട്ടി പുതുപ്പണക്കാരനായി നാട്ടിൽ തിരിച്ചെത്തി. കൈയിൽ ഏറെ കാശുണ്ടെന്ന പത്രാസുകാട്ടി ബീവാത്തുമ്മയെ തെറ്റിദ്ധരിപ്പിച്ച് കാതരുകുട്ടി സൈനബയെ നിക്കാഹു കഴിച്ചു. ഏറെക്കഴിയുന്നതിനുമുമ്പേ അയാളുടെ കൈയിലെ പണം തീർന്നു. കീറിയ ബനിയനും മുഷിഞ്ഞ മുണ്ടുമായി കാതരുകുട്ടി നാട്ടിൽ ഗതിയില്ലാതെ നടന്നു. പഴയ കേസുകളുടെ പേരിൽ അതിനിടെ തന്നെ തിരക്കി പൊലിസ് വരുന്നുണ്ടെന്നു കേട്ട് കാതരുകുട്ടി നാടുവിട്ടു. ഗർഭിണിയായ സൈനബ ഉമ്മയുടെ കുടിലിൽ തിരിച്ചെത്തി. പ്രസവസമയമടുത്തപ്പോൾ പേറ്റിച്ചിയെക്കൊണ്ട് കാര്യം നടക്കാത്ത അവസ്ഥയായി. ഡോക്ടറെ വിളിക്കാൻ പണമില്ലാതെ ബീവാത്തുമ്മ എന്തു ചെയ്യണമെന്നറിയാതെ തൂണും ചാരി കുനിഞ്ഞിരുന്നു. അവരുടെ ഗതികേടറിഞ്ഞ് ബാപ്പൂട്ടി സ്വന്തം സമ്പാദ്യമെടുത്ത് ഡോക്ടറെ കൂട്ടിക്കൊണ്ടുവന്നു. പ്രസവം നടന്നു. കൈയിൽ ബാക്കിയുണ്ടായിരുന്ന രൂപയും കൂടി ബീവാത്തുമ്മയെ ഏല്പിച്ചിട്ട് എങ്ങോട്ടെന്നില്ലാതെ അയാൾ നടന്നുപോയി.

ഈ കഥയിൽ ഭഗ്നപ്രണയത്തിന്റെ ഹേതുവായി വർത്തിക്കുന്നത് ഒട്ടൊക്കെ സാമൂഹികസാഹചര്യങ്ങളും പിന്നെ വിധിയുമാണ്. അതിനെ നേരിടാൻ ബാപ്പൂട്ടിക്കു കഴിഞ്ഞില്ല. അയാൾക്ക് സഹജമായുണ്ടായിരുന്ന ഏകാകിത വർദ്ധിച്ചു. തന്നെ ചൂഴ്ന്നുനില്ക്കുന്ന വിഷാദത്തിന്റെ ലോകത്ത് അയാൾ തനിച്ചായി. എന്നാൽ സൈനബയുടെ ദുരന്തത്തിൽ അയാൾ മാനുഷികമായി പ്രതികരിച്ചു. ആ പ്രതികരണമാണ് അയാളെ ദീപ്തമായ ചൈതന്യമുള്ള കഥാപാത്രമാക്കി മാറ്റുന്നത്. ബീവാത്തുമ്മയോടുള്ള വർത്തമാനത്തിൽ അയാൾ പാരുഷ്യം പ്രകടിപ്പിച്ചെങ്കിലും പ്രവൃത്തിയിൽ അയാൾ അങ്ങേയറ്റം അലിവുകാട്ടി. അത് അന്യന്റെ ഭാര്യയായിത്തീർന്നവളെങ്കിലും, സൈനബയോട് അയാളുടെ ഉള്ളിൽ പുലർന്ന നിസ്വാർത്ഥമായ സ്നേഹത്തിന്റെ പ്രകാശനമായിരുന്നു. അതിലുപരി, ജീവനും മൃതിയും ഏറ്റുമുട്ടിയ ഒരു മുഹൂർത്തത്തിൽ ഒരു സഹജീവിയെ രക്ഷിക്കാൻ തുനിഞ്ഞ മനുഷ്യന്റെ ആന്തരികമായ നന്മയുടെ ആവിഷ്കാരമായിരുന്നു. എം ടിയുടെ മറ്റു പല കഥാപാത്രങ്ങളിലും കാണാറുള്ള

പക ഇവിടെയില്ല; അല്ലെങ്കിൽ അയാളുടെ പക തന്നോടു തന്നെയാണ്. അയാൾ ആ പകവീട്ടുന്നത് വിധ്യാത്മക(Positive)മായ പ്രവൃത്തിയിലൂടെയാണ് എന്നു മാത്രം. അവിടെ മാനുഷികതയുടെ പ്രകാശചാരുതയാണ് ബാപ്പുട്ടിയുടെ വ്യക്തിത്വത്തിന് തിളക്കം നല്കുന്നത്. സ്നേഹത്തെ ദീപ്തമാക്കുന്ന ത്യാഗമൂല്യം അവിടെ കൂടുതൽ തെളിഞ്ഞുനില്ക്കുന്നു.

എം ടിയുടെ പല ചെറുകഥകളിലും നായകന് കൗമാരപ്രായത്തിൽ സ്ത്രീയോട് നിഗൂഢാഭിമുഖ്യം ഉണ്ടാകുന്നതായി ചിത്രീകരിച്ചിട്ടുണ്ട്. അത് പ്രേമമായി വളരുന്നില്ല; നിഗൂഢമായ രതിവികാരത്തിന്റെ തലത്തിൽ അത് ഒതുങ്ങിപ്പോകുന്നു. 'സ്നേഹത്തിന്റെ മുഖങ്ങൾ' എന്ന കഥതന്നെ നോക്കുക: ആ കഥയിലെ മുഖ്യകഥാപാത്രമായ അനിയൻ പഠിക്കാൻ മിടുക്കനാണ്. പ്രായത്തിൽ ഏറെ അന്തരമില്ലാത്ത ചേട്ടൻ രാജൻ അക്കാര്യത്തിൽ പിന്നോക്കമാണ്. തറവാട്ടിൽ ആർക്കും അവനെ മതിപ്പില്ല. അമ്മാവന്റെ മകൾ ഭാഗി തനിക്കുള്ളതാണെന്ന് അമ്മാവിയും അമ്മാവനുമൊക്കെ പല പ്രാവശ്യം പറഞ്ഞുകേട്ടിരുന്ന അനിയൻ അങ്ങനെതന്നെ ധരിക്കുകയും ചെയ്തിരുന്നു. മുതിരുംതോറും അവൻ ഒരു സ്വപ്നം താലോലിച്ചിരുന്നു. ചുവന്ന സിമന്റിട്ട നിലത്ത് തുടുത്ത കാലടികളോടെ നടന്ന് ജോലി ചെയ്യുന്ന ഒരു പെൺകിടാവിനെ അയാൾ ഭാവനയിൽ കണ്ടിരുന്നു. അവളുടെ തുടുത്ത കവിളിൽ ഒരു വെളുത്ത പാലുണ്ണിയുണ്ട്. അത് ഭാഗിയാണ്. ജീവിതത്തിന്റെ തകിടം മറിച്ചിലിനിടയിൽ കാര്യങ്ങൾ മാറി മറിഞ്ഞു. രാജനും അനിയനും പത്താം ക്ലാസ് ജയിച്ചു. നല്ല മാർക്ക് നേടി ജയിച്ച അനിയനെ കോളജിൽ വിട്ട് പഠിപ്പിക്കാനായിരുന്നു അമ്മാവന്റെ തീരുമാനം. എന്നിട്ട് ഉദ്യോഗസ്ഥനാകുന്ന മരുമകന് മകളെ വിവാഹം കഴിപ്പിച്ച് കൊടുക്കും. എന്നാൽ തനിക്കും കോളജിൽ പഠിക്കണമെന്ന് വാശിപിടിച്ച രാജനുവേണ്ടി അനിയൻ വഴിമാറി. അവൻ വീട്ടിലെ കൃഷികാര്യങ്ങൾ നോക്കി ഗ്രാമീണന്റെ പരുക്കൻ ജീവിതത്തിലേക്ക് ഒതുങ്ങിപ്പോയി. ആ സാഹചര്യത്തിൽ, ചെറുപ്പത്തിൽ ഭാഗി അവജ്ഞയോടെ കണ്ടിരുന്ന രാജേട്ടൻ കോളേജ്കുമാരനായി അവളുടെ ആരാധന നേടുന്നു. പിന്നെ അവർ വിവാഹിതരായി. പഠിക്കാൻ മിടുക്കനായിരുന്നുവെങ്കിലും രാജേട്ടനുവേണ്ടി കോളേജ് വിദ്യാഭ്യാസത്തിനു പോകാതെ ഒഴിഞ്ഞു നിന്ന അനിയൻ ക്രമേണ തിരസ്കൃതനാകുന്നു. രാജേട്ടന്റെയും ഭാഗിയുടെയും വിവാഹം നടന്നരാത്രിയിൽ അയാൾ എങ്ങോട്ടെന്നില്ലാതെ യാത്രയായി. ജീവിതത്തിന്റെ നിഷിദ്ധപഥങ്ങളിലൂടെയുള്ള അലക്ഷ്യമായ ഒരു അലച്ചിലിന്റെ ആരംഭമായിരുന്നു അത്.

പില്ക്കാലത്ത് എം ടിയുടെ പല ചെറുകഥകളിലും കണ്ടുമുട്ടുന്ന അനായക(Anti-Hero) സ്വഭാവമുള്ള നായകസങ്കല്പത്തിന്റെ മുന്നോടി അനിയൻ എന്ന കഥാപാത്രത്തിൽ കാണാനാകും. ജീവിതത്തിന്റെ പരുഷാനുഭവങ്ങളിൽക്കൂടി കടന്നുപോകുന്ന കഥാപാത്രങ്ങൾ ക്രമേണ ആർദ്രഭാവങ്ങളിൽനിന്നകന്നു പോകുന്നു. വിധ്യാത്മകവും പ്രസാദപൂർണ്ണ

വുമായ ജീവിതസമീപനത്തിൽ നിന്ന് ഏതോ അഹേതുകവാസനകൾ ഈ ഗണത്തിലുള്ള എം ടിയുടെ കഥാപാത്രങ്ങളെ അകറ്റിനിർത്തുന്നതായി തോന്നുന്നു. അപ്പോഴും അയാളുടെ ഉള്ളിന്റെയുള്ളിലെവിടെയോ നന്മയുടെ കണങ്ങൾ നീറിക്കിടക്കുന്നതു കാണാൻ കഴിയും. 'സ്നേഹത്തിന്റെ മുഖങ്ങ'ളിലെ അനിയൻ പില്ക്കാല ജീവിതത്തിൽ അരാജകപഥങ്ങളിലൂടെ ലക്ഷ്യമില്ലാതെ അലഞ്ഞെങ്കിലും ആ ജീവിതത്തിൽ അവിചാരിതമായി തന്റെ ഇണയായിത്തീർന്ന സ്ത്രീയോട് അയാൾ പുലർത്തുന്ന മനോഭാവത്തിൽ ഈ നന്മയുടെ പ്രസരം കാണാൻ കഴിയും.

'ദുഃഖത്തിന്റെ താഴ്വരകൾ' എന്ന ഭാവഗീതാത്മകമായ കഥയിൽ പ്രണയം എന്നോ പൊലിഞ്ഞുപോയ ഒരു വിഷാദസ്മരണമാത്രമായി നായകനിൽ വർത്തിക്കുന്നതിനുള്ള കാരണവും ഈ മനോഭാവം തന്നെ. സ്മരണയുടെ രൂപത്തിലെഴുതിയിരിക്കുന്ന ഈ ചെറുകഥയിൽ വർഷങ്ങൾക്കുമുമ്പുള്ള ഒരു സ്നേഹബന്ധത്തെ കഥയിലെ ആഖ്യാതാവായ എഴുത്തുകാരൻ ഓർക്കുകയാണ്. അതിനെ പ്രേമമെന്നു വിളിക്കാനാവില്ല എന്ന് അയാൾതന്നെ പറയുന്നുണ്ട്. ഗ്ലോറിയ അയാളുടെ ആരുമായിരുന്നില്ല. പച്ചച്ചായം തേച്ച ജനാലകളും മങ്ങിയ ചുവരുകളുമുള്ള മുറിക്കകത്ത് നിത്യവും അവൾ കയറി വന്നു. അയാൾപോലും അറിയാതെ അവൾ അയാളുടെ ഉള്ളിൽ ഒരിടംതേടി. ഒരു ദിവസം അവൾ വരാതിരുന്നപ്പോൾ അവ്യക്തമായ വേദന തോന്നി. അപ്പോഴും അയാൾ ഹൃദയത്തിൽ മറ്റൊരു സ്വപ്നം താലോലിച്ചിരുന്നു. സ്വന്തമായൊരു വീട്. അവിടെ ഗൃഹനായികയായി വെളുത്തു മെലിഞ്ഞ ഒരു പെൺകുട്ടി. അങ്ങനെയൊരു പെൺകുട്ടി വേറെയുണ്ടായിരുന്നു. പക്ഷേ, ജീവിതം ഒന്നു ഭദ്രമാക്കാൻ അയാൾ കാത്തിരിക്കുകയായിരുന്നു. സ്ത്രീധനം കൊടുക്കാനില്ലാത്തതിനാൽ പെണ്ണുകാണാൻ വരുന്നവരുടെ മുൻപിൽ വീണ്ടും വീണ്ടും ചെന്നു നില്ക്കാൻ വിധിക്കപ്പെട്ടവളായിരുന്നു ഗ്ലോറിയ. പക്ഷേ, അവളറിയാതെ അയാൾ നാടുവിടുകയാണ്. പതിവുപോലെ ഏതോ ചെറുയാത്രയെന്നാണ് അയാൾ അവളെ ധരിപ്പിച്ചത്. പക്ഷേ, സഹജാവബോധംകൊണ്ടെന്നവണ്ണം അതൊരു അവസാനത്തെ വിടവാങ്ങലായി അവൾക്കു തോന്നിയിരിക്കണം. അതാണല്ലോ ഗ്ലോറിയ ഒരു തമാശ പറയട്ടെ, എന്ന മുഖവുരയോടെ, "തന്നെ വിവാഹം കഴിച്ചോളു, പിന്നെ ഒരു കുഞ്ഞു ജനിച്ചിട്ട് ഉപേക്ഷിച്ചോളൂ, താനെന്നും അവനെയും നോക്കി വളർത്തിക്കഴിഞ്ഞുകൊള്ളാം" എന്നു പറയുന്നത്. തിരിച്ചു വരാത്ത യാത്ര അയാൾ ആരംഭിച്ചു. വർഷങ്ങൾക്കുമുമ്പ് താൻ സ്വന്തം വീട്ടിൽ ഗൃഹനായികയായി സങ്കല്പിച്ച പെൺകിടാവ് കുടുംബനായികയായ വീട്ടിൽ ഒരു കൊല്ലം മുൻപ് അയാൾ ചെന്നു. ആഗ്രഹിച്ചതായിരുന്നില്ല ആ സന്ദർശനം. ടെലിഫോണിലൂടെ പറന്നുവന്ന ഏതോ സന്ദേശം സ്വീകരിക്കാൻ ഭർത്താവ് അകത്തെ മുറിയിലേക്കു പോയപ്പോൾ തന്നോട് വെറുപ്പു തോന്നിയിരിക്കും എന്നു ഗൃഹനായിക പറഞ്ഞു. അപ്പോഴത്തെ തന്റെ വിചാരം അയാൾ രേഖപ്പെടുത്തുന്നു."പറ

യാനാശിച്ചിരുന്നു. ഒരു വെറുപ്പുമില്ല. നിന്നെ കുറ്റപ്പെടുത്തുകയുമില്ല. കുറ്റപ്പെടുത്തുന്നെങ്കിൽ അത് വളഞ്ഞു പുളഞ്ഞു കിടക്കുന്ന കാലത്തിന്റെ നെടുംപാതയെയാണ്. അതിന്റെ തിരിവുകളിൽ, ആദ്യം അടുത്തുകാണുന്നത് അകലെ കിടക്കുന്നവയെയാണ്'' (*ദുഃഖത്തിന്റെ താഴ്‌വരകൾ*).

താൻ നേരത്തേ ഹൃദയത്തിൽ ഇടം കൊടുത്ത പെൺകുട്ടിയോടും താനറിയാതെ ഉള്ളിൽ കടന്നുകൂടിയ ഗ്ലോറിയയോടും അയാൾക്ക് നീതി പുലർത്താനായില്ല. എന്തായിരുന്നു അതിന്റെ കാരണം.? അഹേതുകമായി വാസനാനീതരായി ഏകാന്തതയിലേക്കും ജീവിതത്തിന്റെ വ്യർത്ഥപഥങ്ങളിലേക്കും പോകുന്ന അത്തരം കഥാപാത്രങ്ങൾക്കുണ്ടാകുന്ന സ്വാഭാവികപരിണാമമാണത്.

യൗവനത്തിൽ ഒന്നു മിന്നിമറഞ്ഞതും പരസ്പരം അറിയിക്കാൻ കഴിയാതെ പോയതുമായ പ്രണയത്തിന് വാർദ്ധക്യത്തിൽ അപ്രതീക്ഷിതമായ മാനസികസാഫല്യ(?)മുണ്ടാകുന്നതിന്റെ ഹൃദ്യമായ ആവിഷ്കാരമാണ് *വാനപ്രസ്ഥ*ത്തിലുള്ളത്. മുപ്പത്തിരണ്ടു കൊല്ലംകൊണ്ട് ഒൻപതു ഹൈസ്കൂളുകളുടെ പരിസരങ്ങളിലൂടെ മൂന്നു ജില്ലകൾ മാത്രം കണ്ട കരുണാകരൻമാഷാണ് കഥയിലെ മുഖ്യകഥാപാത്രം. അദ്ദേഹത്തിന്റെ ചിത്തവൃത്തികളിലൂടെയാണ് കഥയുടെ ആഖ്യാനപഥം മുന്നേറുന്നത്. പഠിച്ചിറങ്ങി അദ്ധ്യാപകജോലി കിട്ടി ആദ്യം ഹൈസ്കൂളിൽ പഠിപ്പിക്കാനെത്തിയ കാലത്ത് വിനോദിനി എന്ന വിദ്യാർത്ഥിനിയോട് ആഭിമുഖ്യം തോന്നിയിരുന്നു. അസ്പഷ്ടമായ ചില പരസ്പര വിനിമയങ്ങൾ മാത്രം. പില്ക്കാലത്ത് വിനീതശിഷ്യ എന്നെഴുതിയ ചില നവവത്സരാശംസകൾ വിനോദിനിയിൽ നിന്ന് മാഷിന് കിട്ടിയിരുന്നു. വളരെക്കുറിച്ചു കാര്യങ്ങൾ എഴുതിയിട്ടുള്ള ചില കത്തുകളും. അതിനപ്പുറം എന്തെങ്കിലും ബന്ധമുണ്ടായില്ല. പക്ഷേ, ജീവിതത്തിന്റെ വഴിത്തിരിവുകളിൽ പിന്നീടവർ കണ്ടുമുട്ടുന്നത് വർഷങ്ങൾക്കുശേഷമാണ്. റിട്ടയർ ചെയ്ത് പിന്നെയും ചില വർഷങ്ങൾ കഴിഞ്ഞ് മൂകാംബികക്ഷേത്രപരിസരത്തിൽവച്ച് മാഷ് വിനോദിനിയെ കാണുന്നതും അവരൊരുമിച്ച് കുടജാദ്രിയിലേക്ക് യാത്ര ചെയ്ത് ഒരു രാത്രി അവിടെ ഒരുമിച്ച്കഴിച്ച് തിരിച്ചു വരുന്നതുമാണ് കഥയിലെ സംഭവകാണ്ഡം. പ്രണയത്തിന്റെ യൗവനതീക്ഷ്ണമായ മാംസനിബദ്ധവിതാനത്തെ പിന്തള്ളി അതിന്റെ കാലമേറെക്കഴിഞ്ഞിട്ടും സ്ഥായിയായി നില്ക്കുന്ന വൈകാരികചൈതന്യത്തെ ആവിഷ്കരിച്ചിരിക്കുകയാണ് ഈ കഥയിൽ എം ടി വാസുദേവൻ നായർ. മറ്റു പല കഥകളിലും കാണുന്നതുപോലെ യൗവനത്തിലെ പ്രണയകാമന ഭഗ്നമായിത്തീരുന്നുവെങ്കിലും, വാർദ്ധക്യത്തിലെ അവിചാരിതമായ ഒത്തുചേരലിലൂടെ ശാരീരികതലത്തിലല്ലെങ്കിലും മാനസികതലത്തിൽ അതിനു സാഫല്യം ലഭിക്കുന്നു. ദമ്പതീപൂജ നടത്തി, രാത്രി ഒരേ കിടക്കയിലാണ് കിടക്കുന്നതെങ്കിലും വിരലുകളിൽ ഒന്നു സ്പർശിക്കുന്നതൊഴിച്ചാൽ ആ സാഫല്യത്തിന് പ്രത്യക്ഷമായ ശാരീരികവിതാനങ്ങളില്ല. പക്ഷേ, ആ കൂടിച്ചേരൽ സൃഷ്ടിക്കുന്ന മാന്ത്രികമായ ആന്തരികസായുജ്യം ഏറെ ആഴ

മുള്ളതാണ്. കുടജാദ്രിയിലേക്കുള്ള കയറ്റത്തിന്റെ പ്രതീകാത്മകതയും അന്തരീക്ഷസൃഷ്ടിയിൽ പ്രകൃതിക്കും ആദ്ധ്യാത്മികബിംബങ്ങൾക്കും നല്കിയിരിക്കുന്ന പ്രാധാന്യവും ഈ കഥയ്ക്ക് കൂടുതൽ ധ്വന്യാത്മകത നല്കുന്നു. ഒരേസമയം രതിയുടെയും ആദ്ധ്യാത്മികതയുടെ അന്തർദ്ധാരകൾ വിവരണാതീതമായ ഒരു സൂക്ഷ്മരസപാകത്തിൽ ഇവിടെ സമന്വയിക്കുന്നു. യൗവനകാലത്തെ തീക്ഷ്ണമായ പ്രണയഭാവനയും വാർദ്ധക്യത്തിലെത്തിയപ്പോൾ അതിനുണ്ടായ ഭാവപരിണാമവും ഇവിടെ വ്യക്തമാകുന്നു. Platonic Loveന്റെ തലത്തിലുള്ള ഒരു വിമലീകരണം ഈ കഥാപാത്രങ്ങളുടെ ബന്ധത്തിന് വാർദ്ധക്യത്തിലെ കൂടിച്ചേരലിൽ സംഭവിക്കുന്നു എന്നതാണ് ശ്രദ്ധേയം.

ദാമ്പത്യം എന്ന തടവറ

ഭഗ്നപ്രണയങ്ങളുടെ എന്നപോലെ ശിഥിലദാമ്പത്യങ്ങളുടെയും ലോകമാണ് എം ടി വാസുദേവൻനായർ ചെറുകഥകളിൽ വരച്ചിടുന്നത്. പൊരുത്തക്കേടുകളും സംഘർഷങ്ങളും നിറഞ്ഞമൂടിക്കെട്ടിയ അന്തരീക്ഷമാണ് അവയിലുള്ളത്. പൊതുവേ വിശ്ലഥവും സങ്കീർണ്ണവുമാണ് ആ കഥകളിലെ ദാമ്പത്യബന്ധങ്ങൾ. ദമ്പതികളുടെ ജീവിതം നേരിട്ട് പ്രതിപാദിക്കുന്ന കഥകളിൽ മാത്രമല്ല കുട്ടിയുടെ കാഴ്ചപ്പാടിൽക്കൂടി അവതരിപ്പിക്കുന്ന ചെറുകഥകളിൽ പ്രത്യക്ഷപ്പെടുന്ന മാതാപിതാക്കളുടെ ദാമ്പത്യത്തിലും ഈ പൊരുത്തക്കേടുകൾ ധാരാളമായി കാണാനാകും.

'നുറുങ്ങുന്ന ശൃംഖലകൾ', 'ഒരു പിറന്നാളിന്റെ ഓർമ്മയ്ക്ക്', 'കരിയില മൂടിയ വഴിത്താരകൾ' തുടങ്ങിയ കഥകളിൽ ആനുഷംഗികമായി പ്രതിപാദിക്കുന്ന ദാമ്പത്യശൈഥില്യം, മരുമക്കത്തായ വ്യവസ്ഥയുടെ ജീർണ്ണതയുടെ ഫലമായുണ്ടാകുന്നതാണ്. കാരണവർക്ക് അനിഷ്ടം ഉണ്ടായതുകൊണ്ട്, ദാമ്പത്യം തുടരാനാകാതെപോയ സ്ത്രീപുരുഷന്മാരാണ് 'നുറുങ്ങുന്ന ശൃംഖല'കളിൽ ഉള്ളത്. 'ഒരു പിറന്നാളിന്റെ ഓർമ്മ'യിലെ കുട്ടിയായ കുഞ്ഞികൃഷ്ണന്റെ അച്ഛൻ അമ്മയുമായുള്ള ബന്ധം പിരിഞ്ഞുപോയത് കാരണവരോടുള്ള രസക്ഷയം മൂലമാണ്. 'കരിയിലമൂടിയ വഴിത്താര'കളിൽ രാഘവന്റെ അമ്മ, ഭർത്താവ് ജീവിച്ചിരിക്കെ അനുഭവിച്ച സുദീഘമായ ഏകാന്തവൈധവ്യം നായർ സമുദായത്തിലെ നമ്പൂതിരിസംബന്ധം എന്ന സാമൂഹികതിന്മയുടെ അനിവാര്യദുരന്തമാണ്. എന്നാൽ പില്ക്കാലത്ത് എം ടി എഴുതിയ പല കഥകളിലും പ്രമേയമായിത്തീരുന്ന അണുകുടുംബ ദാമ്പത്യത്തിലെ അസ്വാസ്ഥ്യങ്ങൾക്ക് പ്രകടമായ ഹേതുവായി ഇത്തരം സാമൂഹികകാരണങ്ങളെ എടുത്തുകാട്ടാനാവില്ല. കഥാപാത്രങ്ങളുടെ മാനസികനിലയിലെ സവി

ശേഷതകളും ആധുനികജീവിതം വ്യക്തികളിൽ ഏല്പിക്കുന്ന ആന്തരികസമ്മർദ്ദവുമാണ് അവയിൽ ദാമ്പത്യശൈഥില്യത്തിന് കാരണമായിത്തീരുന്നത്. 'മൂടുപടം' എന്ന ചെറുകഥയിലെ ആഖ്യാതാവായ യുവാവിന്റെ മാതാപിതാക്കൾ ഒരേ വീട്ടിൽ പിണങ്ങി കഴിയുന്നവരാണ്. അതിന് കാരണം സമ്പന്നനായിത്തീർന്ന പിതാവിന്റെ അപഥവിഹാരങ്ങളാണ്. അതുമൂലം ഗാർഹികാന്തരീക്ഷത്തിലുണ്ടാകുന്ന അസ്വാസ്ഥ്യം നിറഞ്ഞ ഇരുട്ട് മകന്റെ മനോഭാവത്തിൽ വ്യാപരിക്കുന്നതിനെപ്പറ്റിയാണ് ആ ചെറുകഥ. 'നിന്റെ ഓർമ്മയ്ക്ക്', 'വിത്തുകൾ' എന്നീ കഥകളിലും മാതാപിതാക്കളുടെ ദാമ്പത്യത്തിൽ കല്ലുകടിയുണ്ടാക്കുന്ന വിധത്തിൽ പിതാവിന്റെ ഭാഗത്തുനിന്നുള്ള തെറ്റുകളെക്കുറിച്ച് സൂചനയുണ്ട്.

ദമ്പതികളിലൊരാൾ - സ്ത്രീയോ പുരുഷനോ - നായകസ്ഥാനത്തു വരുന്ന എം ടിയുടെ കഥകളിലാണ് ദാമ്പത്യം എന്ന തടവറയിലെ യാതനകളുടെ സങ്കീർണ്ണസ്വഭാവം കൂടുതൽ വ്യക്തമാകുന്നത്. അവയിലേറെയും പുരുഷവീക്ഷണത്തിൽ രചിച്ചിട്ടുള്ള കഥകളാണ്. മാറാനിടയില്ല എന്നു ഡോക്ടർതന്നെ സൂചിപ്പിച്ച രോഗത്തിന് ഭാര്യയെ സർക്കാരാശുപത്രിയിൽ ചികത്സയ്ക്കു പ്രവേശിപ്പിച്ച സന്ദർഭത്തെ മുൻനിർത്തി, ഭർത്താവിന്റെ പരാജയബോധവും പലായനപ്രവണമായ മനോഭാവങ്ങളെയും ചിത്രീകരിക്കുന്ന ചെറുകഥയാണ് 'ഭീരു'. മരക്കമ്പനി ഗുമസ്തനായി പണിയെടുത്തിട്ടും രണ്ടറ്റവും കൂട്ടിമുട്ടിക്കാനാവാത്ത കുടുംബജീവിതമാണയാളുടേത്. ഭാര്യയോടുള്ള അയാളുടെ പെരുമാറ്റം വെറും കടമതീർക്കലിന്റെ ഔപചാരികതയിൽ ഒടുങ്ങുന്നു. ചെറുപ്പത്തിൽ അദ്ധ്യാപകനായിരുന്ന കാലത്ത് ആഭിമുഖ്യം തോന്നിയ വിദ്യാർത്ഥിനി നേഴ്സായി ഭാര്യയെ പ്രവേശിപ്പിച്ച ആശുപത്രിയിൽ ഉണ്ടായിരുന്നു. അയാളുടെ ഭാര്യയെ അവിടെ അഡ്മിറ്റ് ചെയ്തിട്ടുള്ളത് അറിഞ്ഞ് അവൾ ആ രോഗിണിയെ പ്രത്യേകം ശുശ്രൂഷിക്കുന്നു. അതറിഞ്ഞ്, അവൾക്ക് മുഖം കൊടുക്കാതെ ഒളിച്ചോടുകയാണ് അയാൾ. ഭൗതിക ജീവിതത്തിൽ അന്യവത്കൃതരും പരാജിതരുമായ മനുഷ്യരുടെ മനസ്സിൽ നുരയുന്ന ആത്മനിന്ദ മനുഷ്യബന്ധങ്ങളിലേക്കു പടരുന്നതിന്റെ ഇരുണ്ട ചിത്രമാണ് ഈ കഥയിലുള്ളത്. ഈ അവസ്ഥ കുറേക്കൂടി തരംതാണതും അരാജകജീവീതത്തിന്റെ തലത്തിൽ വർത്തിക്കുന്നതുമായ ചിത്രം 'ജോക്കർ' എന്ന ചെറുകഥയിൽ കാണാം.

ഈ ആത്മനിന്ദയുടെ ഭാവമണ്ഡലത്തോട് ചില അംശങ്ങളിൽ അടുപ്പമുള്ള ചെറുകഥകളാണ് വ്യത്യസ്തമായ സാമൂഹികാന്തരീക്ഷത്തെ ആധാരമാക്കി എം ടി എഴുതിയിട്ടുള്ള 'ബന്ധനം', 'വാരിക്കുഴി' എന്നിവ. സമ്പന്നയല്ലെങ്കിലും തനിനാട്ടിൻപുറത്തുകാരിയും ശുദ്ധമനസ്കയുമായ ഭാര്യയെ കബളിപ്പിച്ചുകൊണ്ട് മുപ്പതുനാഴിക മാത്രം അകലെയുള്ള നഗരത്തിൽ, വാരാന്ത്യങ്ങളിൽ മാർഗരറ്റ് ഡിസൂസ എന്ന പരിഷ്കാരിയായ കാമുകിയുമായി മേളിക്കുന്ന ഭർത്താവാണ് 'ബന്ധനം' എന്ന കഥയിലെ കേന്ദ്രകഥാപാത്രവും ആഖ്യാതാവും. ഭാര്യ ഭാരതി രണ്ടാമത്തെ ഗർഭം

ധരിച്ചിരിക്കുകയാണ്. പ്രസവകാലം ഏതാണ്ട് അടുത്തിരിക്കുന്നു. മെച്ചപ്പെട്ട സാമ്പത്തിക സാഹചര്യങ്ങളാണ് അയാളുടേത്. വ്യക്തമായ സൂചനയൊന്നുമില്ലെങ്കിലും ഭാര്യയുടെ ഭൂസ്വത്തും മറ്റും അതിന് വഴിയൊരുക്കി എന്നു കരുതാനാവും. മൂന്നാഴ്ചത്തെ വിടവിനുശേഷം ഭാര്യയുടെ അടുത്തേക്ക് അർദ്ധമനസ്സോടെ കാറോടിച്ച് പോവുകയാണയാൾ. ഗർഭിണിയായ ഭാര്യയ്ക്കുള്ള മരുന്നും കുഞ്ഞുമകളുടെ ടോണിക്കും വാങ്ങാൻ അയാൾ മറന്നിരിക്കുന്നു. എന്നാൽ കാമുകിയെ സന്തോഷിപ്പിക്കുവാൻ അവളുടെ എത്ര ചെറിയ കാര്യങ്ങളിലും ശ്രദ്ധിക്കുന്നവനാണ് അയാൾ. വൈകുന്നേരം വീട്ടിലേക്കുള്ള യാത്രയിൽ തുടങ്ങി പിറ്റേന്ന് രാവിലെ തിരിച്ചുപോരുന്നതുവരെയുള്ള സമയത്തിനിടയിലെ അയാളുടെ ചിത്തവൃത്തികളും സംഭവങ്ങളുമാണ് കഥയിൽ വരുന്നത്. ജീവിതത്തിലും ദാമ്പത്യത്തിലും താൻ പുലർത്തുന്ന കാപട്യം മറ്റുള്ളവർ തിരിച്ചറിഞ്ഞു തുടങ്ങിയോ എന്നയാൾ ഭയപ്പെടുന്നു. സാധുവായ ഭാര്യയും കൊച്ചുകുട്ടിയായ മകളും മാത്രമല്ല, വളർത്തുനായപോലും തന്റെ കാപട്യം തിരിച്ചറിയുന്നു എന്ന സംശയമാണയാളെ അസ്വസ്ഥനാക്കുന്നത്. സങ്കീർണ്ണമായ വികാരങ്ങളാണയാളെ ഭരിക്കുന്നത്. ആത്മനിന്ദയും കുറ്റബോധവും മടുപ്പും മാത്രമല്ല, രതികാമനയും സുഖാസക്തിയും പലായനപ്രവണതയും അയാളുടെ സ്വഭാവത്തിലുണ്ട്. ഇവയുടെ വ്യാമിശ്രമായ കൂട്ടിപ്പിണച്ചിലിൽ നിന്നാണ് കഥയിൽ അയാളുടെ സ്വത്വം രൂപംകൊള്ളുന്നത്. സൂക്ഷ്മവും ബിംബാത്മകവുമായ ഭാഷാരൂപം, ആഖ്യാനത്തിൽ സന്നിവേശിപ്പിച്ചിരിക്കുന്ന പ്രതീകാത്മകമായ അംശങ്ങൾ-എന്നിവയൊക്കെ ഈ ചെറുകഥയുടെ സങ്കീർണ്ണമായ ഭാവത്തിന് മൂർത്തീകരണം നല്കാൻ ഉപയുക്തമാകുന്നു.

ദാരിദ്ര്യം അനുഭവിച്ച് വളർന്നുവന്ന അഭ്യസ്തവിദ്യനായ ഒരു യുവാവ് ഏറെ ആഗ്രഹിച്ച സാമ്പത്തികസമൃദ്ധി വിവാഹത്തിലൂടെ കൈവന്നുവെങ്കിലും ഹൃദയലയമില്ലാത്ത ആ ബന്ധം ബന്ധനമായി മാറുന്നതാണ് 'വാരിക്കുഴി' എന്ന കഥയിലും പ്രമേയമായി വരുന്നത്. വിരൂപയായ സുഭദ്രയുടെ രണ്ടാം ഭർത്താവായതിലൂടെ ശങ്കരൻകുട്ടി ധനികനായി. ഭാര്യയുടെ വകയായ വിശാലമായ വനഭൂമിയുടെയും എസ്റ്റേറ്റിന്റെയുമൊക്കെ കൈകാര്യകർത്താവായിത്തീർന്നു അയാൾ. ഏഴു വർഷത്തെ ദാമ്പത്യം കൊണ്ട്, പക്ഷേ, ഒന്നയാൾക്കു മനസ്സിലായി, താനൊരിക്കൽ ഏറെക്കൊതിച്ചിരുന്ന ഭൗതികസമ്പന്നത നിരർത്ഥകമായ ഒരു ഭാരമാണെന്ന്. സ്വയം കൂച്ചുവിലങ്ങിട്ട് വാരിക്കുഴിയിൽപ്പെട്ട ഒരാനയെപ്പോലെയാണ് തന്റെ സ്ഥിതിയെന്ന് അയാൾ തിരിച്ചറിയുകയാണ്, സുഭദ്രയുടെ വക കോട്ടമലയിൽ വാരിക്കുഴിയിൽ വീണ ആനയെ ആഘോഷപൂർവ്വം കയറ്റിയെടുക്കുന്ന കാഴ്ച കാണുമ്പോൾ. വാരിക്കുഴിയിൽ നിന്ന് കരയ്ക്കുകയറ്റിയ ആന അടിയും കുത്തുമേറ്റ് ചത്തു വീഴുമ്പോൾ അയാൾ ഗൂഢമായി ആഹ്ലാദിക്കുന്നു. ഭാര്യയുടെ ജീവിതത്തിലെ ഒരഭിമാനമായി

മാറുന്ന ആനക്കുട്ടി ചത്തുപോകുമ്പോൾ അത് അവളിൽ ഉളവാക്കാനിടയുള്ള പ്രതികരണം ഓർത്താണ് അയാളിൽ ആഹ്ലാദം ഉണരുന്നത്. അയാളുടെ മേൽ ഭാര്യ പുലർത്തുന്ന ആധിപത്യത്തോടുള്ള പ്രതിഷേധം, അങ്ങനെ പരോക്ഷമായി ആവിഷ്കരിക്കപ്പെടുന്നു. അങ്ങനെ വാരിക്കുഴിയിൽ വീണ ആന പ്രതീകാത്മകമായി ശങ്കരൻകുട്ടിയുടെ പ്രാതിനിദ്ധ്യം വഹിക്കുന്നു.

സ്ത്രീജീവിതത്തിന്റെ ഉൾത്തലങ്ങളിലേക്ക് അധികം ഇറങ്ങിച്ചെല്ലാത്ത കഥകളായിരുന്നു ആദ്യകാലത്ത് എം ടി വാസുദേവൻ നായർ എഴുതിയവ. സ്ത്രീകഥാപാത്രങ്ങളെ കേന്ദ്രീകരിച്ചിട്ടുള്ള രചനകളായ 'ഓപ്പോൾ', 'കുട്ട്യേടത്തി' തുടങ്ങിയ ആദ്യകാല ചെറുകഥകൾ സ്ത്രീദൈന്യത്തിന്റെയും ദുരന്തത്തിന്റേയും ആവിഷ്കാരങ്ങളെന്ന നിലയിൽ ശ്രദ്ധേയത കൈവരിച്ചു. എന്നാൽ ആ കഥാപാത്രങ്ങളുടെ ആന്തരിക ജീവിതം അസ്പഷ്ടമായേ ആ ചെറുകഥകളിൽ കടന്നു വരുന്നുള്ളൂ. സാക്ഷിയായ ഒരു ബാലന്റെ കാഴ്ചപ്പാടിലാണ് ആ കഥകൾ രണ്ടും ആഖ്യാനം ചെയ്യപ്പെട്ടത്. എന്നാൽ പിന്നീട് ആ രീതിയിൽ മാറ്റം വരുന്നു. ഈ മാറ്റം പ്രധാനമായും ദാമ്പത്യജീവിതസംഘർഷങ്ങളെ ആഖ്യാനം ചെയ്യുന്ന പില്ക്കാല കഥകളിലൂടെയാണ് സംഭവിക്കുന്നത്. എം ടിയുടെ രചനാരീതിയിൽ വന്ന പരിവർത്തനത്തിന്റെ ഫലം കൂടിയാണിത്. കഥാപാത്രങ്ങളുടെ മാനസികചലനങ്ങളെ ബിംബപ്രധാനമായ ഭാഷയിൽ, അത്യധികം ശ്രദ്ധയോടെ ഒപ്പിയെടുത്ത് പ്രതീതിയുണർത്തുന്ന സങ്കേതത്തിൽ രചിച്ച കഥകളുടെ കാലമാകുമ്പോഴാണ് ഈ മാറ്റം സംഭവിക്കുന്നത് എന്നതും ശ്രദ്ധിക്കേണ്ടതാണ്.

ദാമ്പത്യശൈഥില്യത്തിന്റെ സങ്കീർണ്ണവും യാതനാഭരിതവുമായ അവസ്ഥ സ്ത്രീപക്ഷത്തുനിന്നും വ്യത്യസ്തമാനങ്ങളിൽ ആഖ്യാനം ചെയ്യുന്ന കഥകളാണ് 'ചുവന്ന മണൽ', 'കറുത്ത ചന്ദ്രൻ', 'ഇടവഴിയിലെ പൂച്ച മിണ്ടാപ്പൂച്ച', 'കല്പാന്തം', 'കാഴ്ച' തുടങ്ങിയവ. ചേച്ചിയെ സ്നേഹിച്ചിരുന്ന പുരുഷൻ പിന്നീട് പ്രായത്തിൽ ഏറെ ചെറുപ്പമായ അനുജത്തിയെ വിവാഹം കഴിക്കുന്നു. അവൾക്ക് അയാളോടുതോന്നുന്ന മടുപ്പിന്റെയും വിരക്തിയുടെയും ഭാവങ്ങളാണ് 'ചുവന്ന മണൽ' എന്ന കഥയിലുള്ളത്. അയാളുടെ രൂപഭാവങ്ങളും പെരുമാറ്റവുമെല്ലാം അവളിലെ ആ വികാരത്തെ വർദ്ധിപ്പിക്കുന്നു. ഒടുവിൽ അവൾ അയാളിൽ നിന്ന് സ്വയം മോചിതയാകുന്നു. 'കറുത്ത ചന്ദ്രനി'ലും ഏതാണ്ട് ഈ ഭാവധാരയുടെതന്നെ മറ്റു ചില സൂക്ഷ്മാന്തർഗതങ്ങളാണ് ആവിഷ്കരിച്ചിട്ടുള്ളത്. ആരാധനയോടെ പ്രണയിച്ച പുരുഷൻ, ഭർത്താവായിത്തീരുമ്പോൾ മധുവിധുനാളുകളിൽ തന്നെ, അയാളുടെ സ്വഭാവത്തിലെ ചില വ്യവച്ഛേദിച്ചു പറയാൻ കഴിയാത്ത തരം അസ്വാസ്ഥ്യജനകമായ അംശങ്ങൾ നവവധുവിൽ ഉളവാകുന്ന പ്രതികരണങ്ങളാണ് ഈ കഥയിലുള്ളത്. അടുത്ത വീട്ടിൽ താമസിച്ചിരുന്ന യുവാവിനോട് ആഭിമുഖ്യം

തോന്നിയിരുന്ന പെൺകുട്ടി, അയാളെത്തന്നെ വിവാഹം ചെയ്തു. അവരൊരുമിച്ച് മധുവിധു യാത്ര നടത്തുകയാണ്. ആ യാത്രയിൽ അടുത്തറിയുന്തോറും, ആധിപത്യവാസന പുലർത്തുന്ന ഹിംസാത്മകമായ അയാളുടെ സ്വഭാവം അവളിൽ മടുപ്പ് നിറയ്ക്കുന്നു. അതിന്റെ പരകോടിയിലാണ് കിടപ്പറയിൽവെച്ച് "അരുത്, എന്നെ തൊടരുത് "എന്ന് അവൾ പുലമ്പുന്നത്. കാട്ടിനുള്ളിലെ ട്രാവലേഴ്സ് ബംഗ്ലാവായി മാറിയ കൊട്ടാരത്തിലേക്കുള്ള അവരുടെ യാത്രയ്ക്കിടയിൽ അയാൾ കാറുകയറ്റിക്കൊല്ലുന്ന മുയൽ ഈ ചെറുകഥയിൽ ശക്തമായ ഭാവവിധാനശേഷി കൈവരിക്കുന്നത് കേന്ദ്രകഥാപാത്രത്തിന്റെ ഈ സവിശേഷ മാനസികാന്തരീക്ഷത്തിലാണ്. സൂക്ഷ്മവും ഏകാഗ്രവുമായി ആ ഭാവത്തെ വികസിപ്പിച്ച് അതിന്റെ ഉച്ചസ്ഥായിയിലെത്തിക്കുന്ന ചെറുകഥയാണത്. എം ടി വാസുദേവൻ നായരുടെ രചനാനൈപുണ്യം മികവുനേടിയതിന്റെ ഒരുദാഹരണം.

ഭദ്രമായ ദാമ്പത്യജീവിതത്തിനിടയിൽ ഒരിക്കൽ അറിയാതെ ഒരു തെറ്റു ചെയ്തുപോയതിന് പിന്നീട് ജീവിതം മുഴുവൻ തിരസ്കൃതയായി, എന്നാൽ അത് പുറമേ അറിയിക്കാതെ ജീവിക്കേണ്ടിവന്ന, മുതിർന്ന കുട്ടികളുടെ അമ്മയായ ഒരു ഭാര്യയുടെ മാനസികലോകമാണ് 'ഇടവഴിയിലെ പൂച്ച മിണ്ടാപ്പൂച്ച'യിൽ ഉള്ളത്. അവർ പരപുരുഷനുമായി ബന്ധപ്പെടാനുള്ള സാഹചര്യമൊരുക്കിയതിൽ, പരോക്ഷമായി ഭർത്താവിനും ഉത്തരവാദിത്വമുണ്ട്. എന്നാൽ അതിന്റെ പേരിൽ നിഷ്കരുണം അയാളവളെ തിരസ്കരിച്ചു. സംസ്കാരസമ്പന്നമായ ജീവിതസാഹചര്യങ്ങളിൽ അത് പുറമേ അറിയിക്കാതെ ജീവിതം തുടരുന്നതിന്റെ ആന്തരികസമ്മർദ്ദം ആ കഥാപാത്രത്തിൽ നിറഞ്ഞു നില്ക്കുന്നു. 1990 കളിൽ എഴുതിയ പില്ക്കാലകഥയായ 'കല്പാന്ത'ത്തിൽ താൻ ജീവിതകാലമത്രയും ആരാധനയോടെ കണ്ടിരുന്ന ഭർത്താവ്, മുപ്പതു കൊല്ലത്തെ ദാമ്പത്യത്തിനു ശേഷം തന്റെ മുമ്പിൽ കപടനാടകമാടി ഒരു ചെറുപ്പക്കാരിയോട് ബന്ധം പുലർത്തിക്കൊണ്ടിരുന്നത്, അപ്രതീക്ഷിതമായി അറിയുന്ന ഭാര്യയുടെ മാനസികാവസ്ഥയാണ് ആവിഷ്കരിച്ചിട്ടുള്ളത്. 'മഹാനഗരത്തിന്റെ പശ്ചാത്തല'ത്തിൽ എന്ന കഥയിലെ സുന്ദരിയുടെ ജീവിതത്തിൽ, വില്പനയിലെ വീട്ടുകാരിയിൽ, 'ഡാർ എസ് സലാ'മിൽ ഒക്കെ ദാമ്പത്യ ശൈഥില്യത്തിന്റെ വ്യത്യസ്തമായ സൂക്ഷ്മസ്വരങ്ങൾ കേൾക്കാൻ കഴിയും. 'ഷെർലക്കി'ലെ ചേച്ചിയുടെ ജീവിതവും ഇക്കാര്യത്തിൽ വ്യത്യസ്തമല്ല. കഥയിലെ ആഖ്യാതാവായ അനുജനിൽ നിന്ന് തന്റെ ജീവിതത്തിലെ ദുരന്തമുഖത്തെ മറച്ചുവയ്ക്കാൻ ശ്രമിക്കുന്നതിന്റെ ദയനീയത ആ സ്ത്രീയിൽ വായിച്ചെടുക്കാം.

വിവാഹിതയായി ഭർത്താവിനോടൊപ്പം മദിരാശിനഗരത്തിൽ ജീവിക്കുന്ന ബാങ്കുദ്യോഗസ്ഥയായ സുധയാണ് 'കാഴ്ച' എന്ന ചെറുകഥയിലെ കേന്ദ്രകഥാപാത്രം. ആ കഥാപാത്രത്തിന്റെ കാഴ്ചപ്പാടിലാണ്

ആഖ്യാനശില്പം രൂപപ്പെടുത്തിയിരിക്കുന്നത്. ഭർത്താവിനോടൊപ്പം പങ്കെടുത്ത ഒരു പാർട്ടിയിൽ വെച്ച് പരിചയപ്പെട്ട യുവാവിനോട് അവൾക്ക് ആന്തരികമായ ആകർഷണം തോന്നുന്നു. നേരത്തെ തന്നെ ഉൾപ്പൊരുത്തം തോന്നാത്ത ഭർത്താവുമൊത്തുള്ള അനപത്യ ജീവിതത്തിന്റെ മടുപ്പിൽ നിന്ന് അത് അവളെ മോചിപ്പിച്ച് ഉണർവ്വു നല്കുന്നു.

അതിന്റെ പേരിൽ ഭർത്താവുമായി തെറ്റിപ്പിരിഞ്ഞ് ഒറ്റയ്ക്ക് ഹോസ്റ്റലിൽ താമസമാക്കിക്കഴിഞ്ഞ സുധ കുറച്ചു ദിവസത്തെ അവധിയെടുത്ത് നാട്ടിൽ അമ്മമാത്രം ഒറ്റയ്ക്കുകഴിയുന്ന കുടുംബവീട്ടിൽ എത്തുന്നിടത്താണ് ആഖ്യാനത്തിന്റെ ആരംഭം. അവളുടെ ദാമ്പത്യപ്രശ്നത്തെക്കുറിച്ച് നാട്ടിലും ചിലരൊക്കെ ചിലതൊക്കെ കേട്ടറിഞ്ഞിട്ടുണ്ട്. അമ്മ, ചില ബന്ധുക്കൾ, സ്കൂൾപഠനകാലത്തെ ഒരു കൂട്ടുകാരി എന്നിവരൊക്കെ ഒട്ടൊക്കെ നേരിട്ടും കുറെയൊക്കെ വളച്ചുകെട്ടിയും അക്കാര്യത്തെക്കുറിച്ച് ചോദിച്ചു. അപ്പോഴൊക്കെ തന്ത്രപരമായി, എന്നാൽ സ്ഥൈര്യത്തോടെയും ധൈര്യത്തോടെയും അവൾ ആ ചോദ്യങ്ങളെ നേരിട്ടു. എല്ലാവർക്കും പറയാൻ ഒന്നേ ഉള്ളു; എങ്ങനെയെങ്കിലും ഒത്തുപോകണം.

അമ്മയുടെ ഓർമ്മപ്പെടുത്തൽ അനുസരിച്ച് അമ്മയുടെ ചേച്ചിയായ വലിയമ്മയെ കാണാൻ ഏതാനും വീടുകൾക്കപ്പുറമുള്ള അവരുടെ വീട്ടിലേക്ക് അവൾ പോയി. കാഴ്ച നഷ്ടപ്പെട്ടു കഴിഞ്ഞിരുന്ന എൺപത്തിനാലുകാരിയായ ആ വൃദ്ധ സുധക്കുട്ടിയുമായി നടത്തുന്ന സംഭാഷണമാണ് 'കാഴ്ച' എന്ന ചെറുകഥയുടെ പ്രാണകേന്ദ്രം.

'കാഴ്ച' എന്ന ശീർഷകം ഏറെ അർത്ഥദ്യോതകമാണ്; ധ്വനിമാനങ്ങൾ ഉള്ളതാണ്. അതിസാധാരണമായ ഒരു ഏകപദം. പക്ഷേ അത് ഉൾക്കൊള്ളുന്ന അർത്ഥവിതാനങ്ങൾ ചെറുകഥയുടെ സവിശേഷഘടനയ്ക്കുള്ളിൽ ഏറെ പ്രസക്തിയുള്ളതാണ്. അന്ധതബാധിച്ച വലിയമ്മ പക്ഷേ, പരിസരത്തുനിന്നും ലഭിക്കുന്ന സൂചനകളിൽ നിന്ന് കാര്യങ്ങളുടെ ഉള്ളുകള്ളികൾ വായിച്ചെടുക്കുന്ന സൂക്ഷ്മബുദ്ധിയാണ്. ചുറ്റുമുള്ളവരുടെ ജീവിതത്തിന്റെ ഭൗതികവിതാനത്തിലുള്ള കാര്യങ്ങൾ മാത്രമല്ല, സ്വന്തം ജീവിതത്തെക്കുറിച്ചും മനുഷ്യ ജീവിതത്തെ പൊതുവിലും സ്പർശിച്ചു നില്ക്കുന്ന പുറമെകാണാത്ത സത്യങ്ങളെയും അപരവിതാനങ്ങളെയും കാഴ്ചയുള്ളവർ കാണുന്നതിലും ആഴത്തിലും സൂക്ഷ്മതയിലും അവർ തിരിച്ചറിയുന്നു. ഒരർത്ഥത്തിൽ സുധക്കുട്ടിക്ക് തന്റെ ജീവിതത്തെ സംബന്ധിച്ചുള്ള പുതിയ ഒരു കാഴ്ചയും കാഴ്ചപ്പാടും സമ്മാനിക്കുകയാണ് കാഴ്ചയില്ലാത്ത വലിയമ്മ.

മരുമക്കത്തായ വ്യവസ്ഥയുടെ അവസാനത്തെ കണ്ണികളിലൊന്നായ വലിയമ്മ തന്റെ ദാമ്പത്യാനുഭവങ്ങളെക്കുറിച്ച് സുധയുമായി ആർജ്ജവത്തോടെ മനസ്സു പങ്കുവയ്ക്കുന്നു. പാട്ടുകാരനും സ്ത്രൈണസ്വഭാവിയും ആയ ആദ്യഭർത്താവിന്റെ രീതികളോട് അനിഷ്ടം തോന്നി അയാളെ ധീരമായി ഒഴിവാക്കിയതിനെക്കുറിച്ച് വലിയമ്മ സുധക്കുട്ടിയോട്

തുറന്നു പറയുന്നു. പുതിയ ലോകത്തെക്കുറിച്ച് പരിചയമുള്ളവർ എന്നു കരുതാവുന്ന താരതമ്യേന ചെറുപ്പക്കാരായ മറ്റു ബന്ധുക്കളെയും മിത്രങ്ങളെയും അപേക്ഷിച്ച്, സ്ത്രീയുടെ സ്വാതന്ത്ര്യത്തെക്കുറിച്ചും സ്ത്രീത്വത്തിന്റെ മൂല്യത്തെക്കുറിച്ചും ഉള്ള തിരിച്ചറിവോടെയാണ് വലിയമ്മ സംസാരിക്കുന്നതും പെരുമാറുന്നതും.

സ്ത്രീപുരുഷ ബന്ധത്തെ സംബന്ധിച്ചിടത്തോളം കാപട്യത്തിന്റെയും സദാചാര നാട്യത്തിന്റെയും പുകമറയ്ക്കുള്ളിൽ കഴിയുന്ന സമീപനമാണ് പൊതുവിൽ കേരളസമൂഹത്തിനുള്ളത്. മലയാളികൾ ഒരു സമൂഹം എന്ന നിലയിൽ കേരളത്തിനുള്ളിലായാലും കേരളത്തിനു പുറത്തായാലും ഒളിഞ്ഞുനോട്ടത്തിൽ അഭിരമിക്കുന്നവരാണ്. മറ്റുള്ളവരുടെ സ്വകാര്യജീവിതത്തെക്കുറിച്ചാണ് അവരുടെ ശ്രദ്ധമുഴുവൻ. പ്രായപൂർത്തിയായ ഒരു സ്ത്രീയും പുരുഷനും സ്നേഹത്തോടെ ഇടപെടുന്നത് കേവലസൗഹൃദത്തിന്റെ തലത്തിലായാലും അതിനപ്പുറമുള്ള സ്ത്രീ പുരുഷബന്ധത്തിന്റെ തലങ്ങളിലായാലും മറ്റുള്ളവർക്ക് സഹിക്കാനാവുന്നില്ല. അതാണ് പൊതുപ്രവണത.

ഒരു സ്ത്രീയും പുരുഷനും സമൂഹസമ്മതപ്രകാരം ദാമ്പത്യത്തിൽ ഏർപ്പെട്ടു കഴിഞ്ഞാൽ പൊരുത്തക്കേടുകൾ എത്രയുണ്ടായാലും മറ്റുള്ളവരുടെ ബോദ്ധ്യത്തിനു വേണ്ടി അവർ എങ്ങനെയെങ്കിലും ഒന്നിച്ചു കഴിഞ്ഞു കൊള്ളണമെന്നാണ് സമൂഹത്തിന്റെ വിധി. ഇതൊരു പരമ്പരാഗതസങ്കല്പമാണ്. 'ചട്ടീം കലവുമായാൽ തട്ടീം മുട്ടീം'എന്നാണ് ചൊല്ല്. എന്നാൽ അത് മിക്കപ്പോഴും ദാമ്പത്യം എന്ന സ്ഥാപനത്തിൽ പുരുഷാധിപത്യത്തിന്റെ അടിമയായി തുടരേണ്ടി വരുന്ന സ്ത്രീജീവിതത്തിനു വേണ്ടിയുള്ള ഒരു മയപ്പെടുത്തൽ (tameing) വാകൃമാണ്. ഉള്ളുകൊണ്ട് ഇണങ്ങാൻ കഴിഞ്ഞില്ലെങ്കിൽ മാന്യമായി പിരിയുക എന്ന സമീപനം ഇനിയും നമ്മുടെ സമൂഹത്തിന് ദഹിച്ചിട്ടില്ല. അതിന് ആരെങ്കിലും ധീരതകാട്ടാൻ തുനിഞ്ഞാൽ ചുറ്റുമുള്ളവർ അവരെ പലതരത്തിൽ ക്രൂശിക്കും. ഒറ്റപ്പെടുത്തുക, അപവാദപ്രചരണം നടത്തുക എന്നിങ്ങനെ അതിന്റെ വഴികൾ പലതാണ്.

'കാഴ്ച' എന്ന ചെറുകഥയിൽ സുധക്കുട്ടിക്ക് ഭർത്താവുമൊത്തുള്ള ജീവിതത്തിൽ അനുഭവപ്പെടുന്ന പൊരുത്തക്കേടിന്റെയും മനസ്സുമുട്ടിന്റെയും നേർത്ത സൂചന മാത്രമേ കഥയിലുള്ളൂ. രാത്രി ഏറെ വൈകുവോളം ഭർത്താവ് വീട്ടിൽ സുഹൃത്തുക്കളെ വിളിച്ചിരുത്തി നടത്തുന്ന മദ്യസൽക്കാര വേളകളിൽ ഒപ്പമിരിക്കേണ്ടി വരുന്നതിന്റെ അസ്വസ്ഥതകളെപ്പറ്റി സുധക്കുട്ടി ഓർക്കുന്നുണ്ട്. ഒരു പാർട്ടിയിൽ വെച്ച് കണ്ട് പരിചയപ്പെട്ട ചെറുപ്പക്കാരൻ അവളുടെ ഉള്ളിലേക്ക് കടന്നു കയറുന്നതിന്റെ വിശദാംശങ്ങൾ ഒന്നും കഥയിൽ ചിത്രപ്പെടുത്തിയിട്ടില്ല. സുധക്കുട്ടി ഭർത്താവുമായി തെറ്റിപ്പിരിഞ്ഞ്, ഒരു സഹപ്രവർത്തകയുടെ സഹായത്തോടെ വൈ ഡബ്ല്യു സി എ ഹോസ്റ്റലിൽ മുറി സംഘടിപ്പിച്ച് ഒറ്റയ്ക്ക്

താമസമാക്കിയതിനെക്കുറിച്ചും പരിമിതപരാമർശങ്ങൾ മാത്രമേയുള്ളു.

വാസ്തവത്തിൽ ഈ ചെറുകഥയിലെ കേന്ദ്രപ്രമേയം സ്വകാര്യജീവിതത്തെപ്പറ്റിയുള്ള വ്യക്തികളുടെ തീരുമാനങ്ങളിൽ സമൂഹം നടത്തുന്ന ഇടപെടലുകളോടുള്ള പ്രതിരോധമാണ്. അതിന് സുധക്കുട്ടിക്ക് കരുത്തു നല്കുന്നത് എൺപത്തിനാലിലെത്തിയ അന്ധയായ വലിയമ്മയാണ്. വിവാഹം - സംബന്ധം - പോലെയുള്ള കാര്യങ്ങളിൽ വ്യവസ്ഥാപിതത്വം കൂടുതലുണ്ടായിരുന്ന, സ്ത്രീയ്ക്ക് സ്വന്തം നിലപാട് പ്രകടിപ്പിക്കാൻ അവസരം കുറവായിരുന്ന കാലത്തുപോലും മനഃസാക്ഷിയുടെ പ്രേരണയ്ക്കനുസരിച്ച് തീരുമാനമെടുത്തവളാണ് വലിയമ്മ. പ്രശ്നങ്ങളുണ്ടെങ്കിലും എങ്ങനെയെങ്കിലും ഒത്തുപോകാൻ മറ്റെല്ലാവരും ഉപദേശിക്കുമ്പോൾ, മനസ്സിനിണങ്ങിയതല്ലെങ്കിൽ നിലവിലുള്ള ഭർത്താവിനെ ഒഴിവാക്കാനും താല്പര്യമുള്ളയാളെ സ്വീകരിക്കുവാനുമാണ് വലിയമ്മ പറയുന്നത്. അത് വെറും പറച്ചിലല്ല. സ്വാനുഭവത്തിന്റെ അടിസ്ഥാനത്തിലുള്ള ഉറച്ച അഭിപ്രായമാണ്; നിലപാടാണ്.

ഭൗതികാർത്ഥത്തിൽ കാഴ്ചയില്ലാത്തവളാണെങ്കിലും മറ്റുള്ളവരുടെ മനസ്സിലേക്കും ചുറ്റുമുള്ള ജീവിതാവസ്ഥയിലേക്കും എക്സ്-റേ കാഴ്ചകളുള്ള ആളാണ് വലിയമ്മ. ഏറെ കാലത്തിനു ശേഷം അടുത്തെത്തുമ്പോൾ, ഒന്നു സ്പർശിച്ചറിയുമ്പോൾത്തന്നെ സുധക്കുട്ടി തടിച്ചിരിക്കുന്നു എന്ന് വലിയമ്മ പറയുന്നു. കൂടെ താമസിക്കുന്ന ചെറുമകൾ തങ്കമണി - അവളാണിപ്പോൾ ഗൃഹനായിക - പരിസരത്തുണ്ട് എന്നു മനസ്സിലാക്കി അവൾ കേൾക്കാൻ വേണ്ടി ചില കാര്യങ്ങൾ ശബ്ദമുയർത്തി പറയുന്നു. തങ്കമണിയുടെ മകളായ പതിനാലുകാരി കാര്യമൊന്നുമില്ലാതെ പട്ടുപാവാടയുടുത്ത് പുറത്തുപോയത് പാവാടയുടെ ഉലച്ചിൽ ശബ്ദത്തിൽ നിന്നു മനസ്സിലാക്കുകയും അതിലൂടെ അവളുടെ മനസ്സിന്റെ ഇളക്കം തിരിച്ചറിയുകയും ചെയ്യുന്നു. ഇതിലൊക്കെകൂടി വലിയമ്മയുടെ വ്യതിരിക്തമായ ആ അകംകാഴ്ച സൂക്ഷ്മമായി കഥയിൽ ആലേഖനം ചെയ്യപ്പെട്ടിരിക്കുന്നു. അതിനെല്ലാമപ്പുറം ആ കാഴ്ച സുധക്കുട്ടിയുടെ ഉള്ള് വായിച്ചെടുക്കുന്നു; അവൾക്ക് പ്രത്യയസ്ഥൈര്യം കൊടുക്കുന്നു. അവിടെ ബാഹ്യതലത്തിലുള്ള കാഴ്ചയില്ലായ്മ അപരതലത്തിൽ ഉൾക്കാഴ്ചയുടെ നിശിതത്വം കൈവരിക്കുകയാണ്.

എം ടി വാസുദേവൻ നായരുടെ കഥാലോകത്ത് പലപ്പോഴും ആവർത്തിച്ച് പ്രത്യക്ഷപ്പെടാറുള്ള സ്ഥല-കാല-ആഖ്യാന ഘടകങ്ങൾ പലതും ഈ രചനയിലും സൂക്ഷ്മവും ശക്തവുമായി സന്നിഹിതമായിട്ടുണ്ട്. കഥയുടെ ഇതിവൃത്തഗതിക്ക് നിയാമകമായ സംഭവങ്ങൾ നടക്കുന്നത് മദിരാശി നഗരത്തിലാണ്. എന്നാൽ അവിടെ നിന്ന് സ്വന്തം ഇടത്തേക്ക് - ജനിച്ചു വളർന്ന വള്ളുവനാടൻ ഗ്രാമത്തിലേക്ക് - താല്ക്കാലികമായിട്ടാണെങ്കിലും താൻ അനുഭവിക്കുന്ന ധർമ്മസങ്കടത്തിൽനിന്ന് ഒരു മോചനത്തിനായി മുഖ്യ കഥാപാത്രം എത്തിയിരിക്കുകയാണ്.

അവിടത്തെ സമകാലിക ജീവിതസാഹചര്യങ്ങൾ കഥയിൽ സൂചനാത്മ കമായി നിബന്ധിച്ചിരിക്കുന്നു. ഗൾഫ് ജോലിക്കാരന്റെ വീടുനിർമ്മാണം, അദ്ധ്യാപകനും നാട്ടുപ്രമാണിയുമായ ബന്ധുവിന്റെ സാമൂഹികവ്യവഹാ രങ്ങൾ, എസ് ടി ഡി ബൂത്തിന്റെ സാന്നിദ്ധ്യം (ഇപ്പോൾ മൊബൈൽ ഫോൺ വ്യപകമായതോടെ അപ്രസക്തമായി) തുടങ്ങിയ ഘടകങ്ങൾ അതിൽ പ്രധാനമാണ്. മക്കൾ ഉദ്യോഗസ്ഥരായി പല നഗരങ്ങളി ലായതിനാൽ നാട്ടിൻപുറത്തെ വീട്ടിൽ ഒറ്റപ്പെട്ട് കഴിയുന്നുവെങ്കിലും സ്വയംപര്യപ്തയും സ്വന്തം ഇടം വിട്ടുപോകാൻ ഒട്ടും താല്പര്യം ഇല്ലാത്തയാളുമായ വാർദ്ധക്യത്തിലെത്തിയ അമ്മ സമകാലിക കേര ളീയ ഗ്രാമജീവിതത്തിന്റെ മറ്റൊരു മുഖമാണ്. 'ശിലാലിഖിത'ത്തിലെ ഗോപാലൻകുട്ടിയുടെ അമ്മയുടെ മറ്റൊരു പതിപ്പായ സുധയുടെ അമ്മ യിൽ 'കർക്കിടക'ത്തിലെയും 'വിത്തുകളി'ലെയും അമ്മമാരുടെ ഛായയും ഒട്ടൊക്കെ കാണാനാകും. ഇങ്ങനെ പൊതുവിൽ കേരളത്തിലെ നാട്ടിൻപുറങ്ങളിലെ ജീവിതത്തിൽ സംഭവിച്ചിരിക്കുന്ന മാറ്റത്തെ സൂക്ഷ് മമായി ആവിഷ്കരിച്ചിരിക്കുന്നു കാഴ്ചയിൽ.

1960 കളുടെ അന്ത്യത്തിൽ പ്രസിദ്ധപ്പെടുത്തിയ എം ടിയുടെ 'ഇട വഴിയിലെ പൂച്ച മിണ്ടാപ്പൂച്ച' എന്ന പ്രസിദ്ധമായ ചെറുകഥയിൽ ഭർത്താ വിന്റെ യുവസുഹൃത്തുമായി അടുപ്പം ഉണ്ടായതിന്റെ പേരിൽ ഭർത്താ വിനാൽ തിരസ്കരിക്കപ്പെട്ട, എന്നാൽ ദാമ്പത്യത്തിന്റെ കെട്ടുപാടിനു ള്ളിൽത്തന്നെ നില്ക്കുന്ന സ്ത്രീയാണ് കേന്ദ്രകഥാപാത്രം. ആ തിരസ്കാ രത്തിന്റെ വ്യഥയ്ക്കിടയിലും സമൂഹത്തിന്റെ മുമ്പിൽ കുടുംബിനിയായി അഭിനയിക്കുകയാണ് ആ കഥാപാത്രം. അവിടെനിന്നും ദാമ്പത്യത്തിന്റെ കെട്ടുപാടുകളെ പൊട്ടിച്ചെറിയാൻ ധീരതകാട്ടുന്ന സുധക്കുട്ടിയിലേക്കുള്ള വളർച്ച 'കാഴ്ച'യിലുണ്ട്. ഈ മാറ്റം നമ്മുടെ സമൂഹത്തിന്റെ സ്വഭാവ ത്തിൽ വന്ന മാറ്റത്തിന്റെ സൂചകം മാത്രമല്ല, സ്ത്രീ നേടിയ സ്വത്വപര മായ വളർച്ചയുടെ അടയാളം കൂടിയാകുന്നു.

ലിറിക്കൽ റിയലിസ്റ്റ് രീതിയിൽ, മുഖ്യകഥാപാത്രത്തിന്റെ വിചാര-സ്മരണാ പരമ്പരകൾ ഇടകലർത്തി വർത്തമാനസംഭവങ്ങൾ ആഖ്യാനം ചെയ്തു പോകുന്ന എം ടിയുടെ അഭിമതമായ രചനാരീതിയാണ് 'കാഴ്ച'യിലും ഉള്ളത്. ഈ കഥയിലെ ബിംബാത്മകമായ ചില ഘടക ങ്ങളുടെ സന്നിവേശം സവിശേഷം കാണേണ്ടതുണ്ട്. സുധയുടെ ശ്രദ്ധ യിലേക്ക് പലവട്ടം കടന്നുവരുന്ന, പകൽ ആളൊഴിഞ്ഞ നേരങ്ങളിൽ തറ വാട്ടു മുറ്റത്തേക്കു പ്രവേശിക്കുന്ന കാട്ടുകോഴിയും കുഞ്ഞുങ്ങളും അതിൽ പ്രധാനമാണ്. ആദ്യമൊക്കെ മനുഷ്യരുടെ അനക്കം കേട്ടാൽ അവ ഓടിഒളിക്കുമായിരുന്നു. പിന്നെപ്പിന്നെ അതുമാറി മനുഷ്യസാന്നി ദ്ധ്യവുമായി പൊരുത്തപ്പെട്ട്, മുറ്റത്ത് ആളുള്ളപ്പോഴും അവ കടന്നുവരു ന്നു. സമൂഹത്തിന്റെ ശാസനാത്മകമായ സാന്നിദ്ധ്യത്തിൽ വൈയക്തി കമായ സ്വത്വശക്തി പ്രകടിപ്പിക്കാനാവാതെ പോയവർ ക്രമേണ സമൂ

ഹത്തിന്റെ ആ രീതിയിലുള്ള വിമർശനം കാര്യമാക്കാതെ അവനവന്റെ ഉൾപ്രേരണയനുസരിച്ച് ജീവിക്കാൻ ശ്രമിക്കുന്നു. സമൂഹത്തെ പേടിച്ച് ഓടിഒളിക്കുന്ന സ്വഭാവത്തിൽ നിന്ന് മാറി ആത്മപ്രേരണയ്ക്കനുസരിച്ച് ജീവിക്കാൻ തീരുമാനിക്കുന്ന മുഖ്യ കഥാപാത്രത്തിന്റെ ആന്തരികപരിവർത്തനത്തെ സൂചിപ്പിക്കാൻ ഈ ആഖ്യാനാംശത്തിനു കഴിയുന്നു. കാട്ടുകോഴികളുടെ ബിംബാത്മക സാന്നിദ്ധ്യം ആ നിലയിൽ കഥയുടെ ഒരു അപരമാനം ആകുന്നു.

മാതൃ-പിതൃദ്വന്ദ്വം

കുടുംബസങ്കല്പത്തിന്റെ പ്രാണകേന്ദ്രമായി എം ടി വാസുദേവൻ നായരുടെ ചെറുകഥകളിൽ കാണുന്നത് അമ്മയെയാണ്. അമ്മ, സഹോദരി തുടങ്ങി മാതൃദായക്രമത്തിന്റെ ബന്ധങ്ങൾ എം ടിയുടെ കഥകളിൽ കേവലം കഥാപാത്രങ്ങളുടെ തലത്തിൽനിന്നുയർന്ന് ആർക്കിടൈപ്പൽ സ്വഭാവമുള്ള ആദിപ്രരൂപമായി വളരുന്നതുകാണാം. കുടുംബം, ഗ്രാമം, ദേശം, പ്രകൃതി, പ്രപഞ്ചം എന്നിങ്ങനെ കൂടുതൽ കൂടുതൽ വികസിച്ചു വരുന്ന ഒരു മഹാമാതൃസങ്കല്പമാണ് അതിന്റെ ആദികന്ദം. 'ഒരു പിറന്നാളിന്റെ ഓർമ്മ', 'നുറുങ്ങുന്ന ശൃംഖലകൾ' തുടങ്ങിയ കഥകളിൽ കൂട്ടുകുടുംബത്തിലെ പരിമിതികൾക്കിടയിലും കുഞ്ഞിന് സ്നേഹവും ആശ്വാസവും പകരുന്ന അമ്മയെ കാണാം. 'ഇരുട്ടിന്റെ ആത്മാവി'ലെ വേലായുധൻ, അമ്മയുടെ മരണത്തോടെ സംഭവിച്ച സ്നേഹനഷ്ടം മൂലമാണ് ചിത്തവിച്ഛിത്തിയിലേക്ക് മെല്ലെ നീങ്ങുന്നത്. അമ്മയുടെ മരണത്തിനുശേഷം അവഗണനയുടെയും ശാസനയുടെയുമല്ലാത്ത ഒരു സ്വരമേ അവൻ കേൾക്കുന്നുള്ളൂ; അമ്മുവിന്റേത്. 'ഓപ്പോളി'ലെ അമ്മ, അമ്മയുടെ സ്ഥാനം മറച്ചു വച്ചുകൊണ്ട് സ്വന്തം കുഞ്ഞിനോട് പെരുമാറാൻ വിധിക്കപ്പെട്ട ദുരന്തമൂർത്തിയാണ്. 'കർക്കിടക'ത്തിൽ ഉള്ളിൽ സ്നേഹമുണ്ടെങ്കിലും അത് പുറമേ പ്രകടിപ്പിക്കാത്ത പ്രകൃതമുള്ള അമ്മയാണുള്ളത്. ഇങ്ങനെ ബാല്യത്തിന്റെ കണ്ണിലൂടെ കുടുംബത്തിന്റെ പ്രാഥമിക വിതാനത്തിൽ നിന്നുകൊണ്ടു തന്നെ രക്ഷകയും ശിക്ഷകയുമായ അമ്മയുടെ രൂപം എം ടി വരച്ചിടുന്നുണ്ട്. എന്നാൽ മുതിർന്നു കഴിഞ്ഞ കഥാപാത്രങ്ങൾ അമ്മയുടെ സാന്നിദ്ധ്യത്തിൽ നിന്നകലെയാണ്. അവരുടെ കർമ്മങ്ങളെ നിയന്ത്രിക്കുന്ന ശക്തിയായി അമ്മയില്ല. അമ്മയുടെ ഓർമ്മ അപഥങ്ങളിലെ തങ്ങളുടെ യാത്രകളെക്കുറിച്ച് അവരിൽ കുറ്റ

ബോധവും ആത്മനിന്ദയും നിറയ്ക്കുന്നു.

ഗ്രാമജീവിതത്തോടുള്ള കഥാകൃത്തിന്റെ മമതയിൽ, മാതൃഭാവത്തോടുള്ള ആഭിമുഖ്യം കാണാം. കഥകളിൽ ഗ്രാമം കേവലമൊരു സ്ഥലപശ്ചാത്തലം എന്നതിനപ്പുറം മാതൃപ്രരൂപത്തിന്റെ മറ്റൊരു മൂർത്തീകരണമാണ്. ഭൗതികമാനത്തിൽ നില്ക്കുന്ന അമ്മ ക്രമേണ ആദ്ധ്യാത്മികമായ ഒരു വിതാനം കൈവരിക്കുന്നതാണ് ഈ അംശത്തിനുണ്ടാകുന്ന പരിണാമം. 'പടക്കം' എന്ന കഥയിൽ പ്രകടമാകുന്ന മച്ചിലെ ഭഗവതിയെക്കുറിച്ചുള്ള ഭയം നിറഞ്ഞ ഭക്തിയിൽനിന്ന്, "എല്ലാം അമ്മ നിശ്ചയിച്ചതാണ്" എന്ന 'വാനപ്രസ്ഥ'ത്തിലെ സ്വച്ഛന്ദമായ ആസ്തിക്യാവബോധത്തിലേക്ക് മാതൃകേന്ദ്രിതമായ ആദ്ധ്യാത്മികാനുഭൂതി വികസിക്കുന്നതായി കാണാം. കേവലം അനുഷ്ഠാനബദ്ധമായ മതാത്മകതയ്ക്കപ്പുറത്തുള്ള ഒരു ആദ്ധ്യാത്മികാനുഭവത്തിന്റെ വിശ്രാന്തിയാണിവിടെയുള്ളത്.

ഇതിന്റെ മറുവശമാണ് എം ടിയുടെ രചനകളിൽ പ്രത്യക്ഷപ്പെടുന്ന പിതൃപ്രരൂപം. മിക്ക കഥകളിലും അച്ഛൻ ഒരസാന്നിദ്ധ്യമോ അഭാവമോ ആണ്. ഈ അവസ്ഥയുടെ മറുപുറം വായിക്കുന്ന കഥകളാണ് 'കരിയിലമൂടിയ വഴിത്താരകൾ, പെരുമഴയുടെ പിറ്റേന്ന്' എന്നിവ. മറ്റുള്ളവർ പറഞ്ഞു കേൾക്കുക മാത്രം ചെയ്തിട്ടുള്ള അച്ഛനെ കാണാൻ പോകുന്ന മകന്റെ ചിത്തവൃത്തികളും അനുഭവങ്ങളുമാണ് 'കരിയില മൂടിയ വഴിത്താരകൾ' എന്ന കഥയിൽ ആവിഷ്കരിച്ചിട്ടുള്ളത്. നായർ സമുദായത്തിലെ നമ്പൂതിരി സംബന്ധത്തിന്റെ ദുരന്തം ചിത്രീകരിക്കുന്ന ഈ കഥയിൽ പ്രബലമായിരുന്ന സാമൂഹികവ്യവസ്ഥയെ നേരിടാനുള്ള ഉൾക്കരുത്ത് പ്രകടമാക്കാൻ കഴിയാതെ പോയതുകൊണ്ട് അച്ഛനും അമ്മയും ഒരുപോലെ ദുരന്തകഥാപാത്രങ്ങളാകുന്നു. ഒരു പ്രത്യേക ജീവിതവ്യവസ്ഥയുടെ ഇരകളാണവർ. അതുകൊണ്ടു തന്നെ ആരിലും കുറ്റമാരോപിക്കാനുമാവില്ല. ലാഘവത്തോടെ അച്ഛനെക്കാണാൻ പോയ രാഘവൻ മൂടിക്കെട്ടിയ മനസ്സുമായി തിരിച്ചുപോരുന്നത് ആ കൂടിക്കാഴ്ചയിൽ ഈ യാഥാർത്ഥ്യം തിരിച്ചറിഞ്ഞതുകൊണ്ടാണ്. ആ കൂടിക്കാഴ്ചയ്ക്കു മുമ്പുവരെ തന്റെ അമ്മയുടെ ജീവിതം നിത്യദുരന്തമാക്കിയ ആൾ എന്ന മനോഭാവമായിരുന്നു രാഘവന് അച്ഛനെ കുറിച്ചുണ്ടായിരുന്നത്. എന്നാൽ വൃദ്ധപിതാവിന്റെ അവസ്ഥ നേരിട്ടറിയുകയും മാനസികാവസ്ഥ ഓട്ടൊന്ന് മനസ്സിലാക്കുകയും ചെയ്തതോടെ അദ്ദേഹവും ഒരു വ്യവസ്ഥയുടെ ഇരയാണ് എന്ന് രാഘവൻ തിരിച്ചറിയുന്നു.

കുട്ടിയുടെ കാഴ്ചപ്പാടിൽ എം ടി എഴുതിയിട്ടുള്ള കഥകളിൽ മിക്കവാറും അച്ഛൻ ഒരഭാവമോ അസാന്നിദ്ധ്യമോ ആണ് എന്നു പറഞ്ഞുവല്ലോ. വ്യത്യസ്തമായ പശ്ചാത്തലത്തിലാണ് രചിച്ചിട്ടുള്ളതെങ്കിലും ഈ അവസ്ഥയുടെ ഒരു മറുപുറമാണ് 'പെരുമഴയുടെ പിറ്റേന്നിൽ' ഉള്ളത്. ഒരിക്കൽ വലിയ പ്രതീക്ഷകളോടെ പാരീസിൽ ചിത്രപ്രദർശനം നടത്തണമെന്ന് ആഗ്രഹിച്ച ചിത്രകാരനാണ് ഈ കഥയിലെ കേന്ദ്രകഥാപാത്രം. ഭാര്യയെയും മകനെയും നാട്ടിൽ നിർത്തി വിദേശത്തേക്കുപോകാ

നുള്ള വഴിയെരുക്കാനായി ബോംബെയിൽ എത്തിയ അയാൾക്ക് പാരീസ് യാത്ര സാക്ഷാൽക്കരിക്കാനായില്ല. ആ മറുനാടൻ മഹാനഗരത്തിൽ ഒരു ചെറുകിട പത്രമാപ്പീസിൽ കാർട്ടൂൺ സ്ട്രിപ്പിന് നിറം കൊടുക്കുന്ന ജോലിയിൽ അയാൾ സ്വയം തളച്ചിടപ്പെട്ടു. പേയിങ്ഗസ്റ്റായി താമസിച്ചിരുന്ന വീട്ടിലെ യുവതി അയാളിൽ നിന്ന് ഗർഭിണിയായപ്പോൾ അവളെ വിവാഹം കഴിക്കേണ്ടി വന്നു. ഇപ്പോൾ മുതിർന്ന രണ്ടു കുട്ടികളോടൊപ്പം ഒറ്റമുറി വാടകഫ്ളാറ്റിൽ അവർ പരാതികളില്ലാതെ അരിഷ്ടിച്ചു കഴിയുകയാണ്. നാട്ടിലെ മകൻ അമ്മാവന്മാരുടെയും മറ്റും സഹായത്താൽ പഠിച്ചു മിടുക്കനായി എഞ്ചിനീയറിങ് കഴിഞ്ഞ് ഉപരിപഠനത്തിന് അമേരിക്കയിൽ പോയി. തിരിച്ചു നാട്ടിലേക്കുവരുന്ന വഴിക്ക് ബോംബെയിൽ ഇറങ്ങുമെന്നറിയിച്ച മകനെ സ്വീകരിക്കാൻ എയർപോർട്ടിൽ എത്തുന്ന അച്ഛന്റെ മനോവൃത്തികളെ കേന്ദ്രീകരിച്ചാണ് കഥ മുന്നോട്ടു പോകുന്നത്.

എയർപോർട്ടിൽനിന്നും ഒന്നര മണിക്കൂർ യാത്ര ചെയ്താലെത്തുന്ന തന്റെ ഫ്ളാറ്റിലേക്ക് മകനെ കൂട്ടിക്കൊണ്ടുപോകാനുള്ള തയ്യാറെടുപ്പിലാണ് അയാൾ ടാക്സിയുമായി എത്തിയിരിക്കുന്നത്. മകൻ വിമാനമിറങ്ങിവന്നപ്പോൾ കൂടെ തീരെച്ചെറിയ ഒരു സ്ത്രീയുമുണ്ട്. മകൻ ഇടയ്ക്ക് അച്ഛന് കത്തുകളയയ്ക്കാറുണ്ടായിരുന്നെങ്കിലും ആ ഫ്രഞ്ചുകാരി അവന്റെ ഭാര്യയാണെന്ന് അച്ഛൻ അപ്പോഴേ അറിയുന്നുള്ളു. വീട്ടിലേക്കു ചെല്ലാനുള്ള അച്ഛന്റെ ക്ഷണം മകൻ നിർമ്മമമായി, തന്ത്രപൂർവ്വം നിരാകരിക്കുന്നു. അതിന്റെ നേർത്ത ജാള്യത്തിൽ തിരിച്ചുപോരാൻ തുടങ്ങുമ്പോൾ ഫ്രഞ്ചുകാരിയായ മരുമകൾ "അച്ഛൻ" എന്നുരുവിട്ട് അയാളുടെ കാലിൽതൊട്ടു വന്ദിക്കുന്നു. അത് എന്തോ അനിർവ്വചനീയമായ ഒരു സാഫല്യബോധം അയാളിൽ ഉളവാക്കുന്നു. സമാന്തരമായി മകന്റെ നിശ്ശബ്ദമായ നിരാകരണം സൃഷ്ടിച്ച ആത്മനിന്ദയും പ്രബലമാകുന്നു. ഈ ഭാവധാരകളുടെ സങ്കീർണ്ണത വിങ്ങുന്ന മനസ്സോടെയാണ് അയാൾ വീട്ടിൽ തിരിച്ചെത്തുന്നത്. "ഡാഡി കരയുകയാണോ?" എന്ന മകളുടെ ചോദ്യത്തിനു മുമ്പിൽ അയാൾ അറിയാതെ കയർത്തുപോകുന്നു. അപ്പോഴത്തെ കലുഷമായ മാനസികാവസ്ഥയിൽ ഒരു വിഭ്രമചിത്രം ഉള്ളിൽ തെളിയുന്നു: "മുറിയിൽനിന്ന് കാറ്റിന്റെ ഇരമ്പം പതുക്കെപ്പതുക്കെ പുറം കടലിലേക്ക് അകന്നുപോയി. കടലിൽ കൊടുങ്കാറ്റിന്റെ നൃത്തം. അരയിൽ എല്ലിൻതുണ്ട് കോർത്തിട്ട രാക്ഷസൻ. കൊമ്പുവച്ച കിരീടം. കരിനീലക്കടലിന്റെ മീതെനിന്ന് രാക്ഷസൻ ചവുട്ടി മെതിക്കുന്നു. കൈയിൽ പറിച്ചെടുത്ത നക്ഷത്രങ്ങൾ. കറുത്ത അലകൾ നേരത്തേ വരച്ച ചിത്രത്തിന്റെ നരച്ച നീലയെ മുക്കിക്കളഞ്ഞല്ലോ" ('പെരുമഴയുടെ പിറ്റേന്ന്'). തന്റെയുള്ളിലെ കൃത്യമായി വ്യവച്ഛേദിച്ചു പറയാനാകാത്ത തരത്തിലുള്ള സങ്കീർണ്ണഭാവങ്ങളുടെ നുരകുത്തലിൽനിന്ന് ഉയർന്നുവരുന്ന ആ ക്രുദ്ധമായ ചിത്രത്തിൽ അയാളുടെ അപ്പോഴത്തെ അവസ്ഥയുടെ മൂർത്തീകരണമുണ്ട്. മാത്രമല്ല, മനുഷ്യബന്ധങ്ങളുടെ ഭൗതികവിതാന

ത്തിലെ വൈരുദ്ധ്യങ്ങളെയും സംഘർഷങ്ങളെയും ആവിഷ്കരിച്ചു മുന്നേറിയ ചെറുകഥയ്ക്ക് ഈ ഭാവചിത്രസന്നിവേശം, ഒരു കോസ്മിക് മാനം നല്കുന്നു. എം ടിയുടെ ചെറുകഥകളിൽ സാധാരണയായി കാണാനാകാത്ത ഒരു തലമാണിത്.

എം ടി വാസുദേവൻ നായരുടെ ചെറുകഥകളിൽ മിക്കതിലും ആവർത്തിച്ചു വരുന്ന ഒരു നായകസങ്കല്പമുണ്ട്. പരാജിതനും തിരസ്കൃതനുമായ മനുഷ്യനാണയാൾ. ബാല്യത്തിൽ ദേവദൂതനെപ്പോലെ നിഷ്കളങ്കനും, പഠിക്കാൻ സമർത്ഥനും സൽസ്വഭാവിയുമായിരുന്നുവെങ്കിലും ജീവിതത്തിന്റെ കഠിനപഥങ്ങളിൽ പരാജിതനായി, ഏതോ വ്യർത്ഥഭാരവും പേറി പാപത്തിന്റെ കടവുകളിൽനിന്ന് കടവുകളിലേക്ക് സഞ്ചരിക്കുന്ന ഏകാകി. പലപ്പോഴും ഇച്ഛയേക്കാൾ സഹജവാസനയാണ് അയാളെ നയിക്കുന്നത്. അങ്ങനെ ജീവിതം ഒഴുക്കിൽപ്പെട്ടതുപോലെ നീങ്ങുന്നു. 'വിത്തുകൾ', 'നീലക്കുന്നുകൾ', 'അന്തിവെളിച്ചം', 'ദുഃഖത്തിന്റെ താഴ്വരകൾ', 'ജോക്കർ', 'പതനം', 'ഡാർ-എസ്- സലാം', 'എവിടേക്കോ ഒരു വഴി', 'അജ്ഞാതന്റെ ഉയരാത്ത സ്മാരകം' തുടങ്ങിയ പല കഥകളിലും ആഖ്യാതാവിൽ ഈ നായക സങ്ക്ല്പത്തിന്റെ പ്രകാരഭേദങ്ങൾ കാണാം.

സഹജമായ ഏകാകിത, വിഷാദാഭിമുഖ്യം, ആധുനികജീവിതം നല്കിയ സംഘർഷങ്ങൾ, ജീവിതവിജയത്തിനുള്ള കഴിവുണ്ടായിട്ടും തിരസ്കരിക്കപ്പെടാനിടയായ വിധി, ഒരളവോളം സ്വയംകൃതമായ പ്രേമപരാജയം, സാമ്പത്തികനേട്ടത്തിനുവേണ്ടി നടത്തിയ ശ്രമങ്ങൾ സൃഷ്ടിച്ച സ്വത്വനാശം, ഇടർച്ചകളിലൂടെ മുന്നോട്ടുപോകുന്ന വിശ്ലഥദാമ്പത്യത്തിൽ പുലർത്തുന്ന ഉദാസീനതയും അവിശ്വസ്തതയും - ഇങ്ങനെ ഒട്ടേറെ ആന്തരികഘടകങ്ങൾ ഈ നായകസങ്കല്പത്തിന്റെ രൂപീകരണത്തിൽ പ്രവർത്തിക്കുന്നുണ്ട്. ഇവയൊക്കെക്കൂടി സൃഷ്ടിക്കുന്ന വൈരുദ്ധ്യവും വ്യക്തിത്വശൈഥില്യവും മാത്രമല്ല, മറ്റു ചില ബാഹ്യസാഹചര്യങ്ങളും ഈ രീതിയിലുള്ള കഥാപാത്രങ്ങളെ നിർണ്ണയിക്കുന്ന ഘടകങ്ങളാണ്. സ്വാതന്ത്ര്യാനന്തര വർഷങ്ങളിൽ സാമൂഹികജീവിതത്തിലുണ്ടായ പ്രതീക്ഷാഭംഗം, ഇടതുപക്ഷപ്രസ്ഥാനങ്ങൾക്കുണ്ടായ അപചയം, യുവാക്കൾക്കിടയിലെ അസ്വസ്ഥതകൾ, ആധുനികകലയും സാഹിത്യവുമായി ബന്ധപ്പെട്ട് കടന്നുവന്ന അസ്തിത്വദർശനത്തിന്റെ ആശയങ്ങൾ എന്നിവയെല്ലാം ചേർന്നുള്ള ഒരു ചരിത്രപരിസരം അതിനുണ്ട്.

എന്നാൽ എം ടിയുടെ ഈ നായകസങ്കല്പം കാക്കനാടന്റെയോ ഒ വി വിജയന്റെയോ ആധുനികതാവാദ സമീപനത്തിലുള്ള നായകസങ്കല്പമല്ല. ആധുനികതാവാദകാലത്ത് നായകനിൽ കാണുന്ന നിഷേധപ്രവണതയുടെ, ചില അംശങ്ങൾ എം ടിയുടെ നായകകഥാപാത്രങ്ങളിൽ - 'ജോക്കർ' എന്ന കഥയിലെ നായകൻ ഉദാഹരണം - കാണാൻ കഴിയുമെങ്കിലും അടിസ്ഥാനപരമായി ആ നായകസങ്കല്പം ആധുനികനായകനിൽ നിന്ന് വ്യത്യസ്തമാണ്. തന്റെ ഭൂതകാലത്തെയും ഗ്രാമീണമായ

വേരുകളെയും പീഡിതമായ വർത്തമാനാവസ്ഥയിലും താലോലിക്കുന്ന വരാണ് എം ടിയുടെ നായകന്മാർ. 'വിത്തുകളി'ലെ ഉണ്ണിയെ നോക്കുക. കപടനാട്യങ്ങളായി മാറുന്ന സ്നേഹബന്ധങ്ങളെ നിഷേധാത്മകമായി അയാൾ നേരിടുന്നു. എങ്കിലും അമ്മയെക്കുറിച്ചുള്ള ഗാഢമായ ഓർമ്മ കളും, കുടുംബത്തിൽ സഹോദരങ്ങൾ ഒരുമിച്ചു കഴിഞ്ഞ നാളുകളെ ക്കുറിച്ചുള്ള ഗൃഹാതുരസ്മൃതികളും അയാളിൽ പ്രബലമാണ്. ആ പാര മ്പര്യബദ്ധത ആധുനികസാഹിത്യത്തിലെ നായകന്മാർക്കില്ലാത്തതാണ്. 'അന്തിവെളിച്ച'ത്തിലെയും 'ദുഃഖത്തിന്റെ താഴ്വര'കളിലെയും നായക കഥാപാത്രങ്ങളിൽ പ്രേമഭംഗത്തിന്റെ നിഗൂഢവേദനയും വ്യർത്ഥതാബോ ധവുമുണ്ടെങ്കിലും ഭൂതകാലാഭിമുഖ്യം അവരിൽ ശക്തമായി വർത്തി ക്കുന്നു. കുടുംബത്തെക്കുറിച്ചുള്ള പ്രസാദഭരിതമായ സങ്കല്പങ്ങൾ ഈ കഥകളിൽ ആവർത്തിക്കുന്നു. അത് ജീവിതരതിയുടെ സൂചകമാണ്. 'നീലക്കുന്നുകൾ' എന്ന കഥയിലും ഈ അംശം പ്രബലമാണ്. അല ക്ഷ്യമായി നടത്തിയ യാത്രയ്ക്കിടയിൽ പെട്ടെന്ന് ഒരുൾപ്രേരണയു ണ്ടായി, ഏറെക്കാലമായി കാണാതിരുന്ന സഹോദരിയുടെ വീട്ടിലെ ത്തിയ, ജീവിതം ധൂർത്തടിക്കുന്ന കഥാപാത്രത്തിലും കുടുംബം എന്ന സങ്കല്പം ആഴത്തിൽ വർത്തിക്കുന്നുണ്ട്. ചേച്ചിയുടെ കുടുംബത്തിന്റെ സാമ്പത്തിക പരിമിതികളുള്ളതെങ്കിലും സ്വച്ഛന്ദമായ അന്തരീക്ഷം അയാളെ ആശ്വസിപ്പിക്കുന്നു. തന്നിലെ തിന്മയുടെയും അരാജകപ്രവ ണതകളുടെയും സാന്നിദ്ധ്യം ആ വിശുദ്ധിയുടെ അന്തരീക്ഷത്തിൽ നിന്ന കലാൻ അയാളെ പ്രേരിപ്പിക്കുകയാണ്. മാത്രമല്ല, സാദ്ധ്യതകളു ണ്ടായിട്ടും ഒരു കുടുംബം സൃഷ്ടിക്കാൻ ഈ പുരുഷന്മാർ മുതിരുന്നില്ല എന്നതും ശ്രദ്ധേയമാണ്. ഈ പ്രവണത എം ടിയുടെ നോവലുകളിലെ നായകകഥാപാത്രങ്ങളിൽ കൂടുതൽ വ്യക്തമാണ്. 'ഡാർ - എസ് - സലാം' തുടങ്ങി മറ്റു പല കഥകളിലും കുടുംബത്തിന്റെ സ്വച്ഛന്ദാ ന്തരീക്ഷത്തെ സ്വപ്നം കാണുന്നവരാണ് ജീവിതസാഹചര്യവശാൽ ഒറ്റ പ്പെട്ടവരായ മുഖ്യകഥാപാത്രങ്ങൾ. 'ഡാർ - എസ് - സലാമി'ലെ ആഖ്യാ താവായ യുവാവ് റീത്താമുകുന്ദന്റെ വീട്ടിൽ കുടുംബത്തിന്റെ സംഗീതം ശ്രവിക്കുകയും ആ വീട് തനിക്ക് സന്ദർശനവേളകളിൽ ആഹ്ലാദം നല്കുന്ന ഇടമായി കരുതുകയും ചെയ്യുന്നു. എന്നാൽ അയാൾ വിവാ ഹിതനും ഭാര്യയോടും കുടുംബത്തോടും സ്നേഹപൂർവ്വം പെരുമാറാൻ വിമുഖനുമാണ് എന്നതും കാണാതിരുന്നുകൂടാ. സ്വന്തം കുടുംബത്തെ നരകമായി കാണുന്ന ഒരു പ്രവണതയുടെ പ്രതിനിധിയാണ് അയാൾ. നേരേ വിരുദ്ധമായ സാഹചര്യത്തിലാണ് അവർ കഴിയുന്നത്, എങ്കിൽപ്പോലും.

അനായക (Anti-hero) പ്രവണതകൾ പ്രകടിപ്പിക്കുന്ന എം ടി യുടെ ഇത്തരം കഥാപാത്രങ്ങൾ ചെറുപ്പത്തിൽ ഗ്രാമീണമായ മൂല്യബോധത്തി ന്റെയും സദാചാരസങ്കല്പങ്ങളുടെയും അതിരുകൾക്കുള്ളിൽ വർത്തി ച്ചിരുന്നവരാണ്. ആ കാലത്തെക്കുറിച്ചുള്ള ഓർമ്മകൾ തങ്ങളുടെ തെറ്റു

കളെക്കുറിച്ച് അവരെ ബോധവാന്മാരാക്കുന്നു; തജ്ജന്യമായ കുറ്റബോധം അവരിൽ ആത്മനിന്ദ നിറയ്ക്കുന്നു. ഈ ആത്മനിന്ദ ജീവിതത്തെ ധൂർത്തടിക്കാൻ വീണ്ടും പ്രേരിപ്പിക്കുന്നു. എങ്കിലും അവരെ നിഷേധത്തിന്റെ മൂർത്തികളായി മാറ്റിത്തീർക്കാത്തത് ഉള്ളിന്റെ ഉള്ളിൽ വർത്തിക്കുന്ന കുടുംബകേന്ദ്രിതമായ ഗ്രാമീണമൂല്യങ്ങളുടെ നിലീനധാരകളാണ്. ഇന്ത്യൻ മനസ്സിൽ ആഴത്തിൽ വേരുകളുള്ള കുടുംബം എന്ന വ്യവസ്ഥയോടുള്ള ഈ ആഭിമുഖ്യം, എം ടിയുടെ അനായകപ്രവണതകളുള്ള കഥാപാത്രങ്ങളെ, വൈദേശികമായ ദാർശനികാശയങ്ങളുടെ പ്രതിനിധികളായി വ്യഖ്യാനിക്കപ്പെടാറുള്ള ആധുനിക നായകന്മാരിൽനിന്ന് വ്യത്യസ്തരാകുന്നു.

പരാജിതനായകന്റെ മറ്റൊരു മുഖം എം ടിയുടെ ചെറുകഥകളിൽ പ്രത്യക്ഷപ്പെടുന്നത് കലാകാരനെക്കുറിച്ചുള്ള സങ്കല്പത്തിലാണ്. പല കഥകളിലും നായകകഥാപാത്രത്തിന് പരാജിതനായ കലാകാരന്റെ ഒരു മുഖം കൂടിയുണ്ട്. ചെറുപ്പത്തിൽ കവിതയെഴുതുകയോ ചിത്രം വരയ്ക്കുകയോ ചെയ്തിരുന്ന സിദ്ധികളുള്ള ഒരു കലാകാരനാണയാൾ. എന്നാൽ ജീവിതത്തിന്റെ പ്രാതികൂല്യങ്ങൾക്കിടയിൽ മരച്ചാപ്പയിലെ കണക്കെഴുത്തുകാരനോ, താഴേക്കിട പത്രമാഫീസിലെ വാർത്തയെഴുത്തുകാരനോ, വിദേശത്തുനിന്നും വരുന്ന കാർട്ടൂൺ സ്ട്രിപ്പിന് നിറം കൊടുക്കുന്നയാളോ ആയിത്തീരുന്നു അയാൾ. കലാകാരൻ എന്ന നിലയിലുള്ള അസ്തിത്വം എന്നേ നഷ്ടപ്പെട്ട, സർഗ്ഗാത്മകമായ ആത്മപ്രകാശത്തിനുള്ള വഴികൾ അടഞ്ഞതിനെക്കുറിച്ചുള്ള വ്യാകുലമായ ഓർമ്മകൾ മാത്രമുള്ള ഇത്തരം കഥാപാത്രങ്ങൾ എം ടിയുടെ കഥാലോകത്ത് ഒന്നും രണ്ടുമല്ല. 'വിത്തുകളി'ലെ ഉണ്ണിയും ഭീരുവിലെ ഭർത്താവും 'ഷെർലക്കി'ലെ ബാലുവും ഒരിക്കൽ കവിതയെഴുതിയിരുന്നവരാണ്. ഇന്നവർ ആ രംഗത്ത് ആരുമല്ല. ഈ വ്യക്തിത്വത്തിന് വ്യത്യസ്തമായ ഒരു ആവിഷ്കാരം നല്കുകയാണ് 'പെരുമഴയുടെ പിറ്റേന്നി'ലെ പരാജിതനായ ചിത്രകാരനിലൂടെ.

ഈ കഥാപാത്രങ്ങളുടെ അടിസ്ഥാന വ്യക്തിത്വം കലാകാരനെന്ന നിലയിലല്ല. മകൻ ('വിത്തുകൾ'), ഭർത്താവ് ('ഭീരു'), പിതാവ് ('പെരുമഴയുടെ പിറ്റേന്ന്') എന്നീ നിലകളിൽ ജീവിതത്തിന്റെ യാതനാഭരിതമായ അവസ്ഥയിലൂടെ കടന്നുപോകുന്നവരാണവർ. ജീവിതവൃത്തിയിൽ എഴുത്തും ചിത്രമെഴുത്തും സ്വീകരിച്ചവർതന്നെ അത് സർഗ്ഗപ്രവർത്തനമായി കരുതുന്നില്ല. അന്യവല്കൃതമായ മറ്റേത് ജീവിതവൃത്തിയും പോലെ ഒരുതൊഴിൽ മാത്രമാണവർക്ക് ആ ജോലികൾ. കലാകാരൻ എന്ന അംശം അത്തരം കഥാപാത്രങ്ങളുടെ വ്യക്തിത്വത്തിന്റെ പ്രാന്തസ്ഥലികളിൽ മാത്രമാണുള്ളത്. എങ്കിൽപ്പിന്നെ പരാജിതനായ കലാകാരനെക്കുറിച്ചുള്ള സങ്കല്പം ഈ കഥാകൃത്തിന്റെ രചനകളിൽ ആവർത്തിക്കുന്നതെന്തുകൊണ്ട്? മനശ്ശാസ്ത്രപരമായ ഒരന്വേഷണത്തിനു വകയുള്ളതാണ് ഈ പ്രശ്നം. വിജയിയുടെ ജീവിതം കഥയ്ക്കുള്ള മെറ്റീരി

യൽ നല്കുന്നില്ല എന്ന സത്യത്തിനപ്പുറം, എന്തോ ഒരു യക്ഷപ്രശ്നം ഇതിൽ അവശേഷിക്കുന്നു. ഓരോ കലാകാരനും സൃഷ്ടിക്കുന്നു, പരാജയപ്പെടുന്നു. വീണ്ടും സൃഷ്ടിക്കുന്നു. പരാജയപ്പെടുന്നു. ഇതാണ് സത്യം. ഭൗതികാർത്ഥത്തിൽ കലാകാരനെന്ന നിലയിൽ അയാൾ വിജയിയാകാം എന്നാൽ കലാസൃഷ്ടിയിൽ പൂർണ്ണതയുടെ സാഫല്യം കലാകാരന് എന്നുമൊരു മരീചികയാണ്. ആസ്വാദകർ ഉത്തമസൃഷ്ടിയായി കൊണ്ടാടുന്നവയിൽപ്പോലും, തനിക്കുമാത്രം അറിയാൻ കഴിയുന്ന അപൂർണ്ണതകൾ എഴുത്തുകാരനെ വ്യാകുലനാക്കിയേക്കും. ഇന്ന് ഭൗതികാർത്ഥത്തിൽ മലയാളത്തിലെ ഏറ്റവും വിജയിയായ എഴുത്തുകാരൻ എം ടി വാസുദേവൻനായർ ആണെന്നു പറഞ്ഞാൽ അതിൽ തെറ്റുണ്ടാവില്ല. എന്നാൽ എഴുത്തുകാരൻ എന്ന നിലയിലുള്ള ആത്മീയപരാജയത്തിന്റെ അശാന്തവ്യഥകൾ നിരന്തരം ഏറ്റുവാങ്ങുന്നുണ്ടാവാം ഈ കഥാകൃത്ത്. ഒരു പക്ഷേ, അതാവാം പരാജിതനായ കലാകാരന്റെ പ്രരൂപം അദ്ദേഹത്തിന്റെ കഥകളിൽ ആവർത്തിച്ച് പ്രത്യക്ഷപ്പെടുന്നതിനു കാരണം.

മരണം എന്ന ചിരന്തനസത്യം

ജീവിതത്തെക്കുറിച്ച് ആഴത്തിൽ ചിന്തിക്കുന്ന കലാകാരനെ വേട്ടയാടുന്ന ഒരു ചിരന്തനസമസ്യയാണ് മരണം. എം ടിയുടെ കഥാലോകത്തും ആ സമസ്യ പലപ്പോഴും തെളിഞ്ഞുവരുന്നുണ്ട്. മരണം, മൃത്യുഭീതി എന്നീ പ്രമേയങ്ങൾ അവയിൽ പലതിലും ആവർത്തിക്കുന്നു. മറ്റു ചില കഥകളിലാവട്ടെ, മരണം എന്ന പ്രതിഭാസത്തിന്റെ സാമൂഹികമാനങ്ങൾ അനാവരണം ചെയ്യപ്പെടുന്നു.

'മരണം' എന്ന കഥ ഈ തരത്തിലുള്ള മനോഭാവങ്ങളുടെ ആവിഷ്കാരംകൊണ്ട് ശ്രദ്ധേയമാണ്. എം ടിയുടെ കഥാലോകത്ത് കണ്ടുമുട്ടാറുള്ള ഏകാകിയും വിഷാദിയും വേരുകളില്ലാത്തവനുമായ യുവാവാണ് ഈ കഥയിലെയും കേന്ദ്രകഥാപാത്രം. അയാളുടെ ഭൂതകാലമോ സ്മൃതിമണ്ഡലമോ ഈ കഥയിൽ വിവൃതമാകുന്നില്ല എന്നത് എം ടി കഥകളുടെ പൊതുധാരയിൽ നിന്ന് മരണത്തെ വ്യത്യസ്തമാക്കുന്നു. എക്സ്പ്രഷണിസ്റ്റ് സങ്കേതത്തെ ഓർമ്മിപ്പിക്കുന്ന രീതിയിലുള്ള കഥാപാത്രകല്പനയിൽ അന്തർഭവിച്ചിട്ടുള്ള പ്രതീകാത്മകതമൂലമാണിത്. കഥയിലെ അന്തരീക്ഷരചനയും അതിനിണങ്ങിയമട്ടിലുള്ളതാണ്.

ജീവിതം എന്ന പ്രതിഭാസത്തിന്റെ അപരാംശമാണ് മരണം. ജനിച്ചാൽ ഒരിക്കൽ മരിക്കും എന്നതാണ് പ്രകൃതി നിയമം. ജീവികൾക്കെല്ലാം ബാധകമായ ഒരു ചിരന്തനയാഥാർത്ഥ്യമാണ് അത്. മനുഷ്യനെ സംബന്ധിച്ചിടത്തോളം വ്യക്തിയുടെ മരണം അയാളിൽ മാത്രം ഒതുങ്ങി നില്ക്കുന്നില്ല. സാമൂഹികമായ ഒരു കർമ്മമാണ് എല്ലാ സമൂഹത്തിലും മരണാനന്തരക്രിയകളും സംസ്കാരവും. വ്യക്തിയുടെ മരണം അയാളുടെ / അവളുടെ ജീവിതത്തോടു ബന്ധപ്പെട്ടവരിലുളവാക്കുന്ന വികാരങ്ങൾ, അതിന്റെ സാമൂഹികമാനങ്ങൾ എന്നിവയെയൊക്കെ ഊടും

പാവുമാക്കി, മരണത്തിന്റെ അന്തരീക്ഷത്തിന് കേവല സാക്ഷിയായി മാറുന്ന ഏകാകിയും അന്തർമ്മുഖനുമായ ഒരു ചെറുപ്പക്കാരന്റെ കാഴ്ചപ്പാടിൽ അവതരിപ്പിച്ചിട്ടുള്ള ചെറുകഥയാണ് എം ടി വാസുദേവൻ നായർ എഴുതിയ 'മരണം'.

വികാരങ്ങളെ നിയന്ത്രിതമായി ആവിഷ്കരിച്ച് അന്തരീക്ഷത്തിന് പ്രാധാന്യം നല്കി, പ്രതീകാത്മകമായ ഒരു തലം നിലനിർത്തി ആഖ്യാനം നിർവ്വഹിച്ചിട്ടുള്ള ചെറുകഥയാണിത്. അന്തിമങ്ങൂഴത്തിന്റെ പശ്ചാത്തലത്തിൽ മരണത്തിന്റെ ഭാവം പകരാൻ പാകത്തിലുള്ള സ്ഥലകാല പശ്ചാത്തലവും സംഭവങ്ങളുമൊക്കെ അതിനിണങ്ങുന്ന ഒരു സ്വരഘടനയിൽ അവതരിപ്പിച്ചിരിക്കുന്നു. 1960 കളുടെ ആദ്യം എഴുതിയ ഈ ചെറുകഥയിൽ, അക്കാലത്ത് സജീവമായിക്കൊണ്ടിരുന്ന ആധുനികതാവാദ ചെറുകഥകൾക്ക് അഭിമതമായിരുന്ന മരണം എന്ന പ്രമേയത്തെ സ്വീകരിച്ചിരിക്കുന്നു. പക്ഷേ, വീക്ഷണപരമായ ചില ആഭിമുഖ്യങ്ങൾ കൊണ്ട് അതിൽ നിന്ന് വിട്ട് നിന്ന കഥാകൃത്താണ് അദ്ദേഹം. എങ്കിലും അക്കാലത്ത് എം ടിയെഴുതിയ 'അഭയം തേടി', 'മരണം', 'ജോക്കർ', 'ഭീരു' തുടങ്ങിയ ചെറുകഥകൾ ഏതൊക്കെയോ അംശങ്ങളിൽ ആധുനികതാ വാദത്തോട് അടുപ്പം പുലർത്തുന്നുണ്ട്.

ഏകാകിയും അസ്വസ്ഥനുമായ ചെറുപ്പക്കാരൻ ഇരുണ്ട സന്ധ്യയിൽ അപരിചിതമായ ഒരു സ്ഥലത്ത് റെയിൽവേ ട്രാക്കിന്റെ ഓരത്തുള്ള കലുങ്കിൽ ഇരിക്കുകയാണ്. കുറച്ചുനേരം കഴിഞ്ഞപ്പോൾ അയാൾ ഇരുന്നതിന്റെ എതിരെയുള്ള തിണ്ടിൽ രണ്ടുമൂന്നുപേർ വന്നിരുന്നു. ഭീതിദമായ ആ ഏകാന്തതയിൽ അവരുടെ സാന്നിദ്ധ്യം അയാൾക്ക് ആശ്വാസം പോലെ തോന്നി. അവർ ഒരു മരണത്തെക്കുറിച്ചും ശവസംസ്കാരത്തെക്കുറിച്ചുമാണ് സംസാരിക്കുന്നത്. മരിച്ചയാളിന്റെ ബന്ധുവിനെ കാത്തിരിക്കുകയാണ്. എട്ടരയുടെ തീവണ്ടിക്ക് ആളെത്തിയാൽ ഉടനെ ശവസംസ്കാരം നടക്കും. കൂട്ടത്തിൽ ഉള്ള വൃദ്ധൻ ശവസംസ്കാരത്തിന്റെ നടത്തിപ്പുകാരനാണ് എന്ന് അവരുടെ സംഭാഷണത്തിൽ നിന്ന് ചെറുപ്പക്കാരന് മനസ്സിലായി. അവർ ശവമെടുക്കാൻ മരണവീട്ടിലേക്കു പോയപ്പോൾ ചെറുപ്പക്കാരനെയും വിളിച്ചു. മടിച്ചിട്ടാണെങ്കിലും അയാളും അവരോടൊപ്പം നിശ്ശബ്ദനായി നടന്നു. അവർ മരണവീട്ടിലെത്തി. മരിച്ചു കിടക്കുന്ന സ്ത്രീയുടെ ജഡം കണ്ടാലറിയാം അവർ ഏറെ യാതനകൾ അനുഭവിച്ചിട്ടുണ്ടെന്ന്. അരികിൽത്തന്നെയുണ്ട് അവരുടെ ദു:ഖിതനായ ഭർത്താവും മൂന്നു പെൺമക്കളും. സംസ്കാരച്ചടങ്ങുകൾക്ക് തയ്യാറായി മകനും അടുത്തുണ്ട്. അകലെയെവിടെയോ നിന്ന് ആ സ്ത്രീയുടെ സഹോദരൻ വരാൻ കാത്തിരിക്കുകയാണ് ശവസംസ്കാരത്തിനു ചുമതലപ്പെട്ടവർ. അവസാനം സഹോദരനെത്തി. വീട്ടിൽവെച്ചുള്ള മരണാനന്തര ചടങ്ങുകൾക്കു ശേഷം വൃദ്ധന്റെ നേതൃത്വത്തിൽ ജഡം ശവവണ്ടിയിലേറ്റി ശ്മശാനത്തിലേക്കുള്ള യാത്ര ആരംഭിച്ചു. കൂട്ടത്തിൽ ആരുടെയോ നിർദ്ദേശമനുസരിച്ച് ശവയാത്രയ്ക്കു മുൻപിൽ റാന്തലുമായി

ചെറുപ്പക്കാരനു പോകേണ്ടി വന്നു. ശവസംസ്കാരത്തിനു ശേഷം വൃദ്ധനോടൊപ്പം അയാൾ തിരിച്ച് മരണവീട്ടിലെത്തി റാന്തലേല്പിച്ചിട്ട് നടന്ന് ആദ്യം ഇരുന്ന റെയിൽപ്പാളത്തിനടുത്തെത്തി. പിരിയാൻ നേരം വൃദ്ധൻ അയാളോടു ചോദിച്ചു, മരിച്ച സ്ത്രീയുടെ ഭർത്താവിന്റെ ബന്ധുവാണോ, പരിചയക്കാരനാണോ എന്ന്. ആ ചോദ്യത്തോടുള്ള ചെറുപ്പക്കാരന്റെ പ്രതികരണം കഥയിൽ ഇങ്ങനെ:

> ചെറുപ്പക്കാരൻ നിശ്ശബ്ദം തിരിഞ്ഞു നടന്നു. ഞാനാരുമല്ല; ഒരപരിചിതൻ എന്ന സത്യം പറയാതെ കഴിക്കാൻ വേണ്ടി അയാൾ ധൃതിയിൽ അടിവെച്ചു. തലേന്നു കയറിക്കൂടിയ, പിറ്റേന്നു താക്കോൽ തിരിച്ചേല്പിക്കാൻ പോകുന്ന ഇടുങ്ങിയ ഹോട്ടൽ മുറിയെപ്പറ്റിയുള്ള ഭീതി നിറഞ്ഞ മനസ്സോടെ, കമ്പിക്കാലുകൾക്കു ചുവട്ടിലെ പ്രകാശവൃത്തങ്ങളിലൂടെ ഒച്ചയും അനക്കവുമുള്ള സ്ഥലങ്ങളിലെത്താനുള്ള വെമ്പലോടെ അയാൾ ഏകനായി നടന്നു.

മരണത്തിന്റെ അന്തരീക്ഷം ഭാവാത്മകവും സൂചനാത്മകമായി അവതരിപ്പിക്കുന്ന ചെറുകഥയാണിത്. ശീർഷകം മുതൽ അതാരംഭിക്കുന്നു. ബിംബാത്മകമായ ഒരുപാട് ഘടകങ്ങൾ കഥയുടെ ആഖ്യാനത്തിൽ തെളിഞ്ഞു വരുന്നുണ്ട്. നീണ്ട നിവർന്നു കിടക്കുന്ന റെയിൽപ്പാളങ്ങൾ, അതിൽക്കൂടി പാഞ്ഞു വരുന്ന തീവണ്ടി, മാറി വീഴുന്ന സിഗ്നൽ ഇതൊക്കെ ഈ ചെറുകഥയിൽ പ്രതീകാത്മകമായ ഒരു തലത്തിലേക്ക് വികസിക്കുന്നുണ്ട്. കഥാന്ത്യത്തിൽ ചെറുപ്പക്കാരന്റെ മനോവികാരങ്ങളിൽ പ്രത്യക്ഷപ്പെടുന്ന താൻ ഒരു ദിവസത്തേക്ക് താവളമാക്കിയ ഇടുങ്ങിയ വാടകമുറി തന്നെയും യാതനാഭരിതമായ ജീവിതത്തിന്റെ സൂചകമാകുന്നു. റെയിൽ പാളങ്ങളും തീവണ്ടിയും അതിന്റെ ശബ്ദവുമൊക്കെ എം ടി യുടെ പല ചെറുകഥകളിലും ആവർത്തിച്ചു വരുന്നുണ്ട്. അതിൽ നിന്ന് വ്യത്യസ്തമായി ജീവിതമരണങ്ങളുടെ സംഘർഷാത്മകമായ അന്തരീക്ഷം സൃഷ്ടിക്കുകയാണ് അവ ഈ ചെറുകഥയിൽ.

അസ്വസ്ഥനും ഏകാകിയും അവ്യക്തമായ ദു:ഖത്തിന്റെ ഇരയുമായ യുവാവ് അടിസ്ഥാനപരമായിത്തന്നെ, ജീവിതാഭിമുഖ്യമുള്ളവനാണ്. അനിവാര്യമായ ഒരഭിമുഖീകരണമാണ് അയാൾ ആ മരണവീട്ടിൽ വെച്ച് നടത്തുന്നത്. തലേദിവസത്തെ അയാളുടെ അനുഭവം ഇടയ്ക്ക് ഓർമ്മയായി കഥയിൽ കടന്നുവരുന്നു.

> ഇന്നലെ സന്ധ്യയ്ക്ക് കടൽക്കരയിൽ നിന്ന് അസ്തമനം കണ്ടു. ജനാവലി ഒഴുകുന്ന വീഥികളിലൂടെ നടന്ന് കടൽക്കരയിൽ എത്തിയപ്പോൾ സൂര്യൻ മറഞ്ഞു കഴിഞ്ഞിരുന്നു. കറുത്ത രേഖകൾ കലർന്ന ചുവപ്പ്. ചത്തു മലച്ച കടലോടികൾ പോലെ കരയിൽ ചരിച്ചിട്ട മീൻ തോണികൾ. അവയ്ക്കിടയിൽ മറവുകൾ വേണ്ട

> മനുഷ്യരുടെ നിഴലുകൾ. കാറ്റാടിമരങ്ങളുടെ താഴെ അരമതിലിന്റെ നിഴൽപ്പാടിൽ ഇരുട്ടു പരക്കുന്നതു കണ്ടു...... ഇരുട്ടിനും വെളിച്ചത്തിനുമിടയ്ക്ക് കടൽ കറക്കുന്നതു കണ്ട്, കാറ്റു ചൂളം വിളിക്കുന്നത് കേട്ട്, നിന്നപ്പോൾ മനസ്സു നിറഞ്ഞു വിങ്ങി. മരിക്കുകയാണ്. എന്റെ ഉള്ളിൽ എന്തെല്ലാമോ മരിക്കുകയാണ്.

എന്നാൽ കഥാന്ത്യത്തിലെ സൂചനയിൽ നിന്ന് ആ അസ്വാസ്ഥ്യജനകമായ അന്തരിക്ഷത്തിൽനിന്ന് ആളും ഒച്ചയുമുള്ള ഒരിടത്തെത്താൻ അയാൾ ആഗ്രഹിക്കുന്നു. അയാളും മരിച്ച വ്യക്തിയുമായുള്ള ബന്ധത്തെക്കുറിച്ചു ചോദിക്കുന്നതിലൂടെ വൃദ്ധൻ, ഓരോ വ്യക്തിയും മരണവുമായുള്ള അനിവാര്യ ബന്ധത്തെത്തന്നെയാണ് ഓർമ്മിപ്പിക്കുന്നത്. എന്നാൽ ജീവിത രതിയുള്ളവർ അത് ഓർമ്മിക്കാൻ ഇഷ്ടപ്പെടുന്നില്ല.

വൃദ്ധൻ കാലത്തെ ഓർമ്മിപ്പിക്കുന്നു. മരിക്കുന്നവരെ സംസ്കരിക്കുന്നതിലൂടെ കാലത്തിന്റെ പ്രവൃത്തിയാണ് വൃദ്ധൻ ചെയ്യുന്നത്. പരുക്കൻ രൂപഭാവങ്ങളാണെങ്കിലും കിഴവൻ നടക്കുമ്പോൾ കാൽവണ്ണയിൽ ഉറച്ചമാംസപേശികൾ ഇളകിക്കളിക്കുന്നത് ചെറുപ്പക്കാരൻ ശ്രദ്ധിച്ചു. എത്ര പ്രായമായാലും കാലത്തിന് യൗവനമാണല്ലോ.

മരണവീട്ടിൽ ഉള്ള മറ്റൊരാൾ താടിക്കാരനാണ്. വെളുപ്പും കറുപ്പും ഇടകലർന്ന കുറ്റിത്താടിക്കാരനായ അയാളുടെ കണ്ണുകളിൽ പരമഹംസന്റെ ചിരിയുണ്ട്. മരണത്തെ നിസ്സംഗമായി കാണുന്നയാളാണ് അയാൾ. മരണവീട്ടിലെ ആ അന്തരീക്ഷത്തിൽ, ആ ചെറുപ്പക്കാരന് അവിടത്തെ ആളുകളുമായി വൈകാരികമായ സാത്മീകരണം ഉണ്ടാവുകയാണ്. മരിച്ച സ്ത്രീയുടെ ആങ്ങള സമയത്തിനെത്തുമോ എന്ന ഉൽക്കണ്ഠ അയാളെയും ഭരിക്കുന്നു. അതെല്ലാം കൂടി സൃഷ്ടിച്ച മാനസികാവസ്ഥയിൽ നിന്ന്, ജീവിതത്തിന്റെ ഒച്ചയിലേക്കും വെളിച്ചത്തിലേക്കും എത്തിപ്പെടാൻ അയാൾ വ്യഗ്രതയോടെ നടക്കുന്നിടത്ത് കഥ അവസാനിക്കുന്നു. തലേദിവസത്തെ തന്റെയുള്ളിൽ എന്തെല്ലാമോ മരിക്കുകയാണ് എന്ന അനുഭവം നല്കിയ ഗ്ലാനിയിൽ നിന്ന്, ജീവിതരതിയിലേക്ക് ഉന്മുഖനാകുകയാണ് കഥാന്ത്യത്തിൽ അയാൾ.

തികഞ്ഞ വ്യക്തതയോടെ യഥാതഥപ്രതീതി നല്കുന്ന വിധത്തിലുള്ള ആഖ്യാനമാണെങ്കിലും അതിനെയും പൊതിഞ്ഞ് അമൂർത്തതയുടെയും സൂചനാത്മക (Expressionist) രീതിയിലുള്ള ചിത്രണത്തിന്റെയും സ്വഭാവം ആഖ്യാനത്തിനുണ്ട്. ചുരുക്കം ചില അപ്രധാന കഥാപാത്രങ്ങൾക്കൊഴികെ പേരില്ല. അയാൾ, വൃദ്ധൻ, ഭർത്താവ്, മരിച്ച സ്ത്രീയുടെ സഹോദരൻ, ഭർത്താവിന്റെ സഹാദ്ധ്യാപകർ എല്ലാം അത്തരം സൂചനാത്മകത പുലർത്തുന്ന കഥാപാത്രങ്ങളാണ്. ഇതെല്ലാം ചേർന്നു വരുന്ന രൂപകാത്മകവും ബിംബസമൃദ്ധവും അന്തരീക്ഷപ്രധാനവും ആയ ആഖ്യാനമാണ് ഈ കഥയിൽ പ്രധാനം.

ആധുനികതാ പ്രസ്ഥാനം (Modernism) അഭിരമിച്ച പ്രമേയങ്ങളി

ലൊന്നാണ് മരണം. മരണത്തെയും ആത്മഹത്യയെയും ഒക്കെ ദാർശനിക പ്രശ്നങ്ങളായി കണ്ട സമീപനമായിരുന്നു. ആ പ്രസ്ഥാനത്തിന്റേത്. ചരിത്രപരമായി പറഞ്ഞാൽ ആധുനിക പ്രസ്ഥാനത്തിന്റെ ഭാഗമല്ല എം ടി. എന്നാൽ അതിന്റെ മുന്നോടിയാണ്. ഈ കഥയിൽ അത് വ്യക്തമാണ്.

ഈ ചെറുകഥയെ വിദൂരമായാണെങ്കിലും അനുസ്മരിപ്പിക്കുന്നതാണ് 'അവർ' എന്ന കഥ. അതിലെയും കേന്ദ്രഭാവം മൃത്യുഭീതിയാണ്. പണ്ടെന്നോ വിട്ടുപോയ നഗരത്തിൽ ഭാവിയെക്കുറിച്ചുള്ള ഉൽക്കണ്ഠകളുമായി വീണ്ടും വന്നുപെട്ട ഒരു പ്രായം ചെന്ന മനുഷ്യനാണ് ഈ കഥയിലെ ആഖ്യാതാവ്. അകാരണമായ മൃത്യുഭീതി അയാളിൽ വർദ്ധിച്ചുകൊണ്ടിരിക്കുന്നു. രാത്രി തങ്ങിയ ഹോട്ടലിൽ തൊട്ടടുത്ത മുറിയിൽ എന്തൊക്കെയോ അസ്വാഭാവിക ശബ്ദങ്ങൾ കേട്ടത് അയാളുടെ അസ്വാസ്ഥ്യം വർദ്ധിപ്പിച്ചു. അടുത്തമുറിയിൽ ഒരു യുവാവ് ആത്മഹത്യ ചെയ്ത വിവരം പ്രഭാതത്തിൽ അറിയുമ്പോൾ അയാളുടെ അസ്വാസ്ഥ്യം പാരമ്യത്തിലെത്തുന്നു. ആ അന്തരീക്ഷത്തിൽ നിന്ന് രക്ഷപ്പെടാൻ അയാൾ വല്ലാതെ വ്യഗ്രതപ്പെടുന്നു. മൃത്യുഭീതിയുടെ തീവ്രതയാണ് ഈ കഥ പ്രസരിപ്പിക്കുന്ന ഇരുണ്ട ഭാവത്തിൽ നിറഞ്ഞുനില്ക്കുന്നത്.

'അഭയം', 'അഭയം തേടി വീണ്ടും' എന്നീ കഥകളുടെ അന്തരീക്ഷത്തിലും മരണത്തിന്റെ പ്രതീകാത്മകസാന്നിദ്ധ്യമുണ്ട്. *അഭയ*ത്തിൽ ഏറെക്കാലത്തിനുശേഷം സ്വന്തം ഗ്രാമത്തിലേക്ക് തിരിച്ചെത്തുന്ന മനുഷ്യനെ എല്ലാവരും തുച്ഛനും അന്യനുമായി കരുതി തിരസ്കരിച്ചു. അവൻ ഒടുവിൽ എല്ലാവരുടെയും സംഹാരത്തിന് മുതിരുന്നിടത്ത് എല്ലാ മനുഷ്യരുടെയും അനിവാര്യമായ അനുഭവമായ മരണത്തിന്റെ സാന്നിദ്ധ്യം മൂർത്തമാവുകയാണ്. വാസ്തവത്തിൽ ആ അപരിചിതൻ മരണം തന്നെയാണ്. ആരും മരണത്തിന് അഭയം കൊടുക്കുകയില്ല. പക്ഷേ, എത്രയൊക്കെ ഒഴിഞ്ഞുമാറിയാലും നിരാകരിച്ചാലും നേരിട്ട് എതിർത്താലും ഒടുവിൽ എല്ലാവരും അവന്റെ ശക്തിക്കു കീഴ്പ്പെടും. പില്ക്കാലത്ത് എഴുതിയ 'അഭയം തേടി വീണ്ടും', എന്ന കഥയിലും ഏതാണ്ട് സമാനമായ അന്തരീക്ഷമുണ്ട്. ഏറെക്കാലത്തിനുശേഷം തന്റെ ഗ്രാമത്തിൽ ഒരാൾ എത്തിച്ചേരുന്നു. അന്യൻ എന്ന നിലയിൽ അയാൾ അസ്വീകാര്യനാകുന്നു. ഒടുവിൽ ഏറെ പാടുപെട്ട്, പൊട്ടിപ്പൊളിഞ്ഞ ഒരു വീടിന്റെ ഭാഗമാണ് അയാൾക്ക് താമസിക്കാൻ വാടകയ്ക്ക് കിട്ടുന്നത്. 'ഏമാന്റെ' നിർദ്ദേശപ്രകാരം ആ വീട് പൊളിക്കുവാൻ പണിക്കാർ എത്തുന്നു. അപരിചിതൻ ആ വീട്ടിൽത്തന്നെ താമസിച്ചുകൊണ്ടിരിക്കെ ആ കെട്ടിടത്തിന്റെ ഓരോ മുറിയായി പണിക്കാർ പൊളിക്കുന്നു. അവസാനം അയാളുടെ സാധനങ്ങളൊക്കെ വെളിയിലിട്ട് അയാളെയും പുറത്താക്കി. വീടിന്റെ ചുമരും വാതിലും മേല്ക്കൂരയും ഓരോന്നായി പൊളിച്ചുമാറ്റാൻ തുടങ്ങുന്നിടത്ത് കഥ അവസാനിക്കുന്നു. അവിടെ മനുഷ്യന്റെ ഭൗതിക ജീവിതത്തെത്തന്നെ വാടകവീട്ടിലെ വാസത്തോട് സാത്മീകരിക്കുകയാണ്. ഏതു നേരത്താണ് വീട്ടുടമ വീടൊഴിയുവാൻ പറയുക എന്ന സന്ദിഗ്ദ്ധ

തയിൽ കഴിയുന്ന താമസക്കാരൻ മരണത്തിന്റെ വാറന്റ് പ്രതീക്ഷിച്ചു കഴിയുന്ന മനുഷ്യജീവിതം തന്നെയാണ്. ഈ കഥകളിലൊക്കെ മരണം എന്ന പ്രതിഭാസത്തെ മൂർത്തീകരിക്കാനുള്ള ശ്രമമാണുള്ളത്. 1970 കളുടെ മദ്ധ്യത്തിൽ മരണത്തിന്റെ പടിവാതിലോളമെത്തിയ ഒരു രോഗ ബാധ എം ടി വാസുദേവൻ നായർക്കുണ്ടായി. ആ അനുഭവമാണ് 'അഭ യംതേടി വീണ്ടും' എന്ന ചെറുകഥ എഴുതാൻ പ്രേരണയായത് എന്ന് അദ്ദേഹത്തിന്റെ ചിരകാലസുഹൃത്തും, കഥകളുടെ വിവർത്തകനുമായ വി അബ്ദുള്ള പറയുന്നുണ്ട്:

> ഞാൻ മദ്രാസിൽ താമസിച്ചിരുന്ന കാലത്തുതന്നെയായിരുന്നു എം ടി മഞ്ഞപ്പിത്തം പിടിച്ച് കോഴിക്കോട്ട് ഒരു സ്വകാര്യാശുപത്രിയിൽ പ്രവേശിപ്പിക്കപ്പെട്ടത്. മരണവുമായി മല്ലിട്ടുകഴിഞ്ഞ ഏതാനും ആഴ്ചകൾ. ചികിത്സാവിധികൾ ഫലിച്ചതുകൊണ്ടുമാത്രം ജീവിതം അദ്ദേഹത്തിനു തിരിച്ചുകിട്ടി. ആ കാലയളവിൽ രണ്ടുപ്രാവശ്യം ഞാൻ അദ്ദേഹത്തെ സന്ദർശിച്ചു. ആ കരിനാളുകൾ പിന്നിട്ടതി നുശേഷം പുതിയ ഒരു ഉണർവ്വോടുകൂടിയാണ് അദ്ദേഹം ആശു പത്രി വിട്ടത്. ജീവിതലക്ഷ്യംതന്നെ മാറ്റിയെടുക്കാനുള്ള തന്റേട ത്തോടെ. ഈ അനുഭവത്തെപ്പറ്റി എഴുതിയ ചെറുകഥയാണ് *അഭ യംതേടി വീണ്ടും.*

മരണം എന്ന പ്രതിഭാസത്തിന്റെ ആധിഭൗതികമാനങ്ങൾ മാത്രമല്ല, അത് സൃഷ്ടിക്കുന്ന സാമൂഹികമായ ചലനങ്ങളും എം ടിയുടെ ശ്രദ്ധ യിൽപ്പെടുന്നു. 'ചെറിയ ചെറിയ ഭൂകമ്പങ്ങൾ' എന്ന കഥയിലെ മുത്ത ശ്ശിയുടെ മരണവും 'സ്വർഗ്ഗം തുറക്കുന്ന സമയ'ത്തിലെ മാധവൻ മാഷ് അതിജീവിക്കുന്ന ആസന്ന മരണാവസ്ഥയും സാമൂഹികമായ പ്രശ്ന ങ്ങൾ ഉളവാക്കുന്നു. മനുഷ്യബന്ധങ്ങളുടെ വൈചിത്ര്യങ്ങൾ ഇത്തരം സന്ദർഭത്തിൽ കൂടുതൽ വ്യക്തമാകുന്നു. ആർക്കും വേണ്ടാത്ത മുത്തശ്ശി മറ്റൊരു താവഴിയിലെയാണ്. ഒടുവിൽ തറവാട്ടിൽ വന്നുകൂടി. അവിടത്തെ മൂത്ത പെൺകുട്ടിയുടെ വിവാഹദിവസം മുത്തശ്ശി മരിക്കുന്നു. അത് പുറ ത്തറിയിക്കാതെ വിവാഹച്ചടങ്ങുകൾ നടത്തുന്നു. അത്തരമൊരവസ്ഥ യിൽ അതേ കഴിയുള്ളൂ. എങ്കിലും മറ്റുള്ളവരെ ബാധിക്കുന്ന ഒരു പ്രശ്നം എന്ന നിലയിലാണ് ഇവിടെ മുത്തശ്ശിയുടെ മരണത്തിന്റെ സാംഗത്യം.

'സ്വർഗ്ഗം തുറക്കുന്ന സമയ'ത്തിലെ മാധവൻ മാഷ് മരണാസന്ന നായി കിടക്കുകയാണ്. മക്കളെല്ലാം നല്ലനിലയിൽ വിദൂരസ്ഥലങ്ങളിൽ കഴിയുന്നു. അച്ഛന്റെ ആസന്നാവസ്ഥയറിഞ്ഞ് അവരിൽ മിക്കവരും വന്നു. എല്ലാവരും ഓരോ ബദ്ധപ്പാടുകളുള്ളവരാണ്. എല്ലാവരുടെയും പ്രതീ ക്ഷകളെയും കണക്കുകൂട്ടലുകളെയും തകർത്തുകൊണ്ട് മൂന്നാംനാൾ മാധവൻമാഷ് എഴുന്നേറ്റിരുന്ന് ഹോർലിക്സ് കുടിച്ചു. തങ്ങളുടെ പരി പാടികൾക്ക് തടസ്സം വന്നതിൽ അകമേ ശപിച്ചുകൊണ്ട് മക്കളും ബന്ധു

ക്കളും മടങ്ങി. അപ്പോൾ അടുത്ത്, തറവാട്ടിൽ താമസിക്കുന്ന സഹോദരിയോട് മാഷ് പറഞ്ഞു, ഇനി താൻ മരിച്ചുപോയി എന്നുറപ്പായേ മക്കളെ അറിയിക്കാവൂ എന്ന്. ഇവിടെയും മരണത്തിന്റെ സാമൂഹികമാനങ്ങളാണ് ശ്രദ്ധേയമാകുന്നത്.

'കല്പാന്തം' എന്ന ചെറുകഥയിൽ മുപ്പതിലേറെ വർഷം ഒരുമിച്ചു കഴിഞ്ഞ ഭർത്താവിന്റെ ഭാഗത്തുനിന്നുണ്ടാകുന്ന വിശ്വാസവഞ്ചന അറിയുന്ന ഭാര്യ മരണം വരിക്കുന്നു. മരിച്ച സ്ത്രീയുടെ കാഴ്ചപ്പാടിലാണ് കഥയുടെ ആഖ്യാനം. മരണമറിഞ്ഞ് ആളുകൾ വരുന്നതിന്റെയും പെരുമാറുന്നതിന്റെയുമെല്ലാം ഐറണിക്കലായ ചിത്രങ്ങൾ ആ കഥയിലുണ്ട്. ഉത്തരേന്ത്യൻ രീതിയിലുള്ള ശ്മശാനയാത്രയെക്കുറിച്ചും പരാമർശമുണ്ട്. ഈ കഥയിലും മരണം എന്ന പ്രതിഭാസത്തിന്റെ സാമൂഹികമാനങ്ങളാണ് പ്രകടം. മരണം എന്ന അനിവാര്യയാഥാർത്ഥ്യത്തെ, ഒരു ദാർശനികപ്രശ്നമായല്ല എം ടിയുടെ കഥകൾ അഭിസംബോധന ചെയ്യുന്നത്. അത് മരണം എന്ന അനുഭവത്തിന്റെ വൈയക്തികവും സാമൂഹികവുമായ ഇതരമാനങ്ങളെയാണ് കൂടുതൽ ആവിഷ്കരിക്കുന്നത്.

മരണത്തെക്കുറിച്ചും മൃത്യുഭീതിയെക്കുറിച്ചുമുള്ള ഈ കഥകളിലൊക്കെയും സൂചനകളായി ശക്തമായ ജീവിതരതി പ്രത്യക്ഷമാകുന്നു. മൃത്യുഭീതി തന്നെയും ജീവിതത്തോടുള്ള താല്പര്യത്തിൽനിന്ന് ഉളവാകുന്നതാണല്ലോ. ആ നിലയിൽ മരണം പ്രമേയമാകുന്ന എം ടിയുടെ കഥകളും ഒരർത്ഥത്തിൽ ജീവിതാഭിമുഖ്യത്തിന്റെ കഥകളാകുന്നു.

സാമൂഹിക യാഥാർത്ഥ്യങ്ങളിലേക്ക് സൂക്ഷ്മദർശനം

പൊതുവേ എം ടി വാസുദേവൻനായരുടെ ചെറുകഥകൾ സാമൂഹികപ്രശ്നങ്ങളെ വാച്യമായി കൈകാര്യം ചെയ്യുന്നവയല്ല. വൈയക്തികാനുഭവങ്ങളെ ആത്മനിഷ്ഠമായി ആവിഷ്കരിക്കുന്ന രീതിയാണവയുടേത്. എങ്കിലും അത്തരം പ്രമേയങ്ങളുടെ പശ്ചാത്തലത്തിൽ സാമൂഹികപ്രശ്നങ്ങൾ നിശ്ശബ്ദമെങ്കിലും, വ്യഞ്ജകമായി നിലകൊള്ളുന്നതു കാണാം. മരുമക്കത്തായ ജീവിതവ്യവസ്ഥയുടെ ജീർണ്ണതയുടെ പശ്ചാത്തലത്തിൽ എഴുതപ്പെട്ട ദാമ്പത്യ ശൈലിഥ്യങ്ങളുടെയും വേണ്ടത്ര പരിഗണനയും സ്നേഹവും കിട്ടാത്ത ബാല്യങ്ങളുടെയും കഥകളുടെ പിന്നിൽ ആ വ്യവസ്ഥയെക്കുറിച്ചുള്ള നിശ്ശബ്ദവിമർശനം നിഴലുപോലെയുണ്ട്. നേരത്തേ സൂചിപ്പിച്ചതുപോലെയുള്ള വിശപ്പിന്റെ കഥകൾ അത്തരമൊരു സാമൂഹികാവസ്ഥയുടെ പശ്ചാത്തലത്തിൽ മാത്രം രൂപം കൊള്ളുന്നവയാണ്. വിശപ്പ് എന്ന ഭൗതികയാതനയേക്കാൾ തീവ്രമാണ് അത്. ചില സാമൂഹിക സന്ദർഭങ്ങളിൽ ഉളവാകുന്ന അപമാനത്തിന്റെ നിശ്ശബ്ദാനുഭവം. ആ അവസ്ഥയെക്കുറിച്ചുള്ള വാചാലമായ യാതൊരു പരാമർശവുമില്ലാതെ അതിൽ അന്തർഭവിക്കുന്ന ജീവിതപ്രശ്നത്തെ ഹൃദയസ്പർശിയായ ഒരു അനുഭവമാക്കി പകർന്നുതരികയാണ് താദൃശമായ കഥകളിലൂടെ എം ടി ചെയ്തത്.

സ്വാതന്ത്ര്യാനന്തരവർഷങ്ങളിലെ മദ്ധ്യവർത്തിസമൂഹത്തിന്റെ ദുരന്തചിത്രങ്ങൾ 'വിത്തുകളി'ലും 'ജോക്കറി'ലും 'ഭീരു'വിലും ഒക്കെ സൂചനാത്മകമായി ചിതറിക്കിടക്കുന്നു. 1950 കളുടെ അന്ത്യത്തിലും 60 കളുടെ മദ്ധ്യത്തിലുമായി എഴുതപ്പെട്ട ചെറുകഥകളാണവ. ഇരുപതാം നൂറ്റാണ്ടിന്റെ അവസാന ദശകങ്ങളിലെ കേരളീയ സമൂഹപരിണാമത്തിന്റെ സൂചനകൾ ധാരാളം അടങ്ങിയിട്ടുള്ള ഒരു കഥയാണ് 'സ്വർഗ്ഗം

തുറക്കുന്ന സമയം'. 1980 കളുടെ തുടക്കമാണ് ആ ചെറുകഥയിലെ ചരിത്രസന്ദർഭം. കിഴക്കുമ്മുറി എന്ന നാട്ടിൻപുറത്തുവന്നിരിക്കുന്ന മാറ്റങ്ങളെക്കുറിച്ചുള്ള ആനുഷംഗിക പരാമർശങ്ങളിലൂടെയാണ് ഈ പരിണാമം വ്യക്തമാക്കിയിരിക്കുന്നത്. പുഴയിലെ വരൾച്ചയുടെ സൂചന, കേരളം നേരിട്ടുകൊണ്ടിരിക്കുന്ന പാരിസ്ഥിതികപ്രശ്നത്തിലേക്ക് വിരൽ ചൂണ്ടുന്നു: 'പക്ഷേ എല്ലാ വീട്ടിലും ആണുങ്ങളും പെണ്ണുങ്ങളും ഇപ്പോൾ കുളിമുറിയിലാണ് കുളി' എന്ന ഒറ്റ വാക്യത്തിൽ ജീവിതരീതിയിൽ വന്ന മാറ്റത്തിന്റെ ഒരു വലിയ ലോകം തെളിഞ്ഞുവരുന്നുണ്ട്. അതിന്റെ ബാക്കിയാണ് കുട്ടിനാരായണന്റെ വിചാരത്തിലുള്ളത്:

> ഇപ്പോൾ പേറ്റുനോവു തുടങ്ങുമ്പോൾ വിളക്കത്തറവളെ കൊണ്ടുവരേണ്ട കാര്യമില്ല. പ്രസവങ്ങൾ കിഴക്കുംമുറിക്കാർ കൂടി നഴ്സിങ് ഹോമുകളിൽ. കല്യാണസദ്യയ്ക്ക് മേൽനോട്ടം വേണ്ട. തറവാട്ടിൽവച്ച് ഒരു കല്യാണം നടത്താൻ ഉശിരുള്ള ആണുങ്ങളുണ്ടോ ഈ പ്രദേശത്ത്? ഒക്കെ ഗുരുവായൂരിൽ. ചാത്തമില്ല കൊള്ളിമാസമില്ല, ചോറൂണില്ല. ആകെപ്പാടെ ബാക്കിയാവുന്നത് മരണമാണ്. അതും വളരെ കുറവ്.

ഒരു കാലത്ത് കന്നുകാലികളുടെ പൊതുവായ മേച്ചിൽപ്പുറമായിരുന്ന താന്നിക്കുന്നിൽ വീടുകൾ വന്നത്, ഗൾഫ്പണം ഭൂമിവില കയറ്റിയത്, കൃഷിപ്പണിക്ക് ആളെ കിട്ടാത്തത് തുടങ്ങിയ പ്രശ്നങ്ങൾ ആനുഷംഗികമായി ആ കഥയിൽ വരുന്നു. നാട്ടിൻപുറത്തെ പുതിയ പ്രമാണിമാരുടെ പ്രാതിനിദ്ധ്യം വഹിക്കുന്ന കഥാപാത്രമാണ് അച്ചു. പത്താം ക്ലാസ് തോറ്റ് രാഷ്ട്രീയവും നാട്ടുകാര്യസ്ഥതയുമായി മുന്നേറി ജനജീവിതത്തിൽ കാര്യമായ പങ്കുവഹിക്കുന്ന അച്ചു എന്ന ഈ കഥാപാത്രം ഗ്രാമത്തിൽ ടെലിഫോണും ട്രാൻസ്പോർട്ട് സർവ്വീസും വരുത്താൻ മുൻകൈയെടുത്തു. മന്ത്രിയുടെയും എം പി യുടെയും സുഹൃത്തായ അയാൾ പഞ്ചായത്തുമെമ്പറും സഹകരണ ബാങ്ക് ഡയറക്ടറുമാണ്. കഥയിലെ വർത്തമാനകാലത്തിന്റെ ഈ യുഗപുരുഷനിലൂടെ കേരളീയ ഗ്രാമജീവിതത്തിന്റെ മാറിയ മുഖം ധ്വനിപ്പിക്കുകയാണ് എം ടി.

"സ്വാതന്ത്ര്യാനന്തരമുള്ള ഇന്ത്യയിലെ ഇടത്തരക്കാരന്റെ ദൈന്യം ആവിഷ്കരിക്കുക" എന്നത് ലക്ഷ്യമാക്കി എഴുതിയ കഥയാണ് 'ഹോര' എന്ന് എം ടി തന്നെ സൂചിപ്പിച്ചിട്ടുണ്ട്. 1982 ൽ എഴുതിയ ആ കഥയുടെ ആദ്യ ഖണ്ഡികയിലെ "മുപ്പത്തഞ്ചുകൊല്ലം മുമ്പ് ഒരർദ്ധരാത്രിക്ക് ഞങ്ങൾ ഒരുമിച്ചാണു പിറന്നത്" എന്ന വാക്യത്തിൽത്തന്നെ ആ രാഷ്ട്രീയസൂചന വ്യക്തമായുണ്ട്. അതായത് 1947 ൽ ഇന്ത്യയ്ക്ക് ലഭിച്ച അർദ്ധരാത്രിയിലെ സ്വാതന്ത്ര്യം എന്ന രാഷ്ട്രീയാനുഭവമാണ് ആ കാലസൂചനയിലൂടെ തെളിയുന്നത്.

തന്റെ ഭൗതികജീവിതത്തിൽ എല്ലായ്പ്പോഴും വിലങ്ങുതടിയായി നില്ക്കുന്നത് തന്റെ അതേ ഛായയുള്ള ഇരട്ടസഹോദരൻ ആണ് എന്ന

ഈ കഥയിലെ ആഖ്യാതാവിനെ ബാധിച്ചിട്ടുള്ള ഒഴിയാബാധയായ ചിന്ത, നമ്മുടെ നാട്ടിലെ ശരാശരി പൗരന്റെ ചിന്താഗതിയാണ്. ക്യൂവിൽ തൊട്ടു മുൻപിലുള്ളവൻ ശത്രുവാണ് എന്ന വിചാരമാണത്. എല്ലാ ജീവിതസന്ദർഭങ്ങളിലും തന്നെ തോല്പിച്ച് ജയിച്ചു കയറുന്ന സഹോദരനെ ജയിക്കാൻ ഒടുവിലയാൾ ആത്മഹത്യ ചെയ്യുന്നു. എം ടിയുടെ കഥാലോകത്തെ വ്യത്യസ്തമായ ഒരു രചനയാണത്. ഇവിടെ ഇന്ത്യയുടെ സാമൂഹികസ്ഥിതിയെക്കുറിച്ച് വേദനപ്പെടുന്ന ഒരു മനസ്സ് പ്രകടമാകുന്നു. രാഷ്ട്രത്തിന്റെ അവസ്ഥയെത്തന്നെ പ്രമേയമാക്കുന്ന ഈ ചെറുകഥ, അത്തരമൊരു പ്രമേയത്തെ യഥാതഥപ്രതീതിയുള്ള ഒരു കഥാശില്പത്തിലേക്ക് നിബന്ധിക്കുന്നതിന്റെ സാദ്ധ്യത വെളിവാക്കുന്നതാണ്. കഥയിലെ ആദ്യവാക്യത്തിലെ ചരിത്രസൂചനയെ ആധാരമാക്കി, ഇരട്ടസഹോദരന്മാർ എന്ന പരികല്പനയെ അന്ന് വേർപിരിഞ്ഞ് സ്വാതന്ത്ര്യം പ്രഖ്യാപിച്ച രണ്ടു രാഷ്ട്രങ്ങൾ എന്ന നിലയിൽ വ്യാഖ്യാനിക്കാനും ഈ കഥ സാദ്ധ്യത നല്കുന്നുണ്ട്. പരസ്പരമുള്ള തെറ്റിദ്ധാരണകളും മത്സരങ്ങളും യുദ്ധോന്മുഖമായ പ്രകോപനങ്ങളുമൊക്കെയായി തുടരുന്ന ഒരു ബന്ധമാണല്ലോ അവ തമ്മിൽ.

ഒരുകാലത്ത് നാഗരികജീവിതത്തിന്റേത് എന്നു കരുതിയിരുന്ന കല്ലിപ്പ് കേരളത്തിലെ നാട്ടിൻപുറത്തുകാരുടെ ജീവിതത്തിലും ബാധിച്ചതിന്റെ തീക്ഷ്ണവും നിശിതവുമായ വിമർശനമാണ് 'ശിലാലിഖിതം' എന്ന ചെറുകഥ. ജീവിതത്തിലെ സംഘർഷമുഹൂർത്തങ്ങളെ മുഴുവൻ ഒഴിവാക്കി, കണക്കുകൂട്ടലുകൾ നടത്തി, സ്വാർത്ഥം മാത്രം നോക്കി ജീവിക്കുന്ന ഇന്നത്തെ മദ്ധ്യവർത്തിസമൂഹത്തിന്റെ പ്രതിനിധിയാണ് ഈ കഥയിലെ ആഖ്യാതാവായ ഗോപാലൻകുട്ടി. യൂണിവേഴ്സിറ്റിയിലെ ചരിത്രാദ്ധ്യാപകനും നഗരവാസിയുമായ അയാൾ പത്തുവയസ്സുകാരിയായ മകളോടൊപ്പം തന്റെ വൃദ്ധയായ അമ്മ ഒറ്റയ്ക്കു താമസിക്കുന്ന തറവാട്ടിലെത്തിയതാണ്. വീടിനടുത്തുള്ള ക്ഷേത്രത്തിലെ ശിലാലിഖിതത്തിന്റെ ഫോട്ടോയെടുത്ത് ഗവേഷണപ്രബന്ധം തയ്യാറാക്കുക എന്ന പ്രത്യക്ഷലക്ഷ്യമുണ്ട് ആ യാത്രയ്ക്ക്. ഒപ്പം മറ്റൊരു പരോക്ഷലക്ഷ്യം കൂടിയുണ്ട്. അമ്മ ഒറ്റയ്ക്കു താമസിക്കുന്ന തറവാട്ടുവീട് വിറ്റ്, ആ പണം കൊണ്ട് നഗരത്തിൽ ഒരു വീടുപണിയണമെന്ന് ഭാര്യ എപ്പോഴും പറയും. അതിന് അമ്മയെ സമ്മതിപ്പിക്കുകയെന്നതാണ് നിഗൂഢമായ ലക്ഷ്യം. ആയാൾ രാവിലെ മകളെയും കൂട്ടി അടുത്തുതന്നെ താമസിക്കുന്ന വലിയമ്മയെ കാണാൻ പോയിട്ടുവന്നപ്പോൾ ഇല്ലിക്കൂട്ടത്തിനു താഴെയുള്ള ചോലയിൽ ഒരു സ്ത്രീ അബോധാവസ്ഥയിൽ ഞരങ്ങിക്കൊണ്ട് കിടക്കുന്നതു കണ്ടു. മകൾ നിർബ്ബന്ധിച്ചിട്ടും അയാൾ അത് ശ്രദ്ധിക്കാൻ പോയില്ല. ശ്രദ്ധിക്കാൻ പോയാൽ അതൊരു ബാദ്ധ്യതയാകുമോ എന്ന ചിന്ത അയാളിൽ അബോധപൂർവ്വം പ്രവർത്തിക്കുന്നതുകൊണ്ടാണ് അങ്ങനെ ചെയ്യുന്നത്. തിരിച്ചു വീട്ടിലെത്തിയപ്പോൾ മകൾ പറഞ്ഞ് അമ്മ അതറിഞ്ഞു. അവർ ആളെ അയച്ച് ആരാണതെന്ന് മന

സ്സിലാക്കി. അയാളുടെ ചെറുപ്പത്തിൽ വീട്ടിൽ അമ്മയെ സഹായിക്കാൻ നിന്നിരുന്ന സ്ത്രീയുടെ മകളാണ്.

ചെറുപ്പത്തിൽ ഗോപാലൻകുട്ടിയിൽ രതിപ്രേരണയുണർത്തിയ സ്ത്രീയുടെ മകളാണവൾ. എന്തോ വിഷം കഴിച്ച് മരിക്കാറായി കിടക്കുകയാണ്. കേട്ടുകേൾപ്പിച്ച് നാട്ടുപ്രമാണികൾ എല്ലാവരുമറിഞ്ഞെങ്കിലും അവളെ ആശുപത്രിയിലാക്കാൻ വേണ്ടി എന്തെങ്കിലും ചെയ്യാൻ ആരും മുതിർന്നില്ല. ഗോപാലൻകുട്ടിയുടെ വീട്ടുവരാന്തയിൽ നാട്ടിലെ കൈകാര്യകർത്താക്കൾ മരിക്കാറായി കിടക്കുന്ന പെണ്ണിന്റെ കാര്യത്തെക്കുറിച്ച് ചർച്ചചെയ്യുന്നുണ്ടെങ്കിലും അവളുടെ ജീവൻ രക്ഷിക്കുന്ന കാര്യം അവരുടെ പരിഗണനയിലേക്ക് വരുന്നില്ല. അയാൾ, അപ്പോഴെല്ലാം താൻ എഴുതാൻ പോകുന്ന ചരിത്രപ്രബന്ധത്തെക്കുറിച്ചാണ് ആലോചിക്കുന്നത്. കുറെക്കഴിഞ്ഞപ്പോൾ ആ പെണ്ണു മരിച്ചെന്നറിഞ്ഞു. അപ്പോൾ ശവസംസ്കാരത്തിന് നാട്ടുകാരെല്ലാം മുന്നിട്ടിറങ്ങി. വൈകുന്നേരം അയാൾ നഗരത്തിലേക്ക് തിരിച്ച് പോകാൻ മകളോടൊപ്പം ബസ്സ്റ്റോപ്പിലേക്കു നടന്നു. കഥയിൽ ആ ഭാഗത്ത് മകൾ എന്ന പത്തു വയസ്സുകാരിയായ കഥാപാത്രം മനുഷ്യത്വത്തിന്റെയും പ്രത്യാശയുടെയും മൂർത്തീകരണമായി പ്രാധാന്യം നേടുന്നു. ആ രംഗം നോക്കുക :

“ആറുനാഴിക പോയാൽ മതി ഒരു ഡോക്ടരെ കിട്ടാൻ.” അയാൾ അത് മകളോടായിത്തന്നെ പറഞ്ഞു: “അവിടെ സർക്കാരാശുപത്രിയുണ്ട്. ഒരാളും അതിനുണ്ടായില്ല.”

അപ്പോൾ മകൾ മുഖമുയർത്തി അയാളെ നോക്കി.

“അച്ഛന് വിളിച്ചുകൊണ്ടരായിരുന്നില്ലേ?”

“ങ്.”

“ഒരു ഡോക്ടരെ?”

അയാൾ നടത്തത്തിനിടയ്ക്ക് പെട്ടെന്നു നിന്നു.

“ഞാൻ...”

പറ്റിയ വാക്കുകളൊന്നും പെട്ടെന്നു പുറത്തുവന്നില്ല. അയാൾ കയർത്തു: “നീ... തണലത്ത് നടക്ക്. ഇനി തുടങ്ങും മൂക്കുചീറ്റലും ജലദോഷവും.”

“മകൾ കുടയുടെ തണലിന്റെ വട്ടത്തിൽനിന്ന് അകന്ന് മുമ്പേ നടന്നു. ഉണങ്ങിയ എള്ളിൻകുറ്റികൾ ചവിട്ടിയൊടിച്ചുകൊണ്ട് ധൃതിയിൽ നടക്കുന്ന അവളുടെ ഒപ്പമെത്താൻ അയാൾ പ്രയാസപ്പെട്ടു.” (‘ശിലാലിഖിതം’)

ചുറ്റുപാടും എന്തുനടന്നാലും അതിനോടെല്ലാം നിസ്സംഗത പുലർത്തുന്ന തുച്ഛമായ സ്വാർത്ഥതകളിൽ മാത്രം മനസ്സ് രമിക്കുന്ന നമ്മുടെ മദ്ധ്യവർത്തി സമൂഹത്തിന്റെ പ്രാതിനിദ്ധ്യം ഈ അച്ഛനിൽ മൂർത്തീകരിക്കപ്പെടുന്നു. എല്ലാറ്റിനും മറ്റുള്ളവരെ പഴിചാരുന്ന ആ മനോഭാവവും ശ്രദ്ധേയം. എന്നാൽ, പുതിയ തലമുറയിൽ കഥാകൃത്തിനുള്ള വിശ്വാസം, മകളിലൂടെ വെളിവാക്കുന്നുണ്ട്. ഈ സംഭാഷണത്തിനു മുൻപുതന്നെ

മകൾ പറയുന്നുണ്ട്, മരണാസന്നയായ ആ സ്ത്രീക്ക് താൻ ആരുമറിയാതെ ചെന്ന് കുറച്ചു വെള്ളം കൊടുത്തുവെന്ന്. തുടർന്നുള്ള വാക്യത്തിൽ അവതരിപ്പിക്കപ്പെടുന്ന അച്ഛന്റെ തണലിൽനിന്ന് മുൻപോട്ടു കയറി വേഗം നടക്കുന്ന മകൾ ഒരു പ്രതിഷേധം മാത്രമല്ല പ്രതീക്ഷയുമാണ്.

എം ടി വാസുദേവൻ നായരുടെ ചെറുകഥകളുടെ സാമാന്യരീതിയിൽനിന്ന് വ്യത്യസ്തത പുലർത്തുന്ന ആഖ്യാനരീതിയും അന്തരീക്ഷവും പ്രകടമാകുന്ന ചില രചനകളും അദ്ദേഹത്തിന്റേതായുണ്ട്. 'അക്കൽദാമയിൽ പൂക്കൾ വിരിയുമ്പോൾ', 'മുൾക്കിരീടം' തുടങ്ങിയവ. സമകാലികജീവിതത്തിന്റെ പശ്ചാത്തലത്തെ വിദൂരമായെങ്കിലും നിബന്ധിച്ചുകൊണ്ടുള്ള ലിറിക്കൽ റിയലിസ്റ്റ് രീതിയിലുള്ള കഥകളിൽ നിന്നു ഭിന്നമായി സ്ഥലകാലങ്ങളുടെ യാഥാർത്ഥ്യപ്രതീതിക്കപ്പുറത്തുള്ള ചില വിതാനങ്ങളിൽ നിന്ന് രൂപപ്പെടുത്തിയിട്ടുള്ളവയാണ് ഈ കഥകൾ. ബൈബിൾ അന്തരീക്ഷത്തിൽനിന്നുകൊണ്ട് ആധുനികജീവിതത്തെ വിമർശനാത്മകമായി ചിത്രീകരിക്കുന്ന രചനകളാണ് 'അക്കൽദാമയിൽ പൂക്കൾ വിരിയുമ്പോൾ', 'മുൾക്കിരീടം' എന്നിവ. കഥാപാത്രങ്ങൾ, കഥാഘടന, കഥാന്തരീക്ഷം, ഭാഷാരീതി എന്നിവയിലൊക്കെ ബൈബിളുമായി ഈ ചെറുകഥകൾ പാഠാന്തരബന്ധം പുലർത്തുന്നു. ധർമ്മാധർമ്മങ്ങളെക്കുറിച്ചുള്ള വേദപാഠങ്ങളും മതബോധനങ്ങളും പ്രദാനം ചെയ്തിട്ടുള്ള കാഴ്ചപ്പാടുകൾക്ക് ആധുനികജീവിതസന്ദർഭത്തിൽ ഒട്ടേറെ പരിമിതികൾ കൈവന്നിട്ടുണ്ട്. ആധുനിക സമൂഹം അത്തരം കാഴ്ചപ്പാടുകളെ കാപട്യനാട്യത്തോടെയാണ് പ്രായോഗിക ജീവിതസന്ദർഭങ്ങളിൽ ഉപയുക്തമാക്കുന്നത്. ഈ യാഥാർത്ഥ്യങ്ങളെയാണ് വിമർശനാത്മകമായി ഈ കഥകളുടെ പ്രമേയത്തിൽ ഉൾച്ചേർത്തിരിക്കുന്നത്. വേദനിക്കുന്ന മനുഷ്യന്റെ പക്ഷത്തുനിന്ന് ഇന്നത്തെ ലോകത്തെയും ജീവിതത്തെയും നോക്കിക്കാണുമ്പോൾ അനുഭവിക്കുന്ന അഗാധമായ സങ്കടത്തിൽനിന്ന് രൂപംകൊള്ളുന്ന ഒരു പ്രതിഷേധസ്വരം കൂടി ഈ കഥകൾ ഉൾക്കൊള്ളുന്നു.

തികച്ചും വേർതിരിഞ്ഞു നില്ക്കുന്ന ഒരു കഥയാണ് 'രേഖയില്ലാത്ത ചരിത്രം'. കേരളസമൂഹത്തിന്റെ സിനിസിസത്തെ നന്നായി കിഴുക്കിയിരുത്തുന്ന ഒരു രചനയാണത് 'ചങ്കെടുത്തുകാണിച്ചാൽ വാഴനാരാണെന്നു പറയും' എന്നൊരു ചൊല്ലുതന്നെ മലയാളത്തിലുണ്ട്. അർഹതയുള്ളതിനെപ്പോലും അംഗീകരിക്കാനോ ആദരിക്കാനോ തയ്യാറാവാതിരിക്കുകയും എന്തിനെയും നിഷേധാത്മകമായി കാണുകയും ചെയ്യുന്ന ഒരു സാമൂഹികമനോഭാവം. അതിനെ നേർത്ത ഒരു നർമ്മത്തോടെ, എന്നാൽ തീക്ഷ്ണമായി ആവിഷ്കരിക്കുന്ന മുറുക്കമുള്ള രചനയാണത്. പൊതുവിൽ എം ടിയുടെ രചനകളിൽ കാണുന്ന കാവ്യാത്മകമായ വൈകാരികതയല്ല, ആക്ഷേപഹാസ്യത്തിന്റെ നിശിതത്വമാണ് ഈ കഥയുടെ സവിശേഷത.

ഓർമ്മ: പ്രമേയവും സങ്കേതവും

ബാഹ്യസംഭവങ്ങളുടെ ആഖ്യാനത്തേക്കാൾ കഥാപാത്രങ്ങളുടെ ചിത്തവൃത്തികളെ ആവിഷ്കരിച്ചുകൊണ്ട് കഥാശില്പം മെനഞ്ഞെടുക്കുന്ന രീതിയാണ് എം ടി വാസുദേവൻ നായരുടെ പ്രിയപ്പെട്ട രചനാസങ്കേതം. മനോവൃത്തികളിൽ പ്രധാനപ്പെട്ട ഒന്നാണല്ലോ ഓർമ്മ. ചിത്തവൃത്തിയെ കേന്ദ്രീകരിച്ചുള്ള കഥകളിൽ സ്മൃതി എന്ന സങ്കേതത്തിന് പ്രാമുഖ്യം ലഭിക്കുക സ്വാഭാവികം. എം ടിയുടെ ഏതാണ്ടെല്ലാ ചെറുകഥകളിലും സ്മൃതിപ്രധാനമായ ഒരു ആഖ്യാനഘടകമാകുന്നു. പലപ്പോഴും അതൊരു കേവല സങ്കേതം എന്നതിനപ്പുറം കഥയുടെ പ്രമേയത്തിന്റെ സ്വഭാവമായിത്തീരുന്നതു കാണാം.

എം ടി വാസുദേവൻനായരുടെ കഥാപാത്രങ്ങൾ മിക്കവരും പ്രവാസികളാണ്. ജനിച്ചുവളർന്ന സ്ഥലത്തുനിന്നും മാറിക്കഴിയേണ്ടിവരുന്ന അവസ്ഥയാണ് പ്രവാസം. ജീവിതം വേരോടിയ ഇടത്തുനിന്നും വരണ്ട അപരിചിതമായ നാടുകളിലേക്ക് പറിച്ചുനടപ്പെട്ട കഥാപാത്രങ്ങളാണ് എം ടിയുടെ ചെറുകഥകളിലുള്ളത്. അവിടെ അവർ വേരുപിടിക്കുന്നില്ല. ഒഴുക്കിൽപ്പെട്ടതുപോലെ അലക്ഷ്യമായി ചരിച്ചുകൊണ്ടിരിക്കുന്നു. ഏകാകികളായ അവരെ നാം കണ്ടെത്തുന്നതുതന്നെ യാത്രയ്ക്കിടയിലോ തീവണ്ടിമുറികളിലോ, ഹോട്ടൽമുറിയിലോ, വാടകവീട്ടിലോ ഒക്കെയാണ്. വാടകവീട്/വാടകമുറി എം ടിയുടെ പല കഥകളിലും ആവർത്തിച്ചുവരുന്ന ഒരു ബിംബമായി മാറുന്നുണ്ട്. അത് സ്ഥിരമായി ഒരിടത്ത് കേന്ദ്രീകരിക്കാത്ത ചിരസ്ഥായിയല്ലാത്ത ഭൗതികജീവിതത്തിന്റെ പ്രതിമാനമായി കഥകളിൽ പ്രത്യക്ഷപ്പെടുന്നു. അത്തരം കഥകളിലെ കേന്ദ്രകഥാപാത്രങ്ങളിൽ മിക്കവാറും ഒരർത്ഥത്തിൽ ചരരാശിക്കാരാണ്. ഈ അവസ്ഥയിൽ കഴിയുന്ന കഥാപാത്രങ്ങളിലും, ഉള്ളിലെവിടെയോ ഗൃഹാതുരത്വ

മുണർത്തുന്ന ഒരു തുരുത്തായി, ഗ്രാമവും അവിടത്തെ കുടുംബജീവിതവുമുണ്ട്, അതിന്റെ ബന്ധങ്ങളും ബന്ധനങ്ങളുമുണ്ട്.

രണ്ടുതരം സ്ഥലമാനങ്ങളെ ആവിഷ്കരിച്ചുകൊണ്ടാണ് ഈ അവസ്ഥയെ കഥയിൽ പ്രത്യക്ഷീകരിക്കുന്നത്. പ്രവാസി വ്യാപരിക്കുന്ന പ്രത്യക്ഷസ്ഥലവും ഓർമ്മയിൽ അയാൾ പുനർനിർമ്മിക്കുന്ന സ്വന്തം സ്ഥലവും. പല കഥകളിലും സാമാന്യമായി ആവർത്തിക്കുന്നത് ഒരേ ഗ്രാമംതന്നെയാണ്. എന്നാൽ കഥാപാത്രം വർത്തമാനാവസ്ഥയിൽ ചരിക്കുന്ന പ്രത്യക്ഷസ്ഥലത്തിന്റെ സ്വഭാവത്തിൽ, വ്യത്യസ്തതകളുണ്ട്. ചിലപ്പോൾ അത് കേരളത്തിലോ മറുനാട്ടിലോ ഉള്ള നഗരമാകാം, മറ്റു ചിലപ്പോൾ ഏതെങ്കിലും വിദേശരാജ്യവുമാകാം. ഓർമ്മയുടെ സങ്കേതത്തെ പൂർണ്ണമായും അനുക്രമമായും ആശ്രയിക്കുന്ന ആദ്യകാലത്തെ കഥകളിൽ- 'പടക്കം', 'ഒരു പിറന്നാളിന്റെ ഓർമ്മ' തുടങ്ങിയവയിൽ-കഥയിൽ ആവിഷ്കരിക്കപ്പെടുന്ന പ്രത്യക്ഷസ്ഥലം അപ്രസക്തമാകുംവിധം ഓർമ്മയിലെ സ്ഥലരാശി മേൽക്കൈ നേടുന്നു. പില്ക്കാലത്ത് ഈ രണ്ടു സ്ഥലമാനങ്ങളും തമ്മിലുള്ള വൈരുദ്ധ്യം പ്രകടമാകുംവിധമാണ് അവ വിന്യസിച്ചിട്ടുള്ളത്. 'ഷെർലക്' എന്ന കഥയിലെ പ്രത്യക്ഷമായ സ്ഥലരാശി ഫിലാഡെൽഫിയ എന്ന അമേരിക്കൻ നഗരത്തിന്റെ പ്രാന്തസ്ഥലികളിലെവിടെയോ ആണ്. പക്ഷേ, കഥയിലെ ആഖ്യാതാവായ ബാലു താനും ചേച്ചിയും ജനിച്ചുവളർന്ന വള്ളുവനാടൻ ഗ്രാമത്തെ ഓർമ്മയിൽ പുനർനിർമ്മിക്കുന്നു. രണ്ട് അവസ്ഥകളുടെ, ജീവിതവ്യവസ്ഥകളുടെ ഇടമായി അവ കഥയിൽ മാറുന്നു. അവ തമ്മിലുള്ള സംഘർഷത്തിന്റെ ഇരയാണ് ബാലു. മറ്റൊരു വിതാനത്തിൽ 'കഡുഗണ്ണാവ: ഒരു യാത്രക്കുറിപ്പ്' എന്ന കഥയിലും സ്ഥലരാശിയുടെ ഈ പ്രാധാന്യം കാണാനാകും. വർഷങ്ങൾക്കുമുമ്പ് സിലോണി (ശ്രീലങ്ക) ലെ കഡുഗണ്ണാവയിൽ താമസിച്ചിരുന്ന തന്റെ പിതാവ് ഒരിക്കൽ ഒരു സിംഹളപ്പെൺകുട്ടിയുമായി നാട്ടിൽ വന്ന സംഭവം കഥയുടെ ഘനകേന്ദ്രമാണ്. പത്രപ്രവർത്തകനായി ശ്രീലങ്ക സന്ദർശിക്കാൻ അവസരം കിട്ടിയ വേണുഗോപാലൻ അവിടെവച്ച് പാടുപെട്ട് അവസരമുണ്ടാക്കി കഡുഗണ്ണാവയിലേക്ക് യാത്ര ചെയ്യുമ്പോൾ ആ പഴയ സംഭവങ്ങൾ വള്ളുവനാടൻ ഗ്രാമത്തിന്റെ പശ്ചാത്തലത്തിൽ ഓർമ്മയിൽ തെളിയുന്നു. എന്നാൽ വർത്തമാനകാലത്തിലും പ്രത്യക്ഷമായ സ്ഥലത്തിലും കൂടുതൽ കേന്ദ്രീകരിക്കുന്ന കഥകളാണ് 'പെരുമഴയുടെ പിറ്റേന്നും', 'കല്പാന്ത'വും മറ്റും. അവയിൽ ചില സൂചനകളിൽ മാത്രം ഓർമ്മയിലെ ഗ്രാമം കടന്നുവരുന്നു.

ഇത് വ്യക്തമാക്കുന്നത് പ്രവാസിയായി കഴിയുമ്പോഴും എം ടിയുടെ കഥാപാത്രങ്ങൾ ഉള്ളുകൊണ്ട് ഗ്രാമജീവിതത്തിന്റെ ഗൃഹാതുരസ്മൃതികളിൽ കഴിയുന്നു എന്നതാണ്. ഗ്രാമജീവിതത്തെ പുനർനിർമ്മിച്ച്, അതിനു സമാന്തരമായി പ്രവാസിത്വത്തിന്റെ യാതനകൾ ചിത്രീകരിക്കുമ്പോൾ അവയുടെ വൈരുദ്ധ്യം കൂടുതൽ ആഴത്തിൽ അനുഭവപ്പെടുന്നു. ഈ പ്രവാസികൾ ഒരർത്ഥത്തിൽ തിരിച്ചുവരുവാൻ വേണ്ടിയുള്ള യാത്ര

യിലാണ്. 'പുരാവൃത്തം', 'അജ്ഞാതന്റെ ഉയരാത്ത സ്മാരകം' തുടങ്ങിയ കഥകളിൽ ആഖ്യാതാക്കളായ കേന്ദ്രകഥാപാത്രങ്ങൾ ഇത്തരമൊരു തിരിച്ചുവരവിന്റെ മുഹൂർത്തത്തിലാണ് സ്മൃതിലോകത്തെ ആവിഷ്കരിക്കുന്നത്.

ചില കഥകളിൽ ജീവിതത്തിൽനിന്ന് പ്രവാസികളായി ഏകാന്തതയിലും അലക്ഷ്യമായ യാത്രയിലും അഭിരമിക്കുന്നവരാണ് മുഖ്യകഥാപാത്രങ്ങൾ. എങ്കിലും ഒരു പ്രവാസിയുടെ ഗൃഹാതുരസ്മൃതിപോലെ അവരിൽ ജീവിതരതിയും കഴിഞ്ഞുപോയ കാലത്തോടുള്ള ബന്ധവും ഗാഢമായി തുടരുന്നു. 'ശാന്തിപർവ്വ'ത്തിലെ സന്ന്യാസിയിൽ ഈ മനോഭാവം വ്യക്തമാണ്. യാത്രയ്ക്കിടയിൽ മാറിക്കിട്ടിയ പെട്ടിയിലെ സ്ത്രീയുടെയും കുഞ്ഞിന്റെയും ഉടുപ്പുകൾ ആ കഥാപാത്രത്തിന്റെ ഈ മനോഭാവത്തെ കൂടുതൽ വ്യക്തമാക്കാനുള്ള വിഭാവങ്ങളായി കഥയിൽ മാറുന്നുണ്ട്.

ആദ്യകാലകഥകളിൽത്തന്നെ ഈ സങ്കേതത്തിന്റെ നിപുണമായ പ്രയോഗമുണ്ട്. ആഖ്യാതാവായ കഥാപാത്രത്തിന് വർത്തമാനകാലത്തുണ്ടായ ഏതെങ്കിലും ഒരനുഭവം സ്മൃതിയിലേക്ക് നയിക്കുന്നു. അങ്ങനെ സ്മൃതിയിലൂടെ ആവിഷ്കരിക്കപ്പെടുന്ന ഭൂതകാലസംഭവമാണ് ചെറുകഥയിലെ കഥാംശം. അതിന്റെ പൂർത്തീകരണത്തോടെ സ്മൃതിയിൽനിന്ന് മനസ്സ് വർത്തമാനകാലത്തിലേക്ക് തിരിച്ചുവരുന്നു. അതോടെ കഥാശില്പം പൂർത്തിയാകുന്നു. ആദ്യന്തങ്ങളിൽ വർത്തമാനകാലത്തെയും പ്രത്യക്ഷസ്ഥലത്തെയും ആധാരമാക്കിയുള്ള ഒരു ബാഹ്യവലയത്തിനുള്ളിൽ സ്മൃതിരൂപമായി വർത്തിക്കുന്ന ഭൂതകാലാനുഭവമാണ് ഇത്തരം കഥകളിൽ കാണുന്നത്. 'ഒരു പിറന്നാളിന്റെ ഓർമ്മ', 'നീലക്കടലാസ്സ്', 'നിന്റെ ഓർമ്മയ്ക്ക്', 'പടക്കം', 'തെറ്റും തിരുത്തും' തുടങ്ങിയ ചെറുകഥകളിലൊക്കെ ഈ ഘടനയും സങ്കേതവുമാണുള്ളത്.

എന്നാൽ മറ്റുചില കഥകളിൽ ഇങ്ങനെ അവിച്ഛിന്നമായ സ്മൃതിധാരയിലൂടെ രൂപപ്പെടുന്ന കഥാശില്പമല്ല ഉള്ളത്. അവയിൽ വർത്തമാനകാലാനുഭവങ്ങളും ഭൂതകാലാനുസ്മരണവും ഇടകലരുന്ന രീതിയിലാണ് കഥാഖ്യാനം നിർവ്വഹിച്ചിട്ടുള്ളത്. വർത്തമാനകാലത്തിൽ വർത്തിക്കുന്ന മുഖ്യകഥാപാത്രത്തിന്റെ ബാഹ്യവൃത്തികളും മനോവൃത്തികളും ഇടകലർത്തിയുള്ള ഈ രീതിയിൽ ഓർമ്മ ശിഥിലവും ക്രമരഹിതവുമായിട്ടാവും വിന്യസിക്കുക. വായനയ്ക്കുശേഷം ആസ്വാദകമനസ്സു നടത്തുന്ന പുനഃക്രമീകരണത്തിലൂടെ കഥയിൽ സൂചിതമായിട്ടുള്ള സംഭവത്തെ കാലാനുസൃതവും ക്രമബദ്ധവുമായി ആസ്വദിക്കാൻ കഴിയും. 'വളർത്തുമൃഗങ്ങൾ' മുതലുള്ള പല കഥകളിലും കാണുന്ന ഈ രീതി പിന്നീട് എം ടിയുടെ ആത്മമുദ്രപതിഞ്ഞ ഒരു ആഖ്യാനസങ്കേതമായി മാറുകയാണ്. സ്മൃതിയേത്, വർത്തമാനകാലാനുഭവമേത് എന്ന് തിരിച്ചറിയാനാവാത്ത വിധം ഇഴപ്പൊരുത്തത്തോടെ ഈ രണ്ടു ധാരകളെയും ഇടകലർത്തി ആഖ്യാനശില്പം രൂപീകരിക്കാൻ കഴിയുന്നിടത്താണ് എം

ടി ഈ സങ്കേതത്തെ സ്വാഭാവികമാക്കിത്തീർക്കുന്നത്.

എം ടിയുടെ ചെറുകഥകളിൽ സ്മരണകളെ ആധാരമാക്കിയുള്ള ആഖ്യാനസങ്കേതം, പലപ്പോഴും പ്രമേയത്തിന്റെ അവിഭാജ്യഘടകങ്ങളിലൊന്നായി മാറുന്നു. ദിവാസ്വപ്നങ്ങളിലും ഓർമ്മകളിലും മുഴുകുക ഏകാകികളും ഭാവനാശീലരുമായ മനുഷ്യരുടെ സ്വഭാവമാണ്. അതവരെ അന്തർമുഖരാക്കുന്നു. വ്യക്തികളുടെ ബാഹ്യവൃത്തികളേക്കാൾ ആന്തരികചലനങ്ങളെ കേന്ദ്രീകരിച്ച് കഥയെഴുതിയ എം ടിയുടെ കഥാപാത്രങ്ങളിൽ മിക്കവരും ഈ ഗണത്തിൽപ്പെട്ടവരാണ്. അപ്പോൾ ഓർമ്മ ആ കഥകളിൽ കേവലസങ്കേതത്തിനപ്പുറമുള്ള പ്രാമുഖ്യം നേടുന്നു.

ഓർമ്മകൾ മാത്രമല്ല, ചിലപ്പോൾ വിഭ്രമസ്വപ്നങ്ങളും എം ടിയുടെ കഥകളിൽ കഥാപാത്രങ്ങളുടെ ചിത്തവൃത്തികളുടെ ഭാഗമായി ആവിഷ്കരിക്കപ്പെടുന്നുണ്ട്. 'ഇരുട്ടിന്റെ ആത്മാവിലെ' വേലായുധനും ചെറിയ ചെറിയ ഭൂകമ്പങ്ങളിലെ ജാനകിക്കുട്ടിയും മനോഘടനയുടെ പ്രത്യേകതകൊണ്ടുതന്നെ വിഭ്രമദൃശ്യങ്ങൾ കാണുന്നവരാണ്. എന്നാൽ സവിശേഷമായ വൈകാരികാവസ്ഥയുടെ വ്യാമർദ്ദത്തിൽപ്പെടുന്ന കഥാപാത്രത്തിന്റെ മനസ്സിൽ രൂപംകൊള്ളുന്ന വിഭ്രമദൃശ്യങ്ങളും ചില കഥകളിൽ ആവിഷ്കരിക്കപ്പെടുന്നു. 'പെരുമഴയുടെ പിറ്റേന്ന്' എന്ന കഥയുടെ അന്ത്യത്തിൽ ചിത്രകാരനായ അച്ഛൻ കാണുന്ന വിഭ്രമദൃശ്യം അത്തരത്തിലുള്ളതാണ്. കുടജാദ്രിയിൽ പൂജാരിയുടെ വീട്ടിൽ ഒരേ മുറിയിൽ ഒരേ കിടക്കയിൽ വിനോദിനിയോടൊപ്പം കിടക്കുന്ന 'വാനപ്രസ്ഥ'ത്തിലെ മാഷ് കാണുന്ന വിഭ്രമദൃശ്യവും ഇത്തരം സങ്കീർണ്ണമായ ഒരു വൈകാരികാവസ്ഥയുടെ സൃഷ്ടിയാണ്. "തളർന്ന ശരീരം, അനങ്ങാനാവാതെ നിർജ്ജീവമായി പായിൽ കിടന്നു. അതിന്റെ കൂടുതുറന്ന് വളർത്തുമൃഗം പഴയ സ്വപ്നങ്ങളുടെ പൊന്തക്കാടുകളിൽ ഇരതേടി നടക്കുന്നതും വീണ്ടും കൂട്ടിൽ കയറുന്നതും അയാൾക്ക് കണ്ണുമടച്ചു കിടക്കുമ്പോഴും വ്യക്തമായി കാണാൻ കഴിയുന്നു."

ഈ നിലയിൽ നോക്കുമ്പോൾ, യാഥാർത്ഥ്യം, സ്മൃതി, ഭ്രമഭാവന ഇവയുടെ വിഭിന്നങ്ങളായ പാറ്റേണുകളിലുള്ള വിന്യാസലീലയാണ് എം ടി വാസുദേവൻനായരുടെ മികച്ച ചില ചെറുകഥകളിലുള്ളത് എന്നു കാണാം.

ഏകാകിയുടെ ശബ്ദത്തിൽനിന്ന് ബഹുസ്വരതയിലേക്ക്

ഏകാകികളുടെ ശബ്ദമാണ് ചെറുകഥ എന്ന ഫ്രാങ്ക് ഒ കോർണറുടെ നിരീക്ഷണത്തോട് അടുത്തുനില്ക്കുന്നവയാണ് പൊതുവെ എം ടി വാസുദേവൻ നായരുടെ ചെറുകഥകൾ. ഫ്രാങ്ക് ഒ കോണറുടെ *The Lonely Voice* എന്ന പഠനം പുറത്തു വന്നത് 1965 ൽ ആണ്. അതിനു മുമ്പ് 1963 ൽ തന്നെ, എം ടി വാസുദേവൻ നായർ ചെറുകഥയെക്കുറിച്ചും നോവലിനെക്കുറിച്ചും എഴുതിയ ലേഖനങ്ങളുടെ സമാഹാരം *കാഥികന്റെ പണിപ്പുര* പുറത്തു വന്നിരുന്നു. ഏകാകികളായ മനുഷ്യരുടെ ആത്മഭാവങ്ങൾ ചെറുകഥയായി മാറുന്നു എന്ന ഒരു പൊതുസമീപനം അതിലെ ലേഖനങ്ങളിൽ ഉണ്ട്.

> കഥയില്ലാതെയും കഥയുണ്ടാവാം. കഥ എന്നത് ഒരു സാങ്കേതിക നാമമാണ്. ഒരു വികാരം, ഒരു ഭാവം, ഒരു ചലനം, ഉള്ളിൽത്തട്ടുന്ന ഒരു ചിത്രം- ഇതൊക്കെയാണ്. നുരയും പതകളും വർണ്ണങ്ങളും ചുഴികളുമുള്ള ഒരു മഹാപ്രവാഹത്തിലേക്ക് വീഴുന്ന ഒരു പ്രകാശകിരണത്തിൽ ഒരു നിമിഷം തെളിയുന്നതേ കഥയിൽ ഒതുക്കി നിർത്താവൂ... കാഥികന്റെ ഹൃദയത്തിൽനിന്ന് ഉത്ഭവിച്ച് വായനക്കാരന്റെ ഹൃദയത്തിലേക്ക് ഒഴുകി വ്യാപിക്കുന്നുണ്ടോ? അതുമതി നോട്ടം.

ഇങ്ങനെയാണ് എം ടി ചെറുകഥയുടെ മൗലികസ്വഭാവത്തെ നിരീക്ഷിക്കുന്നത്. ചെറുകഥ എന്ന സാഹിത്യരൂപത്തെക്കുറിച്ച് അദ്ദേഹം നടത്തിയിട്ടുള്ള പഠനങ്ങളും സ്വാനുഭവത്തിന്റെ അടിസ്ഥാനത്തിൽ ചെറുകഥാരചനയെക്കുറിച്ച് നല്കിയിട്ടുള്ള വിശദീകരണങ്ങളും ഈ നിലപാടിന്റെ അടിസ്ഥാനത്തിലുള്ളതാണ്. പ്രതിപാദ്യത്തിന്റെ സ്വഭാവത്തിലും

പ്രതിപാദനരീതിയിലും ആ സങ്കല്പത്തിന്റെ പരിധിയിൽ വരുന്നവയാണ് അദ്ദേഹത്തിന്റെ പ്രധാന ചെറുകഥകൾ മിക്കതും. എന്നാൽ ആ പ്രതിഷ്ഠാപിത രീതികളിൽനിന്നുള്ള വ്യതിയാനം ചില ചെറുകഥകളിൽ കാണാനാകും - വിശേഷിച്ചും പില്ക്കാലകഥകളിൽ.

എം ടി വാസുദേവൻ നായരുടെ ചെറുകഥകളുടെ ഭാവാത്മകവും കാല്പനികവുമായ ബാഹ്യവിതാനത്തിനുള്ളിൽ സംഭവങ്ങളുടെ ഒരു മൂർത്തഘടനയുണ്ട്. മിക്കപ്പോഴും ഈ സംഭവങ്ങൾ കാലക്രമത്തിൽ നേരിട്ടവതരിപ്പിക്കാറില്ല; സ്മൃതിരൂപത്തിൽ അവയെ പുനരാഖ്യാനം ചെയ്യുകയാണ്. മനോഭാവചിത്രീകരണത്തിന്റെ ഭാഗമായി അവ ആവിഷ്കരിക്കപ്പെടുമ്പോൾ സംഭവത്തിന്റെ വസ്തുനിഷ്ഠമായ മൂർത്തയാഥാർത്ഥ്യത്തിന്മേൽ ഭാവാത്മകതയുടെ മൂടുപടം വന്നു വീഴുന്നു. അത് പലപ്പോഴും രചനയിലെ സംഭവാംശത്തിനുമേൽ അവ്യക്തത പകരുന്ന ഒരു ആവരണമായിത്തീരുന്നു. 'അന്തിവെളിച്ചം', 'ദുഖഃത്തിന്റെ താഴ്‌വരകൾ', 'നീലക്കുന്നുകൾ', 'അവർ', 'മരണം' തുടങ്ങിയ കഥകൾ ഈ നിരീക്ഷണത്തിന് അടിവരയിടുന്നവയാണ്. ഇങ്ങനെ കഥാന്തർഗതമായ സംഭവാംശത്തെ ഗോപനം ചെയ്തുകൊണ്ട് ഭാവാത്മകമായ ഒര മൂർത്തത സൃഷ്ടിക്കുന്ന പ്രവണത പിന്നെപ്പിന്നെ കുറഞ്ഞുവരുന്നു.

'ശിലാലിഖിതം', 'കഡുഗണ്ണാവ: ഒരു യാത്രക്കുറിപ്പ്' എന്നീ ചെറുകഥകൾ ആഖ്യാനരീതിയിൽ പുലർത്തുന്ന വ്യതിരിക്തതയുടെ അംശത്തിലാണ് വ്യത്യസ്തമാകുന്നത്. അവയിലും ആഖ്യാതാക്കളായ കേന്ദ്രകഥാപാത്രങ്ങൾ ഏകാകികളും അന്തർമ്മുഖരുമാണ്. വർത്തമാനകാലത്തിലും പ്രത്യക്ഷമായ സ്ഥലപശ്ചാത്തലത്തിലും നില കൊള്ളുമ്പോഴും അവരുടെ മനസ്സ് ഭൂതകാല സ്മൃതികൾ തേടിപ്പോകുന്നുണ്ട്. ഇതിലെല്ലാം തന്റെ ചിരസ്ഥാപിതമായ രീതിതന്നെയായി എം ടി തുടരുന്നു. എന്നാൽ അതിനിടയിൽ, 'ഡോക്യുമെന്റേഷൻ' എന്നു പോലും പറയാവുന്ന തരത്തിൽ സന്നിവേശിപ്പിച്ചിരിക്കുന്ന വസ്തുസ്ഥിതികഥനങ്ങളും വിവരണങ്ങളും ഈ പില്ക്കാല ചെറുകഥകളെ വ്യതിരിക്തമാക്കുന്നു. 'ശിലാലിഖിത'ത്തിൽ ചരിത്രഗവേഷണപരമായ വിവരണങ്ങളാണുള്ളതെങ്കിൽ 'കഡുഗണ്ണാവ: ഒരു യാത്രക്കുറിപ്പിൽ' യാത്രാവിവരണസാഹിത്യത്തിന്റെ ഭാഗമായി കാണാറുള്ള ഭൂമിശാസ്ത്രപരവും ചരിത്രപരവുമായ വസ്തുതാകഥനങ്ങളാണുള്ളത്: "മണ്ഡപത്തിനു പുറത്തു പതിച്ചുവച്ച ശിലാലിഖിതമുള്ള കല്ലിന്റെ മുമ്പിൽ നിന്നു. വട്ടെഴുത്ത് അവിടവിടെ പൊട്ടിപ്പൊളിഞ്ഞിട്ടുണ്ട്. തന്റെ വായന തെറ്റിയിട്ടില്ല. നെടുമ്പുറയൂർ നാട്ടുടയ കോതൈ ഇരവി തന്നെ. അഞ്ചുവണ്ണം ശാസനത്തിൽ സാക്ഷി ഒപ്പിട്ടത് ഈ രാജാവുതന്നെയാണോ എന്നതാണ് പ്രധാന പ്രശ്നം. എങ്കിൽ കനകസഭാപതിയുടെ നിഗമനം തെറ്റ്. ഡോക്ടർ ബർണാലിന്റെ സിദ്ധാന്തമാവണം ശരി" ('ശിലാലിഖിതം'). "ആഷ്‌ലിക്ക് സിലോണിന്റെ ചരിത്രവും ഇതിഹാസവുമൊക്കെ കൃത്യമായറിയാം. വർഷങ്ങളും കണക്കുകളും കൂടി കൃത്യം. ദേവനാംപ്രിയ തിസ്സയുടെ

കാലഘട്ടത്തെപ്പറ്റി ചരിത്രസ്മാരകങ്ങളുടെ ഇടയ്ക്ക് നടന്നുകൊണ്ട് അയാൾ പറഞ്ഞു. മിഹിന്ദലെ. ആദ്യത്തെ ബുദ്ധവിഹാരം. അശോകന്റെ മകൻ മഹേന്ദ്രനാണ് ഇവിടെ ബുദ്ധമതത്തിന്റെ സന്ദേശവാഹകനായി വന്നത്. മഹേന്ദ്രന്റെ പേരിൽനിന്ന് മിഹിന്ദലെ. മകൾ സംഗമിത്ര കൊണ്ടു വന്ന ബോധിവൃക്ഷമാണ് ഇവിടെ സ്ഥാപിച്ചത്". ('കഡുഗണ്ണാവ: ഒരു യാത്രക്കുറിപ്പ്'). ഈ രീതിയിലുള്ള വിവരണാത്മകത, ചെറുകഥയുടെ ഏകാഗ്രമായ ഭാവകേന്ദ്രീകരണത്തെ അലോസരപ്പെടുത്തുമെന്ന പഴയ ധാരണയിൽനിന്നുള്ള ഒരു മുന്നേറ്റമാണിത്. ഇത്തരം സന്ദർഭങ്ങളിൽ ആഖ്യാനത്തിന്റെ കാല്പനികമായ ഏകസ്വരതയിൽനിന്ന് ചെറുകഥ ബഹുസ്വരതയിലേക്ക് മാറുകയാണ്.

ഇത് ചെറുകഥ എന്ന സാഹിത്യഗണത്തെ ഗൗരവപൂർവ്വം കാണുന്ന ഒരെഴുത്തുകാരനെ സംബന്ധിച്ചിടത്തോളം അനിവാര്യമായ ഒരു പരി വർത്തനമാണ്. കാല്പനിക കാലഘട്ടത്തിൽ രൂപംകൊണ്ട ചെറുകഥ, സ്വരൂപിച്ചെടുത്ത സൗന്ദര്യശാസ്ത്രപരമായ നിർണ്ണയങ്ങളെ അതിജീവി ച്ചുകൊണ്ടാണ് ആധുനിക-ആധുനികാനന്തരഘട്ടങ്ങളിൽ ആ സാഹി ത്യരൂപം വളർന്നത്. ചെറുകഥ, നോവൽ, ജീവചരിത്രം, ചരിത്രം, ഉപ ന്യാസം, പത്രറിപ്പോർട്ട്, പഴങ്കഥ എന്നിങ്ങനെയൊക്കെ ആഖ്യാനങ്ങളെ വേർതിരിക്കുന്നത് അപ്രസക്തമാക്കുന്ന വിധം ആഖ്യായിക (Narrative) യെ ഒരു ആവിഷ്കാരരീതിയായി കാണുന്ന സമീപനം ഇന്നു വളർന്നു വന്നിട്ടുണ്ട്. ഈ തരത്തിലുള്ള സാഹിത്യചരിത്രപരമായ പരിണാമ ത്തിന്റെ ഒരു സ്വാഭാവിക പ്രതികരണമായി എം ടിയുടെ കഥാസാഹി ത്യത്തിൽ കാണുന്ന ഈ മാറ്റത്തെ വിലയിരുത്താവുന്നതാണ്. ചിത്ത വൃത്ത്യാവിഷ്കാരരീതിയിലൂടെ രൂപീകൃതമാകുന്ന 'ലിറിക്കൽ റിയലിസ്റ്റ്' ചെറുകഥാ സങ്കേതത്തിൽനിന്ന് വ്യതിരിക്തമായ ആഖ്യാനരീതികളി ലേക്ക് എം ടി ഇടയ്ക്ക് മാറുന്നത് ഇതുകൊണ്ടാണ്.

പ്രഹതമായ രീതിയിൽനിന്ന് വഴിമാറിച്ചവിട്ടാനുള്ള ത്വര പണ്ടും ഈ കഥാകാരൻ പ്രകടിപ്പിച്ചിട്ടുണ്ട്. ബൈബിളിന്റെ ആഖ്യാനസങ്കേതത്തെ അവലംബിച്ചുകൊണ്ടെഴുതിയ 'അക്കൽദാമയിൽ പൂക്കൾ വിരിയുമ്പോൾ' ഇതിന് ഉദാഹരണമായി ചൂണ്ടിക്കാണിക്കാം. എന്തിനെയും വിലകുറച്ചു കാണുകയും തള്ളിപ്പറയുകയും ചെയ്യുന്ന നമ്മുടെ പൊതുജനങ്ങളുടെ മനോഭാവത്തെ, ഒരു പഴങ്കഥയുടെ വിദൂരച്ഛായയിൽ ചിത്രീകരിക്കുന്ന 'രേഖയില്ലാത്ത ചരിത്രം' എന്ന കഥയും പുലർത്തുന്നു.

ഈ നിലയിലുള്ള വഴിമാറ്റത്തിന്റെ കൂടുതൽ പ്രകടവും പ്രസക്ത വുമായ നിദർശനങ്ങളാണ് 'സ്ഥലപുരാണം', 'സുകൃതം' എന്നീ കഥ കൾ. പ്രതിപാദ്യത്തിനു മാത്രമല്ല പ്രതിപാദനരീതിക്കും പഴയവാമൊഴി ക്കഥകളുടെ സ്വഭാവമുണ്ട്. അത്തരം ആഖ്യാനമാതൃകകളുടെ ഒരു സവി ശേഷത അവ കേവലം ഒരു വ്യക്തിയുടെ സൃഷ്ടിയല്ല എന്നതാണ്. അവ യുടെ ആഖ്യാനത്തിൽ സമൂഹത്തിന്റെ ബഹുസ്വരതയുണ്ടാവും. വ്യക്തി യുടെ ഏകാന്തസ്വരത്തിന്റെ ആവിഷ്കാരത്തിൽനിന്ന് സമൂഹത്തിന്റെ

ബഹുസ്വരതയിലേക്കുള്ള ഒരു പരിവർത്തനം ഈ കഥകളിലൂടെ കേൾക്കാനാവും.

സമാന്തരമായി കഥാകാരന്റെ ദർശനത്തിലും പരിവർത്തനമുണ്ടാകുന്നു. ജീവിതത്തെ വൈയക്തികമായ ഒരു സമസ്യയായി കണ്ടിരുന്ന സ്ഥാനത്ത് സമൂഹകേന്ദ്രിതമായ ഒരു വീക്ഷണം രൂപപ്പെടുന്നു. സമൂഹാബോധമനസ്സിന്റെ ആഴങ്ങളിൽ നിദ്രാണമായിക്കിടക്കുന്ന ആദിപ്രരൂപങ്ങൾ സാംസ്കാരികമുദ്രകളായി കഥകളിൽ ഉയിർത്തെഴുന്നേല്ക്കുന്നതും 'സ്ഥലപുരാണ'ത്തിലും 'സുകൃത'ത്തിലും കാണാം.

ആത്മനിഷ്ഠമായ സ്മൃതിപ്രവാഹസങ്കേതത്തെ അവലംബിച്ചുകൊണ്ടുള്ള ഭാവഗീതാത്മകമായ ഏകാന്തസ്വരമാണ് ചെറുകഥ എന്ന അടിസ്ഥാനസമീപനത്തിൽനിന്ന് ക്രമികവികാസം നേടി, ആഖ്യാനത്തിലും പ്രമേയസ്വീകരണത്തിലും ബഹുസ്വരതയാർജ്ജിക്കുന്ന രചനാസ്വത്വമാണ് എം ടിയുടെ കഥകളുടെ സമീപകാലദൃശ്യം വ്യക്തമാക്കുന്നത്. ഇത് ചെറുകഥ എന്ന സാഹിത്യഗണത്തിന്റെ സ്വഭാവത്തിന് അനുഗുണമായ ഒരു അനിവാര്യപരിവർത്തനമാണ്. കാഥികസ്വത്വത്തിലെ ഈ പരിവർത്തനേച്ഛയാണ് ചെറുകഥാകാരനെന്ന നിലയിൽ അരനൂറ്റാണ്ടായിട്ടും ഇന്നും എം ടി വാസുദേവൻനായരുടെ ഓരോ പുതിയ കഥയിലും നവത്വം പ്രകടമാകുന്നതിനു കാരണം.

ആഖ്യാനരീതിയുടെ സവിശേഷതകൊണ്ടുകൂടിയാണ് എം ടി വാസുദേവൻ നായരുടെ ചെറുകഥകൾ മലയാളത്തിലെ വായനാസമൂഹത്തിന് പ്രിയപ്പെട്ടതായിത്തീർന്നത്. താൻ എഴുതിത്തുടങ്ങിയ കാലത്തിനു മുമ്പ് നിലനിന്നിരുന്ന രീതികളിൽനിന്ന് മുന്നേറി പുതിയൊരു ആഖ്യാനസമ്പ്രദായം രൂപപ്പെടുത്തിയതിലൂടെയാണ് അത് സാദ്ധ്യമായത്. ലിറിക്കൽ റിയലിസ്റ്റ് രീതിയിൽ, കഥാപാത്രത്തിന്റെ ബാഹ്യചലനങ്ങളുടെയും ചിത്തവൃത്തികളുടെയും സ്ഥലകാലപശ്ചാത്തലങ്ങളുടെ സൂക്ഷ്മസവിശേഷതകളുടെയും ഇന്ദ്രിയസംവേദനക്ഷമമായ ആവിഷ്കാരത്തിലൂടെയാണ് ആഖ്യാനം മുന്നേറുന്നത്. തന്റെ അഭിമതമായ ആഖ്യാനരീതിയായി ഇതു നിലനിർത്തുമ്പോൾത്തന്നെ, രചനാപരമായ നവീനതകളിലേക്ക് ഈ കഥാകൃത്ത് പലപ്പോഴും ചുവടുവെക്കുന്നുണ്ട്. അതൊരിക്കലും വെറും പരീക്ഷണത്തിനു വേണ്ടിയുള്ള രൂപപരീക്ഷണമോ പ്രകടനാത്മകമായ പുതുമയ്ക്കു വേണ്ടിയുള്ള ബോധപൂർവ്വമായ പരിശ്രമമോ അല്ല.

ഇംഗ്ലീഷിലൂടെ ലഭ്യമാകുന്ന ലോകചെറുകഥയുടെ പുതിയ മുഖങ്ങളെ തികഞ്ഞ താല്പര്യത്തോടെ പിന്തുടരുന്ന വായനക്കാരനാണ് എം ടി വാസുദേവൻനായർ. ചെറുകഥ എന്ന സാഹിത്യരൂപത്തിന്റെ സൗന്ദര്യശാസ്ത്രപരമായ സവിശേഷതകളെ തിരിച്ചറിയാൻ അദ്ദേഹം വിപുലമായ വായനയുടെ സജ്ജീകരണത്തോടെ എന്നും ശ്രമിച്ചിട്ടുണ്ട്. *കാഥികന്റെ പണിപ്പുര, കാഥികന്റെ കല* എന്നീ ഗ്രന്ഥങ്ങളിലും പല പ്രഭാഷണങ്ങളിലും ലേഖനങ്ങളിലും അദ്ദേഹം നടത്തിയിട്ടുള്ള ഈ അന്വേഷ

ണത്തിന്റെ മുദ്രകൾ പതിഞ്ഞുകിടപ്പുണ്ട്. ഈ അന്വേഷണം ഒരു കേവലമായ പഠനാഭ്യാസം ആയിരുന്നില്ല. തന്റെ സഹജരീതികൾക്ക് ഇണങ്ങുന്ന മട്ടിൽ പുതിയ ആഖ്യാനസാദ്ധ്യതകളെ സ്വന്തം രചനകളിൽ സാക്ഷാൽക്കരിക്കാനും ഈ അന്വേഷണംകൊണ്ട് അദ്ദേഹത്തിന് കഴിഞ്ഞു.

ഒരു കഥാകൃത്ത് വളരുന്നു

ഇരുപതാം നൂറ്റാണ്ടിന്റെ രണ്ടാം പകുതിയുടെ തുടക്കം മുതൽ ഒടുക്കം വരെയുള്ള കാലയളവിൽ എഴുതപ്പെട്ടതാണ് എം ടി വാസുദേവൻനായരുടെ ചെറുകഥകൾ. 'വളർത്തുമൃഗങ്ങ'(1954)ളുടെ പ്രകാശനത്തോടെ മലയാളത്തിലെ വായനാസമൂഹത്തിന്റെ ഗൗരവതരമായ പൊതുശ്രദ്ധയിലേക്കു വന്ന എം ടി എന്ന ചെറുകഥാകൃത്തിന്റെ പ്രസിദ്ധീകൃതമായ കഥകളിൽ ഒടുവിലത്തേത് 'കാഴ്ച'(1998)യാണ്. ഈ കാലത്തിനിടയിൽ ചെറുകഥ എന്ന സാഹിത്യരൂപത്തിന്റെ സാദ്ധ്യതകൾ പരമാവധി സൂക്ഷ്മതയിൽ സാക്ഷാൽക്കരിച്ച എഴുത്തുകാരനാണ് അദ്ദേഹം. 1950 കളുടെ രണ്ടാം പകുതിയിൽ സാമാന്യം അറിയപ്പെട്ട കഥാകാരനായിക്കഴിഞ്ഞകാലത്ത്, പത്രാധിപന്മാരുടെ ആവശ്യം പരിഗണിച്ചുകൊണ്ട് മാസത്തിൽ രണ്ടും മൂന്നും ചെറുകഥകൾ എഴുതിയിരുന്ന എം ടി പിന്നീട് വർഷങ്ങൾ കൂടുമ്പോൾ ഒന്നോ രണ്ടോ ചെറുകഥകൾ എഴുതുന്ന രീതിയിലേക്കു മാറി. നോവൽ, തിരക്കഥ തുടങ്ങിയവയുടെ രചനയ്ക്ക് സമയം കണ്ടെത്തേണ്ടിവന്നതുകൊണ്ടു മാത്രമല്ല ഇത് സംഭവിച്ചത്. താൻ എഴുതുന്ന ഓരോ ചെറുകഥയും മികച്ചതാകണം എന്ന നിഷ്കർഷകൊണ്ടുകൂടിയാണ്. അതിനാൽ എം ടിയുടെ ഓരോ ചെറുകഥയും പ്രമേയത്തിന്റെ കാര്യത്തിലും രചനാരീതിയുടെ കാര്യത്തിലും മികവുള്ളതായിത്തീർന്നു. ഓരോ ചെറുകഥയും തൊട്ടുമുൻപ് വന്നതിനെക്കാൾ മികച്ചതായിരിക്കാൻ ഈ കഥാകൃത്ത് ശ്രദ്ധിച്ചു.

എം ടി തന്റെ ചെറുകഥകളിലൂടെ എന്താണ് ചെയ്തത്? തനിക്കു പരിചിതമായ, അനുഭവബോദ്ധ്യമുള്ള കുറെ ജീവിതസന്ധികളിൽനിന്ന് കഥാവസ്തു സ്വീകരിച്ച് ചെറുകഥകൾ എഴുതി എന്നതാണോ അദ്ദേഹത്തിന്റെ സംഭാവന? സമൂഹത്തിന്റെ മുഖ്യധാരയിൽ നിന്ന് ഇടറിത്തെ

റിച്ചു നില്ക്കുന്ന കഥാപാത്രങ്ങളുടെ അവസ്ഥ ആവിഷ്കരിച്ചു എന്നതാണോ? കഥാപാത്രത്തിന്റെ ആന്തരികലോകത്തെ വിശ്വാസ്യതയോടെ ചിത്രീകരിച്ചു എന്നതാണോ? ഇതെല്ലാം ഓരോ നിലയിൽ ശരിയാണ്. എന്നാൽ അതിനുമപ്പുറം ചിലതുകൂടിയുണ്ട്.

ഒറ്റപ്പെട്ട വ്യക്തികളുടെ ദുഃഖങ്ങളെയാണ് എം ടി തന്റെ ചെറുകഥകളിൽ ഏറിയകൂറും ആവിഷ്കരിച്ചത്. ജീവിതത്തിന്റെ പൊതുധാരയിൽനിന്ന് തിരസ്കൃതരായവരോ അരികുകളിലേക്ക് തള്ളിമാറ്റപ്പെട്ടവരോ ആണ് അവർ. അവരുടെ ദുഃഖങ്ങളെ അതിന്റെ വൈകാരികപ്രസരശേഷിയോടെ വായനക്കാരിലേക്കു പകരുവാൻ പര്യാപ്തമായ രീതിയിലാണ് കഥകൾ ശില്പപ്പെടുത്തിയിട്ടുള്ളത്. അതുകൊണ്ട് ആ കഥാപാത്രങ്ങളുടെ ജീവിതദുരന്തം വായനക്കാരെ ആഴത്തിൽ സ്പർശിച്ചു. വ്യക്തിജീവിതത്തെ ബാഹ്യതലത്തിൽത്തന്നെ തകർക്കുന്ന പ്രകടമായ ദുരന്തങ്ങൾ ചില ചെറുകഥകളിൽ അദ്ദേഹം വരച്ചിട്ടു. മറ്റുചില കഥകളിൽ കഥാപാത്രത്തിന്റെ ആന്തരികജീവിതത്തിൽ ചലനമുണ്ടാക്കിയ സങ്കടങ്ങളാണ് ആവിഷ്കരിക്കപ്പെട്ടത്. പൊതുവിൽ വ്യക്തികളുടെ ദുഃഖങ്ങളിൽ കേന്ദ്രീകരിച്ച കഥകളാണ് എം ടി യുടേത്.

എന്നാൽ ആ കഥകളെ കുറച്ചുകൂടി ആഴത്തിലേക്കിറങ്ങിച്ചെന്ന് വിശകലനം ചെയ്താൽ, വ്യക്തികളുടെ ഏകാന്തദുഃഖങ്ങൾ എന്ന ഒരു മാനം മാത്രമുള്ളതല്ല എന്ന് മനസ്സിലാക്കും. ആ ദുഃഖങ്ങളുടെ ഹേതുക്കൾ പ്രകടമല്ലെങ്കിലും അതിന്റെ രൂപപ്പെടലിനെ പിന്നിലെ സാമൂഹികവും കാലബദ്ധവുമായ സാഹചര്യങ്ങൾ ചില സൂക്ഷ്മസൂചനകളിലൂടെ എം ടി നിബന്ധിക്കുന്നുണ്ട്.

നോവലും ചെറുകഥയും അടങ്ങുന്ന ഫിക്ഷൻ എന്ന ആധുനിക സാഹിത്യരൂപത്തിന്റെ ഒരു പ്രധാന സ്വഭാവം, അത് ആനുകാലിക സാമൂഹികജീവിതത്തിന്റെ ഒരളവോളം യഥാതഥപ്രതീതി നല്കുന്ന പ്രത്യക്ഷവത്കരണം സാദ്ധ്യമാക്കുന്നു എന്നതാണ്. സ്ഥലകാലബദ്ധമായ സാമൂഹിക ജീവിതത്തിന്റെ പല അടരുകളും അതിനാൽ കഥാസാഹിത്യത്തിൽ മുദ്രിതമാകുന്നു. സ്ഥലം, കാലം, സാമൂഹികസ്ഥാപനങ്ങൾ, ഭരണകൂടം, മൂല്യവ്യവസ്ഥ, മനുഷ്യബന്ധങ്ങളുടെ വ്യത്യസ്തമായ ഇഴകൾ എന്നിങ്ങനെ പലതും അതിലുണ്ടാകും. ചിലപ്പോൾ അത്തരം ഘടകങ്ങളുടെ അടയാളങ്ങൾ അതീവം പ്രച്ഛന്നമോ സൂചനാത്മകമോ ആകാം. മറ്റുചിലപ്പോൾ വാച്യവും മൂർത്തവും ആയിരിക്കും. മനുഷ്യബന്ധങ്ങളുടെയും വ്യക്തികളുടെ മാനസികചലനങ്ങളുടെയും ആലേഖനത്തിലേക്ക് ഇത്തരം ഘടകങ്ങൾകൂടി ഇടകലരുമ്പോഴാണ് കഥയിലെ ജീവിതാവിഷ്കാരം വിശ്വസനീയമായിത്തീരുന്നത്.

വ്യക്തികളുടെ ബാഹ്യവും മാനസികവുമായ ചലനങ്ങളുടെ ചിത്രീകരണത്തിലൂടെയും അവർ തമ്മിലുള്ള ബന്ധങ്ങളുടെ സവിശേഷവിന്യാസങ്ങളിലൂടെയും ആണ് സാഹിത്യത്തിൽ സാമൂഹിക തലത്തിന്റെ ചിത്രീകരണം സാദ്ധ്യമാകുന്നത്. അല്ലാതെയുള്ള പൊതുപ്രസ്താവന

കൾ സാഹിത്യമാകുകയില്ല. ജീവിതചിത്രണത്തിന് പകരാൻ കഴിയുന്ന അനുഭൂതിപരമായ തലം നല്കാനുമാവില്ല. ആ അനുഭൂതിതലം സാക്ഷാത്കരിക്കാൻ കഴിഞ്ഞതാണ് എം ടി വാസുദേവൻനായർ എന്ന എഴുത്തുകാരന്റെ രചനകൾ വായനക്കാരിൽ ഗാഢമായ പ്രഭാവം സൃഷ്ടിക്കാൻ കാരണം.

ഒരു കഥാവസ്തുവിനെ കേവലം മനുഷ്യരുടെ വികാരബന്ധങ്ങളുടെ ആവിഷ്കാരം മാത്രമായി ചുരുക്കിക്കളയുന്ന കഥയെഴുത്തുകാരുണ്ട്. അത്തരം രചനകൾക്ക് കഥാവസ്തുവിനപ്പുറം കടന്നുനില്ക്കുന്ന പ്രമേയപരമായ ദാർഢ്യം കൈവരിക്കാനാവില്ല. സമൂഹത്തെക്കുറിച്ചും ജീവിതത്തെക്കുറിച്ചും തന്റെ നിലപാടുകളും സമീപനങ്ങളും വ്യക്തിസത്തയെക്കുറിച്ചുള്ള ഉൾക്കാഴ്ചകളും മറ്റും രചനയുടെ ആഖ്യാനത്തിന്റെ അടരുകളായി മാറുന്നത്, അത്തരം ഘടകങ്ങളെക്കുറിച്ചുള്ള സൂക്ഷ്മാവബോധത്തോടുകൂടി മനുഷ്യബന്ധങ്ങളെയും ജീവിതസ്വരൂപത്തെയും അവതരിപ്പിക്കുമ്പോഴാണ്. അപ്പോൾ ആഖ്യാനത്തിൽ വ്യക്ത്യവബോധവും ചരിത്രധാരണകളും സാമൂഹികവീക്ഷണവും തത്വചിന്തയും മനഃശാസ്ത്രധാരണകളും ഒക്കെ കലരുന്നു; അവയെല്ലാം സ്വാഭാവികവും സഹജവുമായ നിലയിൽ അതീവം സൂചനാത്മകമായി പ്രവർത്തിക്കുന്നു എന്നതാണ് എം ടി യുടെ ചെറുകഥകളുടെ ഒരു സവിശേഷത. പ്രാഥമികതലത്തിൽ ആകർഷകവും വായനയുടെ അനുഭൂതി പകരുന്നതുമായ രചനയായിരിക്കെത്തന്നെ ആഖ്യാനത്തിന്റെ അടിയാഴങ്ങളിൽ മേൽപ്പറഞ്ഞവയും അല്ലാത്തവയുമായ നിരവധി ഘടകങ്ങൾ നിലീനമായിരിക്കുന്നു.

തന്റെ ബാല്യം മുതലുള്ള അനുഭവങ്ങളിലൂടെ പിടിച്ചെടുത്ത ഒരു ലോകത്തെ ചെറുകഥകളിൽ അദ്ദേഹം അവതരിപ്പിക്കുന്നുണ്ട്. അങ്ങനെ ചെറുകഥകളിൽ വാങ്മയപ്രതീതികളായി അവതരിപ്പിക്കപ്പെടുന്ന ലോകത്തിന് പിന്നിൽ ഒരു യഥാർത്ഥ ലോകവും സമൂഹവും ചരിത്രഘട്ടവുമുണ്ട്. അത് ഏതാണ്ട് 1930 കളുടെ പകുതി മുതൽ 20-ാം നൂറ്റാണ്ടിന്റെ അന്ത്യം വരെയുള്ള കാലമാണ്. ആ കാലത്തിനിടയിൽ കേരളത്തിൽ രൂപപ്പെട്ട സാമൂഹിക രാഷ്ട്രീയചലനങ്ങൾ എം ടി യുടെ ചെറുകഥകളിൽ പ്രത്യക്ഷത്തിൽ ആവിഷ്കരിക്കപ്പെടുന്നില്ല. എന്നാൽ ആ കഥകളിലെ ജീവിതത്തിനു പിന്നിൽ ആ കാലം ഏല്പിച്ച വടുക്കളുടെ അക്ഷരാവിഷ്കാരം സൂക്ഷ്മതലത്തിലുള്ള മനുഷ്യാനുഭവചിത്രങ്ങളായി രേഖപ്പെടുത്തിയിട്ടുണ്ട്.

ആ നിലയിൽ എം ടി യുടെ ചെറുകഥകൾ, കാലക്രമത്തിൽ കൂടുതൽ ഗാഢമായ സാമൂഹികതയും കൂടുതൽ ജാഗ്രത്തായ ലോകാനുഭവബോധവും പ്രകടിപ്പിക്കുന്നുണ്ട്. അവസാന ഘട്ടത്തിൽ എഴുതിയിട്ടുള്ള 'ഷെർലക്', 'ശിലാലിഖിതം', 'കല്പാന്തം', 'കാഴ്ച' തുടങ്ങിയ ചെറുകഥകൾ അതീവം സൂക്ഷ്മമായി ഈ സ്വഭാവം പ്രകടിപ്പിക്കുന്നു. അവ പ്രമേയത്തിന്റെ ആഴത്തിൽ വർത്തിക്കുന്ന അടിസ്ഥാന നിരീക്ഷണത്തോടും ആശയധാരയോടും ബന്ധപ്പെട്ട് മാത്രമല്ല കഥയിൽ

പ്രവർത്തിക്കുന്നത്. ആഖ്യാനത്തിലെ വിവരണത്തിലും സംഭാഷണത്തിലും കഥാപാത്രത്തിന്റെ ചലനത്തിലും ചിന്തയിലും സ്ഥലപശ്ചാത്തല സൂചനയിലും മറ്റും മിന്നുന്ന ചില വെളിച്ചങ്ങളായി പഠനസന്ദർഭങ്ങളിൽ പല രൂപത്തിൽ ചെറുകഥകളിൽ പ്രവർത്തിക്കുന്നു. ഇതെല്ലാം കൂടിച്ചേർന്നുവരുന്ന ഒരു സമഗ്രതയിലാണ് എം ടി യുടെ ചെറുകഥകൾ അതുണ്ടായ കാലത്തിന്റെ കഥകളായി മാറുന്നത്. ആ സ്വഭാവം ഏറ്റവും മൂർത്തവും ശക്തവുമാകുന്നത് അദ്ദേഹത്തിന്റെ പില്ക്കാല ചെറുകഥകളിലാണ്. അതായത് ചെറുകഥ എന്ന വാങ്മയകലയുടെ ശില്പപരമായ അംശങ്ങളിൽ മാത്രമല്ല, അന്തർഭാവപരമായ അംശങ്ങളിലും കാലാനുസൃതമായി കൈവരിച്ച മികവാണ് എം ടി വാസുദേവൻനായർ എന്ന എഴുത്തുകാരനെ മലയാളത്തിലെ എന്നും വളർന്നുകൊണ്ടിരുന്ന ചെറുകഥാകൃത്താക്കി മാറ്റിയത്.

അനുബന്ധം

എം ടി എന്ന പത്രാധിപർ

ഈ വേദിയിൽ എന്നോടൊപ്പമുള്ള മോഹൻദാസിനെ ഞാൻ ആദ്യമായി നേരിൽ കാണുകയാണ്. മുപ്പതുകൊല്ലം മുമ്പാണ് വിദ്യാർത്ഥികൾക്കായി *മാതൃഭൂമി* നടത്തിയ വിഷുപ്പതിപ്പ് മത്സരത്തിൽ മോഹൻദാസിന്റെ ചെറുകഥ ഒന്നാം സമ്മാനം നേടിയത്. പിന്നീട് ഒന്നോ രണ്ടോ കഥകൾ കൂടിയേ മോഹൻദാസിന്റേതായി കണ്ടുള്ളൂ. എങ്കിലും ആ കഥകളും കഥാകൃത്തും എന്റെ മനസ്സിൽ മായാതെ കിടപ്പുണ്ട്. മോഹൻദാസിന്റെ കൈയക്ഷരം പോലും എനിക്ക് ഓർമ്മയുണ്ട്.

എം ടി വാസുദേവൻനായർ ഒരു പ്രസംഗത്തിനിടയിൽ പറഞ്ഞ കാര്യമാണ് ഞാൻ ഓർമ്മയിൽനിന്ന് എഴുതിയത്. തിരുവനന്തപുരം ടാഗോർ തിയറ്റർ ആണ് വേദി. പദ്മരാജൻ പുരസ്കാര സമർപ്പണമാണ്. കറുപ്പിലും വെളുപ്പിലുമുള്ള പദ്മരാജന്റെ വലിയ രേഖാചിത്രത്തെ പശ്ചാത്തലമാക്കി എം ടി വാസുദേവൻനായർ സംസാരിക്കുകയാണ്. അദ്ദേഹം എഴുതിയ 'കാഴ്ച' എന്ന ചെറുകഥയ്ക്കായിരുന്നു അക്കൊല്ലത്തെ പദ്മരാജൻ പുരസ്കാരം. *ഗർഷോമി*ന്റെ സംവിധായകൻ പി ടി കുഞ്ഞുമുഹമ്മദിനും തിരക്കഥാകൃത്ത് കെ എ മോഹൻദാസിനും ചലച്ചിത്ര പുരസ്കാരം. കാലം 1998 അല്ലെങ്കിൽ 99. ആ ചെറുപ്രഭാഷണത്തിനിടയിലാണ് മോഹൻദാസിനെ എം ടി പരാമർശിച്ചത്.

1969 ൽ ആയിരുന്നു *മാതൃഭൂമി* ആഴ്ചപ്പതിപ്പ് വിദ്യാർത്ഥികൾക്കായി സാഹിത്യമത്സരം ആരംഭിച്ചത്. സമ്മാനം കിട്ടിയ കഥകളും കവിതകളുമൊക്കെ *മാതൃഭൂമി*യുടെ വിഷുപ്പതിപ്പിൽ അച്ചടിച്ചുവന്നു. അന്ന് മുഖ്യധാരയിലുള്ള മുതിർന്ന എഴുത്തുകാരുടെ രചനകളെ വെല്ലുവിളിക്കുന്ന പുതുമയും സർഗ്ഗോർജ്ജവുമുള്ള കഥകളും കവിതകളുമൊക്കെയായിരുന്നു വിദ്യർത്ഥികളുടേത്-വിശേഷിച്ചും കോളേജ് വിഭാഗക്കാരുടേത്. ആദ്യ

വർഷം കോളേജ് വിഭാഗത്തിൽ ചെറുകഥയ്ക്ക് ഒന്നാം സമ്മാനം കിട്ടിയത് കെ എ മോഹൻദാസിനായിരുന്നു. 'ആർദ്ര' എന്ന ആ ചെറുകഥയ്ക്കുശേഷം മോഹൻദാസ് എഴുത്തിൽ സജീവമായില്ല. ഒന്നോ രണ്ടോ ചെറുകഥകൾ കൂടിയേ പിന്നീട് എഴുതിയുള്ളൂ എന്ന് തോന്നുന്നു.

എന്റെ കൗമാരത്തിലെ വിഷുക്കാലങ്ങൾ ആഹ്ലാദനിർഭരമായത് കണിയും കൈനീട്ടവും കൊണ്ടല്ല, മാതൃഭൂമി വിഷുപ്പതിപ്പിലെ വിഭവങ്ങൾ കൊണ്ടായിരുന്നു. എന്റെ മാത്രമല്ല മറ്റു പലരുടെയും അനുഭവമായിരുന്നു അത്. പക്ഷേ, സദസ്സിൽ പ്രസംഗം കേട്ടുകൊണ്ടിരുന്ന ഞാൻ വിസ്മയത്തോടെ ഓർത്തത് എം ടി വാസുദേവൻനായർ എന്ന പത്രാധിപരെക്കുറിച്ചാണ്. നൂറുകണക്കിന് എഴുത്തുകാരെ കാണുകയും പതിനായിരക്കണക്കിന് കൈയെഴുത്തു പ്രതികൾ കൈകാര്യം ചെയ്യുകയും ചെയ്തിട്ടുള്ള ഒരു മുതിർന്ന പത്രാധിപരാണ് ഒന്നോ രണ്ടോ ചെറുകഥകളിലൂടെ തന്റെ മനസ്സിൽ സ്പർശിച്ച ഒരിക്കലും കണ്ടിട്ടില്ലാത്ത നിശ്ശബ്ദനായിപ്പോയ, പ്രായത്തിൽ തന്നെക്കാൾ വളരെ താഴെയുള്ള ഒരു എഴുത്തുകാരനെ ഇത്ര വിശദവും സൂക്ഷ്മവുമായി ഓർക്കുന്നത്. ഒരു സാധാരണ പത്രാധിപരല്ല, മലയാളത്തിലെ താരപദവിയുള്ള മികച്ച എഴുത്തുകാരനായ പത്രാധിപർ.

ഇത് മോഹൻദാസിന്റെ മാത്രം കാര്യമല്ല. തന്റെ കൈയിൽക്കൂടി കടന്നുപോയ കൈയെഴുത്തു പ്രതികളുടെ പിന്നിലെ പ്രതിഭകളിൽ മിക്കവരെയും എം ടി സൂക്ഷ്മമമായി നിരീക്ഷിച്ചിട്ടുണ്ട്. അത്തരം ചില നിരീക്ഷണങ്ങൾ-വളരെക്കുറച്ചു മാത്രം-അദ്ദേഹം സാന്ദർഭികമായി രേഖപ്പെടുത്തുകയോ പറയുകയോ ചെയ്തിട്ടുണ്ട്. തന്റെ മുന്നിലെത്തുന്ന അക്ഷരശിൽപ്പങ്ങളിൽ നിന്ന് സർഗ്ഗാത്മകതയുടെ സ്പന്ദങ്ങൾ അതിവേഗം അദ്ദേഹം കണ്ടെടുത്തിരുന്നു; അതിന്റെ പിന്നിലെ രചയിതാവിന്റെ പ്രതിഭാസ്വഭാവത്തെ സൂക്ഷ്മമമായി തിരിച്ചറിഞ്ഞിരുന്നു.

എൻ വി കൃഷ്ണവാരിയർ മുഖ്യപത്രാധിപരായിരുന്ന കാലത്തു തന്നെ, *മാതൃഭൂമി* ആഴ്ചപ്പതിപ്പിന് ചെറുകഥകൾ തെരഞ്ഞെടുക്കുന്ന ചുമതല എം ടി വാസുദേവൻ നായർക്കായിരുന്നു എന്നാണ് കേട്ടിട്ടുള്ളത്. പില്ക്കാലത്ത് എം ടി മുഖ്യപത്രാധിപരായിരുന്നപ്പോൾ കവിതകൾ നോക്കിയിരുന്നത് ജി എൻ പിള്ളയായിരുന്നു എന്നും കേട്ടിട്ടുണ്ട്. എം ടിയുടെ തെരഞ്ഞെടുപ്പിൽ കൂടി രംഗത്തുവന്നവരാണ് കാക്കനാടന്റെ തലമുറയിൽപ്പെട്ട മലയാളത്തിലെ ചെറുകഥാകൃത്തുകൾ. അതായത്, ആധുനികതാവാദ (Modernism) ത്തിന്റെ ഭാവുകത്വവുമായി ഉയർന്നു വന്ന കഥാകൃത്തുകൾ.

അത് അറുപതുകളുടെ ആദ്യവർഷങ്ങളാണ്. മലയാളസാഹിത്യത്തിൽ ഒരു ഭാവുകത്വ വ്യതിയാനം രൂപപ്പെട്ടു തുടങ്ങിയ കാലഘട്ടം. ചെറുകഥയിൽ അത് ചടുലവും ശക്തവുമായി പ്രത്യക്ഷപ്പെട്ടു. ആ നവഭാവുകത്വം പ്രകടിപ്പിച്ച പുതിയതായി രംഗത്തുവന്ന എഴുത്തുകാരായ തങ്ങൾക്ക് ആഴ്ചപ്പതിപ്പിന്റെ താളുകൾ ഉദാരമായി തന്നതിനെക്കുറിച്ച്

കാക്കനാടനും എം പി നാരായണപിള്ളയും സക്കറിയയും മുകുന്ദനും സേതുവുമൊക്കെ പലകുറി പറഞ്ഞിട്ടുണ്ട്.

എം ടി വാസുദേവൻനായർ എന്ന പത്രാധിപർ ഇല്ലായിരുന്നെങ്കിൽ ഇവരാരും കഥയെഴുത്തിൽ മുന്നേറുകയില്ലായിരുന്നു എന്നല്ല ഇതിനർത്ഥം. അവർ എഴുത്തിലൂടെ ആവിഷ്കരിച്ചു തുടങ്ങിയ പുതുമയെയും നവഭാവുകത്വത്തെയും നേരത്തെ തന്നെ തിരിച്ചറിയുകയും അതിന് ശ്രദ്ധേയമായ നിലയിൽ പ്രകാശനസാദ്ധ്യത നല്കി, വളരാൻ വഴിയൊരുക്കുകയുമാണ് എം ടി ചെയ്തത്.

മാതൃഭൂമി ആഴ്ചപ്പതിപ്പിൽ പ്രസിദ്ധീകരിക്കപ്പെടുന്ന കാക്കനാടന്റെ ആദ്യത്തെ ചെറുകഥ 'കാലപ്പഴക്കം' ആണ്. 1962 ലെ ഓണപ്പതിപ്പിൽ ആദ്യത്തെ കഥയായി ഒരു പുതിയ എഴുത്തുകാരന്റെ രചന പ്രാധാന്യത്തോടെ പ്രസിദ്ധപ്പെടുത്തുകയാണ്. കാക്കനാടന്റെ മറ്റുചില ചെറുകഥകൾ നേരത്തെതന്നെ ചില ആനുകാലികങ്ങളിൽ പ്രകാശിതമായിരുന്നെങ്കിലും, ആ എഴുത്തുകാരനെ വായനാസമൂഹം ഗൗരവത്തോടെ കണ്ട ആദ്യ രചന അതായിരുന്നു. അതുപോലെ തന്നെയാണ് അക്കാലത്ത് കോളേജ് വിദ്യാർത്ഥിയായിരുന്ന സക്കറിയ എഴുതിയ 'ഉണ്ണി എന്ന കുട്ടി' എന്ന ചെറുകഥ മാതൃഭൂമി ആഴ്ചപ്പതിപ്പിന്റെ റിപ്പബ്ലിക് പതിപ്പിൽ മറ്റ് ഇന്ത്യൻ ഭാഷകളിലെ ചെറുകഥകളുടെ വിവർത്തനങ്ങളോടൊപ്പം മലയാളത്തിന്റെ പ്രാതിനിദ്ധ്യം വഹിക്കുന്ന ചെറുകഥയായി അതിപ്രാധാന്യത്തോടെ പ്രസിദ്ധപ്പെടുത്തിയത്.

ഇതൊന്നും എഴുത്തുകാരനെ നേരിട്ടറിഞ്ഞിട്ടോ വ്യക്തിപരമായി സൗഹൃദം ഉണ്ടായിരുന്നതുകൊണ്ടോ അല്ല. രചനയിൽ കണ്ട പുതുമയും സർഗ്ഗാത്മകതയുടെ ചൈതന്യവും തിരിച്ചറിഞ്ഞതിന്റെ അടിസ്ഥാനത്തിലുള്ള അടയാളപ്പെടുത്തലുകളായിരുന്നു. അതിൽ അന്ന് നിലനിന്നിരുന്ന ഭാവുകത്വത്തോടും അഭിരുചിസ്വഭാവത്തോടും ഉള്ള ഒരു കലാപം അടങ്ങിയിരുന്നു എന്നതാണ് ശ്രദ്ധേയം. പുതിയ എഴുത്തുകാർ തുടങ്ങിവെച്ച ആ ഭാവുകത്വ കലാപത്തിന് പടരാൻ വഴികൊടുത്തു എന്നതാണ് എം ടി നടത്തിയ ദൗത്യം.

ആ കാലയളവിൽ ഉയർന്നുവന്ന പുതിയ ഭാവുകത്വത്തിന്റെ പ്രതിനിധികളായ ചെറുകഥാ കൃത്തുകളെ എം ടി എന്ന പത്രാധിപർ മുന്നോട്ട് കൊണ്ടുവന്നതിൽ, ശ്രദ്ധിക്കേണ്ട ചില കാര്യങ്ങളുണ്ട്. ലിറിക്കൽ റിയലിസ്റ്റ് രീതിയിലുള്ള ഭാവാത്മകവും സംവേദനീയവുമായ ജീവിത ഖണ്ഡത്തിന്റെ ആവിഷ്കാരം നിർവ്വഹിക്കുന്ന, പ്രത്യക്ഷ പ്രതീതി നല്കുന്ന രചനകളിലൂടെയാണ് എം ടി വാസുദേവൻ നായർ മലയാള ചെറുകഥാരംഗത്ത് എഴുത്തുകാരൻ എന്ന നിലയിൽ തന്റെ വഴികണ്ടെത്തിയത്. ആ രീതിയിൽ എഴുതിയ ഭാവഭദ്രമായ രചനകളിലൂടെ വിപുലമായ ആസ്വാദകാംഗീകാരം അദ്ദേഹം നേടുകയും ചെയ്തു. ചെറുകഥയുടെ രംഗത്ത് അങ്ങനെ മുന്നേറുന്ന കാലത്താണ്, തന്റെ രചനകളുടെ രീതിയിൽ നിന്ന് പാടേ ഭിന്നമായ ഒരു ഭാവുകത്വം പ്രകടിപ്പിക്കുന്ന രചനകളു

മായി കടന്നുവന്ന പുതിയ കഥാകൃത്തുകളെ എം ടി എന്ന പത്രാധിപർ കലവറയില്ലാതെ പിന്തുണച്ചത്.

ഇവിടെ ശ്രദ്ധിക്കേണ്ട കാര്യം എം ടി വാസുദേവൻ നായർ തന്നിലെ എഴുത്തുകാരനേയും പത്രാധിപരെയും വേർതിരിച്ചുകണ്ടു എന്നതാണ്. തന്നിലെ എഴുത്തുകാരന്റെ ബാധ ഏല്ക്കാതെ പത്രാധിപരെ അദ്ദേഹം മുന്നോട്ട് കൊണ്ടുപോയി. അതുകൊണ്ടാണ് തന്റെ രചനാരീതിക്ക് ഇണങ്ങാത്ത വഴിയിൽ മുന്നേറിയ എഴുത്തുകാർക്ക് ഉദാരമായി അവസരം കൊടുക്കാൻ അദ്ദേഹത്തിന് കഴിഞ്ഞത്. ഇതിന്റെ വിപരീതമാതൃകയായ എഴുത്തുകാരായ പത്രാധിപന്മാരും നമുക്കുണ്ടായിരുന്നു എന്നിടത്താണ് എം ടിയുടെ വ്യതിരിക്തത വ്യക്തമാകുന്നത്.

ഇത്തരത്തിലുള്ള പത്രാധിപപ്രവർത്തനത്തിന് എം ടിയെ പ്രാപ്തനാക്കിയ ചില ഘടകങ്ങൾ ഉണ്ട്. അദ്ദേഹത്തിന്റെ വിപുലമായ ആനുകാലിക ലോക സാഹിത്യപരിചയം-വിശേഷിച്ചും ഫിക്ഷനെ സംബന്ധിച്ചുള്ളത് ഇക്കാര്യത്തിൽ ഏറെ സഹായകമായി. അതിനാൽ ആഗോളതലത്തിൽ തന്നെ ചെറുകഥയിലും നോവലിലുമൊക്കെ ഉണ്ടാക്കിക്കൊണ്ടിരുന്ന മാറ്റങ്ങളെ തിരിച്ചറിയാൻ അദ്ദേഹത്തിന് കഴിഞ്ഞിരുന്നു. ആ മാറ്റങ്ങളോട് മുഖം തിരിക്കാതെ അവയോട് അനുകൂലമായ നില സ്വീകരിച്ചുകൊണ്ടാണ് മലയാളത്തിലുണ്ടായ ഭാവുകത്വ പരിവർത്തനത്തെ എം ടി എന്ന പത്രാധിപർ ഉൾക്കൊണ്ടത്.

എഴുത്തിലെ തന്റെ വഴിയെക്കുറിച്ചുള്ള ശക്തമായ ആത്മവിശ്വാസമാണ്, തന്റെ അഭിമത രീതിയിൽ നിന്ന വേറിട്ട വഴിയിലൂടെയുള്ള രചനകളുമായി മുന്നോട്ടുവന്ന തലമുറയ്ക്ക് അവസരം കൊടുത്തുകൊണ്ട്, അനിവാര്യമായ ഭാവുകത്വ പരിണാമത്തിന് വഴിയൊരുക്കാൻ എം ടി എന്ന എഴുത്തുകാരനായ പത്രാധിപരെ ശക്തനാക്കിയത്. ഇതിന്റെ പിന്നിൽ മറ്റൊരു തിരിച്ചറിവു കൂടി പ്രവർത്തിച്ചിട്ടുണ്ടാകണം. എഴുത്തിന്റെ രംഗത്ത് എന്നും മാറ്റങ്ങൾ വന്നുകൊണ്ടേയിരിക്കും. ആ മാറ്റങ്ങൾക്ക് നേരെ ഉന്മുഖമായ നിലപാട് സ്വീകരിക്കേണ്ടത് സാഹിത്യവികാസത്തിന് വഴിയൊരുക്കേണ്ടവരുടെ ധർമ്മമാണ്. ഈ ഒരു ഉൾക്കാഴ്ചയോടുകൂടിയാവണം നവഭാവുകത്വം പുലർത്തിയ രചനകൾക്ക് നേരെ അദ്ദേഹം പ്രോത്സാഹകമായ നിലപാട് സ്വീകരിച്ചത്.

വിശേഷിച്ചും 1960 കളുടെ അന്ത്യത്തിൽ, എൻ വി കൃഷ്ണവാരിയർക്കു ശേഷം *മാതൃഭൂമി* ആഴ്ചപ്പതിപ്പിന്റെ പൂർണ്ണചുമതല വഹിച്ചിരുന്ന ആദ്യകാലത്ത് പ്രസിദ്ധീകരണത്തിന് ചെറുകഥകളും നോവലുകളും തെരഞ്ഞെടുത്തിരുന്നത് ഏറെ ധീരമായാണ്. തുടർ പ്രസിദ്ധീകരണത്തിനുള്ള വിഭവമായ നോവലുകളുടെ തെരഞ്ഞെടുപ്പിൽ എപ്പോഴും ബഹുഭൂരിപക്ഷം വായനക്കാരെ കൂടെക്കൊണ്ടുപോകാൻ കഴിയുന്ന രചനയാവണം എന്നൊരു കരുതൽ മിക്കവാറും പത്രാധിപന്മാർ പുലർത്താറുണ്ട്. കാരണം ഒരു ആനുകാലിക പ്രസിദ്ധീകരണമെന്നത് സാംസ്കാരികോല്പന്നമായിരിക്കെത്തന്നെ ഒരു വാണിജ്യോല്പന്നം കൂടിയാണ്.

നോവലുകളുടെ കാര്യത്തിൽ മാത്രമല്ല മിക്കവാറും രചനകളുടെ കാര്യത്തിൽ വായന സമൂഹത്തിന്റെ ആഭിമുഖ്യത്തെക്കുറിച്ചുള്ള ഈ കരുതൽ കാണാറുണ്ട്. അക്കാലത്തെ പത്രാധിപന്മാരായിരുന്ന കെ ബാലകൃഷ്ണനും, കാമ്പിശ്ശേരി കരുണാകരനും, വൈക്കം ചന്ദ്രശേഖരൻനായരുമൊക്കെ അത്തരം ശ്രദ്ധപുലർത്തിയിട്ടുണ്ട്. അവരുടെ ആ നിലയിലുള്ള പത്രാധിപപ്രവർത്തനങ്ങൾ കൂടുതലും സാമൂഹികോന്മുഖമായ ഒരു തലത്തെയാണ് പ്രകടമാക്കിയിരുന്നത്. എന്നാൽ എം ടിയുടെ ശ്രദ്ധയാകട്ടെ സാഹിതീയ ഭൂവകത്വത്തെ കേന്ദ്രീകരിച്ചായിരുന്നു പ്രവർത്തിച്ചത്.

മലയാളത്തിലെ അക്കാലത്തെ ആഴ്ചപ്പതിപ്പുകളിലെ മുഖ്യവായനാവിഭവമായിരുന്ന നോവൽ, ചെറുകഥ എന്നിവയുടെ കാര്യത്തിൽ ജനപ്രിയത-പോപ്പുലർ സ്വഭാവം-*മാതൃഭൂമി*യുടെ നയമായിരുന്നില്ല. എങ്കിലും വായനക്കാർക്ക് അഭിഗമ്യമല്ലാത്ത, ദുർഗ്രഹമായ രചനകൾ സീരിയലൈസ് ചെയ്യുന്ന പതിവുണ്ടായിരുന്നില്ല. എന്നാൽ ആധുനികതാവാദ (Modernist) സാഹിത്യത്തിന്റെ കാര്യത്തിൽ സംവേദനീയതയുടെ കുറവോ ദുർഗ്രഹതയോ ഒന്നും ഒരു പരിമിതിയായി കരുതിയിരുന്നില്ല- ചിലരൊക്കെ അതൊരു മേന്മയായി കരുതിയിരുന്നുതാനും. എം പി നാരായണപിള്ളയുടെ 'ജോർജ് ആറാമന്റെ കോടതി' എന്ന ചെറുകഥ 1964 ൽ ആഴ്ചപ്പതിപ്പിൽ പ്രസിദ്ധപ്പെടുത്തിയപ്പോൾ അത് ഈ പ്രശ്നത്തിന്റെ പേരിൽ ചർച്ചാവിഷയമായി. ആ കഥയുടെ പാരഡിയുടെ മട്ടിലുള്ള ഒരു കുറിപ്പ് വായനക്കാരുടെ കത്തുകളുടെ കൂട്ടത്തിൽ പ്രസിദ്ധീകരിക്കപ്പെട്ടത് ഓർക്കുന്നു. അത് വ്യക്തമാക്കുന്നത് അത്തരം രചനകൾ വായനക്കാരിൽ ഒരു വിഭാഗത്തെ അസ്വസ്ഥരാക്കി എന്നതാണ്.

എഴുപതുകളുടെ തുടക്കത്തിൽ എം ടി സ്വതന്ത്രചുമതലയിൽ ആഴ്ചപ്പതിപ്പ് പുറത്തിറക്കുന്ന കാലത്താണ് മേതിൽ രാധാകൃഷ്ണന്റെ *സൂര്യവംശം* എന്ന ദുർഗ്രഹതയുടെ ആവരണമിട്ട, ഭാഷാലീലയുടെ പലവിധ സാദ്ധ്യതകൾക്ക് പ്രാധാന്യം കൊടുത്ത നോവൽ ഖണ്ഡശ്ശഃ പ്രസിദ്ധപ്പെടുത്തുന്നത്. അത് ഒരു ധീരതയായിരുന്നു എന്നു പറയാം. ബാഹ്യതലത്തിൽ ചില പുതുമകൾ പ്രകടിപ്പിച്ചുവെങ്കിലും മലയാള നോവലിൽ എന്തെങ്കിലും കാര്യമായ ഇടം നേടാൻ ആ നോവലിന് കഴിഞ്ഞില്ല.

മേതിൽ രാധാകൃഷ്ണൻ അന്നത്തെ പുതുതലമുറയിൽപ്പെട്ട എഴുത്തുകാരനായിരുന്നു. ക്ഷോഭിക്കുന്ന യുവത്വത്തിന്റെ പ്രതിനിധി. അവരുടെ രചനകൾ പ്രസിദ്ധപ്പെടുത്തുമ്പോൾ പുതിയ തലമുറയുടെ പുതിയ രീതികൾക്ക് ഇടംകൊടുക്കുന്നു എന്നൊരു നീതീകരണമുണ്ട്. എന്നാൽ ജനപ്രിയതയുടെ അംശങ്ങളൊന്നുമില്ലാതെ പാരുഷ്യത്തിന്റെ ആവരണമണിഞ്ഞ് വേർതിരിഞ്ഞു നിന്ന മുതിർന്ന എഴുത്തുകാരനായ കോവിലന്റെ പരീക്ഷണാത്മകമായ രചനകൾ-*തോറ്റങ്ങളും ഹിമാലയവു*മൊക്കെ-പ്രസിദ്ധപ്പെടുത്തിയതിലും ഈ ധീരത പ്രകടമാണ്. പുതുതലമുറയുടെ ഭാവുകത്വത്തെ തിരിച്ചറിഞ്ഞ് തന്നെത്തന്നെ നിരന്തരം പുതുക്കിപ്പണിഞ്ഞ

എഴുത്തുകാരനായിരുന്ന കോവിലന്റെ ആ രചനകൾ സൂശിക്ഷിതരായ വായനക്കാർക്ക് മാത്രമേ അഭിഗമ്യമായിട്ടുള്ളൂ. കോവിലൻ തന്നെ പറഞ്ഞിട്ടുണ്ട്, ആ കൃതികൾ *മാതൃഭൂമി* ആഴ്ചപ്പതിപ്പിൽ ഖണ്ഡശ്ശഃ പ്രസിദ്ധീകരിക്കപ്പെട്ടത് കൊണ്ടാണ്, പട്ടാളത്തിൽ നിന്ന് തിരിച്ച് നാട്ടിലെത്തിയ തനിക്ക് മലയാളത്തിൽ നിലനില്പ് ലഭിച്ചതെന്ന്.

ഇവിടെയെല്ലാം എം ടി എന്ന പത്രാധിപർ ചെയ്തത്, നിലനിന്നുപോന്ന ഭാവുകത്വത്തോടും അഭിരുചികളോടും കലഹിക്കുന്ന രചനകളെ അംഗീകരിക്കുകയും പ്രോത്സാഹിപ്പിക്കുകയും ആണ്. ഇക്കാര്യത്തിൽ തന്നിലെ എഴുത്തുകാരന്റെ രീതികളെ അതിവർത്തിക്കാൻ കഴിഞ്ഞതാണ് പത്രാധിപർ എന്ന നിലയിൽ അദ്ദേഹത്തിന്റെ വ്യതിരിക്തതയ്ക്ക് നിയാമകമായിത്തീർന്നത്. തന്നിലെ എഴുത്തുകാരനെക്കുറിച്ച് അസാധാരണമായ ആത്മവിശ്വാസമുള്ള ഒരാൾക്ക് മാത്രമേ ഇത് കഴിയുകയുള്ളൂ. അതുകൊണ്ട് കൂടിയാണ് മലയാളത്തിലെ സാഹിത്യ പത്രപ്രവർത്തനത്തിൽ തനതായ ഒരു മുദ്രപതിപ്പിക്കാൻ എം ടി വാസുദേവൻനായർക്ക് കഴിഞ്ഞത്.

ഇനി വ്യക്തിപരം. എം ടി വാസുദേവൻനായർ എന്ന പത്രാധിപരുടെ ശ്രദ്ധയും പ്രോത്സാഹനവും ലഭിച്ച എഴുത്തുകാരുടെ ഇങ്ങേത്തലയ്ക്കൽ ഞാനുമുണ്ട് എന്നാണ് എന്റെ വിശ്വാസം. അതിനൊരു നിമിത്തമുണ്ടായി. മലയാള ചെറുകഥയുടെ ശതാബ്ദി വർഷമായിരുന്നു 1991. ആ ചരിത്ര പ്രാധാന്യമുള്ള വസ്തുത മലയാളത്തിന്റെ സാംസ്കാരിക രംഗത്ത് അവതരിപ്പിച്ചത് ഞാനായിരുന്നു. അതിന്റെ പ്രാധാന്യം കണ്ടറിഞ്ഞ് ഡി സി ബുക്സ് *100 വർഷം 100 കഥ* എന്ന പുസ്തകം പുറത്തിറക്കിയപ്പോൾ, സമാഹരണം നിർവ്വഹിക്കുകയും വിശദമായ ആമുഖപഠനം എഴുതുകയും ചെയ്തത് ഞാനായിരുന്നു. കോഴിക്കോട്ട് വച്ച് വൈക്കം മുഹമ്മദ് ബഷീർ ആ ഗ്രന്ഥത്തിന്റെ പ്രകാശനം നടത്തിയപ്പോൾ എം ടിയായിരുന്നു അദ്ധ്യക്ഷത വഹിച്ചത്. അന്നാണ് ഞാൻ അദ്ദേഹത്തെ പരിചയപ്പെടുന്നത്.

*100 വർഷം 100 കഥ*യ്ക്ക് ഞാനെഴുതിയ ആമുഖപഠനത്തിൽ ചെറുകഥയിൽ കേരളീയ ആഖ്യാനപാരമ്പര്യത്തെ സാക്ഷാത്കരിക്കുന്നതിനെപ്പറ്റി ഒരു നിരീക്ഷണം നടത്തിയിരുന്നു. ആ ആശയം എം ടിക്ക് താല്പര്യം തോന്നിയ ഒന്നായിരുന്നു. അന്നത്തെ പ്രസംഗത്തിൽ അദ്ദേഹം അത് എടുത്ത് പറയുകയും ചെയ്തു. മറ്റെല്ലാ സാഹിത്യ രൂപങ്ങളെക്കാളും ചെറുകഥയോട് ആഭിമുഖ്യം പുലർത്തിയിരുന്ന എം ടി ചെറുകഥാകൃത്ത് എന്ന നിലയിൽ മാത്രമല്ല, ചെറുകഥ എന്ന സാഹിത്യ രൂപത്തിന്റെ പഠിതാവ് എന്ന നിലയിലും ശ്രദ്ധേയമായ സംഭാവനകൾ നല്കിയിട്ടുണ്ടല്ലോ. *കാഥികന്റെ പണിപ്പുരയും കാഥികന്റെ കലയും* മറ്റും ഓർക്കുക.

ചെറുകഥ എന്ന സാഹിത്യരൂപത്തിന്റെ വ്യത്യസ്തമായ ആഖ്യാന സാദ്ധ്യതകളെക്കുറിച്ച് അദ്ദേഹം സർഗ്ഗാത്മകമായ ചില അന്വേഷണങ്ങൾ നടത്തിയിട്ടുണ്ട്. അതിൽ പ്രധാനമാണ് 1970 ൽ എഴുതിയ *സ്ഥലപുരാ*

ണവും പിന്നെ രണ്ട് പതിറ്റാണ്ട് കഴിഞ്ഞ് എഴുതിയ *സുകൃതവും.* ഒരു തരം നാട്ടുമൊഴിക്കഥയുടെ ആഖ്യാനക്രമത്തെയും ഘടനയെയും സാക്ഷാത്കരിക്കാൻ ശ്രമിച്ച രചനകളായിരുന്നു അവ രണ്ടും. ആ നിലയിലുള്ള ആഖ്യാനാന്വേഷണത്തിന്റെ വഴിയേ നടന്നതുകൊണ്ടുള്ള താല്പര്യമാകാം, എന്റെ നിരീക്ഷണത്തോട് അദ്ദേഹത്തിന് ആഭിമുഖ്യം തോന്നിയത്. മലയാളത്തിലെ ആദ്യത്തെ ചെറുകഥയായ 'വാസനാവികൃതി'യുടെ ആഖ്യാനക്രമത്തിൽ മന്ത്രാങ്കം കൂടിയാട്ടത്തിലെ എന്റെ നിരീക്ഷണത്തെക്കുറിച്ചും ചില പ്രസംഗങ്ങളിൽ അദ്ദേഹം പരാമർശിച്ചിട്ടുണ്ട്.

ഈ നിലയിൽ എന്നെ ശ്രദ്ധിച്ചിട്ടുള്ളതുകൊണ്ടാകാം ഒരു പക്ഷേ, തൊട്ടടുത്ത വർഷങ്ങളിൽ *മാതൃഭൂമി*യുടെ വാർഷികപ്പതിപ്പുകളിൽ മലയാള ചെറുകഥയെക്കുറിച്ചും കേരളീയ ആഖ്യാന പാരമ്പര്യത്തെക്കുറിച്ചുമൊക്കെ ചില ലേഖനങ്ങൾ എഴുതാൻ എന്നോട് ആവശ്യപ്പെട്ടത്. അന്ന് എഴുത്തിന്റെ രംഗത്ത് താരതമ്യേന പുതുമുഖമായിരുന്ന എനിക്ക് അത് വലിയ തോതിലുള്ള ഒരു വഴി തുറന്നുകിട്ടലായിരുന്നു. അതുകൊണ്ടാണ് എം ടി എന്ന പത്രാധിപരുടെ പ്രോത്സാഹനം എനിക്കും ലഭിച്ചിട്ടുണ്ട് എന്ന ഒരു സ്വകാര്യഭിമാനം ഞാനും ഉള്ളിൽ സൂക്ഷിക്കുന്നത്.

9 789386 364579

9 789386 364579

Printed by Libri Plureos GmbH in Hamburg,
Germany